கடலூர் மாவட்டத்தைச் சேர்ந்த இமையத்தின் இயற்பெயர் அண்ணாமலை. இவர் பள்ளி ஆசிரியராகப் பணிபுரிகிறார்; விவசாயக் குடும்பத்தில் பிறந்தவர்.

க்ரியா வெளியிட்ட இவருடைய பிற நூல்கள்

நாவல்கள்

- கோவேறு கழுதைகள், 1994. மறுஅச்சு: 2003, 2013, 2016
- ஆறுமுகம், 1999. மறுஅச்சு: 2007
- செடல், 2006. மறுஅச்சு: 2012, 2016
- எங் கதெ, மே 2015. மறுஅச்சு: செப்டம்பர் 2015
- செல்லாத பணம், 2018

சிறுகதைத் தொகுப்புகள்

- மண்பாரம், 2004. மறுஅச்சு: 2015
- கொலைச் சேவல், 2013. மறுஅச்சு: 201
- சாவு சோறு, 2014. மறுஅச்சு: 2016
- நறுமணம், 2016

ஆங்கிலத்தில் மொழிபெயர்ப்பு செய்யப்பட்ட இவரது நூல்கள்

- கோவேறு கழுதைகள் (*Beasts of Burden* - Manas, 2001)
- ஆறுமுகம் (கதா பதிப்பகம் - 2006)

விருதுகள்

- இளநிலை ஆய்வு நல்கை, 2002
  (இந்திய அரசின் பண்பாட்டுத் துறை)
- புதுமைப்பித்தன் படைப்பிலக்கிய விருது, 2016 (கொலைச் சேவல்)
  (எஸ்.ஆர்.எம். பல்கலைக்கழகத்தின் தமிழ்ப் பேராயம்)
- ஆனந்த விகடன் விருது, 2016 (நறுமணம்)
  (ஆனந்த விகடன்)

வீடியோ மாரியம்மன்

இமையம்

க்ரியா

Video Mariamman, a collection of short stories in Tamil by **Imaiyam**

© Imaiyam

First Edition: December 2008

Second Edition: January 2018, Reprint December 2023

Published by:
Cre-A:
No 58, TNHB Colony, Sanatorium,
Tambaram, Chennai - 600 047.
Cell: +91-72999-05950
Email: crea@crea.in
Website: www.crea.in

Printed at:
Compuprint
Chennai - 600 086.

ISBN 978-93-82394-31-0

Price Rs. 285

வீடியோ மாரியம்மன் - *2007* ஒ காலச்சுவடு *7*

உயிர்நாடி - *2008* ஒ டைம்ஸ் இன்று *31*
(டைம்ஸ் ஆஃப் இண்டியா, சிறப்பு மலர்)

நல்ல சாவு - *2007* ஒ தலித் *58*

அம்மா - *2004* ஒ தீராநதி *66*

நாளை - *2008* ஒ தீராநதி *72*

*நிஜமும் பொய்யும் *84*

எழுத்துக்காரன் - *2005* ஒ புதிய பார்வை *97*

குடும்பம் - *2006* ஒ அம்ருதா *103*

**சத்தியக்கட்டு *111*

**பயணம் *132*

ஊர்வம்பு - *2005* ஒ புதிய பார்வை *145*

* இந்தக் கதை 'நிஜமும் பொய்யும் I', 'நிஜமும் பொய்யும் II' என்ற தலைப்புகளில் முறையே 'தலித்-2004', 'உன்னதம்-2005' இதழ்களில் இரு பகுதிகளாக வெளியிடப்பட்டது.

** பிரசுரமாகாதது.

வீடியோ மாரியம்மன்

'எதுக்குடா பயலெ அடுப்புக்கட்டி கிட்ட வந்து ஏறிக்கிட்டு நிக்குறவன்?'

'பாயி கொடு.'

'பாயி இல்லெ.'

'ஊருல இருக்கிற எல்லாப் பசங்களும் எடுத்துக்கிட்டுப் போறாங்க இல்லெ?'

'போனாப் போறாங்க' என்று சொன்ன கம்சலை, அடுப்பில் வெந்து கொண்டிருந்த சோற்றைக் கிண்டிவிட ஆரம்பித்தாள். முருகன் லேசாகச் சிணுங்கி அழ ஆரம்பித்தான்.

சோற்றை இறக்கி வடித்துவிட்டுக் கம்சலை, குழம்புச் சட்டியைத் தூக்கி அடுப்பில் வைத்தாள். 'பாய் தா' என்று சொல்லி முருகன் அடம்பிடிக்க ஆரம்பித்தான். அவனுடைய தொல்லையைத் தாங்க முடியாமல் 'இதென்ன வம்புச் சனியனா இருக்கு' என்று சொல்லிக்கொண்டே போய்க் குதிருக்குப் பக்கத்தில் எதையோ தேடினாள். பாயைத்தான் தேடுகிறாள் என்று நினைத்த முருகன், அழுவதை நிறுத்திவிட்டு, 'மூட்டெ மேலெ இருக்கு பாரு' என்று சொன்னான். அதைக் காதில் வாங்கிக்கொள்ளாமல் சாக்கு ஒன்றை எடுத்துக் கொடுத்தாள் கம்சலை. சாக்கை வாங்கி வேகத் தோடு விட்டெறிந்துவிட்டு முருகன் தரையில் விழுந்து புரண்டு அழ ஆரம் பித்தான். சாக்கை எடுத்து அவனுடைய கையில் திணித்துவிட முயன்றாள் கம்சலை.

'பாயி கொடு. இல்லாட்டி துப்புட்டி கொடு' என்று சொன்னதையே சொல்லிக்கொண்டிருந்தான். அவனோடு மல்லுக்கட்ட முடியாமல் 'சாமி பாக்கப் போன சொந்தக்காரங்க எல்லாம் சோத்துக்கு வர்ற நேர மாயிடிச்சி. இன்னம் சோறாக்கி முடியல. இந்த நேரத்திலெ ஒங்கூட என் னால வம்பாட முடியாது. சாக்கெ எடுத்துக்கிட்டுக் கிருவமா போயிச் சேரு. கத்திக்கிட்டே இருந்தா பூசதான் கெடைக்கும்' என்று சொல்லிச் சாக்கை முருகனுக்குப் பக்கத்தில் போட்டுவிட்டு அடுப்புக்கு முன் போய் உட்கார்ந்தாள். சாக்கைத் தூக்கிக் கம்சலையிடம் போட்ட முரு கன், 'பாயி கொடு' என்று திரும்பத்திரும்பச் சொல்லிக்கொண்டிருந்தான்.

'ஒதெதான் கெடைக்கும். போன வருசம் கூத்து பாக்கப் போனப்ப சாக்கு தானெ எடுத்துக்கிட்டுப் போன?'

'இந்த வருசம் கூத்தில்லெ. வீடியோப் படம்.'

'வீடியோப் படமோ, ரேடியோ படமோ, எதா இருந்தாலும் சாக்குதான். ஊட்டுல ஒரு பாயிதான் இருக்கு. அதெ ஒங்கிட்ட கொடுத்துட்டு, சொந் தக்காரங்க கூத்து பாக்கப் போவயிலெ நான் எதெக் கொடுக்கிறது? பாயி கூட இல்லாத ஊடுன்னு கேப்பளமா நம்பளப் பேச மாட்டாங்க?' என்று சொல்லிவிட்டு, கம்சலை அடுப்பில் இரண்டு விறகை எடுத்துச் செருகினாள். 'தண்ணீ எடுக்கப் போன குட்டிய இன்னம் காணுமே. கெணறு வெட்டித் தண்ணீ எடுக்குறாளா?' என்று கேட்டாள். பிறகு, முருகன் பக்கம் திரும்பி 'அக்காளப் பாத்தியாடா?' என்று கேட்டாள். 'மசுரப் பாத்தன்' என்று கத்திவிட்டு அவன் மீண்டும் அழ ஆரம்பித்தான். அழுதுகொண்டே, மூட்டைமீது இருக்கும் பாயை அவளுக்குத் தெரியாமல் எடுத்துக்கொண்டு ஓடிவிடலாமா என்று யோசிக்க ஆரம்பித்தான்.

'தண்ணிக்கிப் போன குட்டிய இன்னம் காணுமே. வீடியோப் படம் காட் டுற எடத்துக்குப் போயிருப்பாளா? ஊருல இருக்கிற குட்டிவுளக் கெடுக் கிறதுக்குத்தான் ஊர்க்காரப் பயலுவோ அதெயும் இதெயும் கொண்டாந்து காட்டுறானுவோ' என்று சொன்ன கம்சலை, வாசலில் வந்து நின்று பார்த் தாள். ராணி வருகிற மாதிரி தெரியவில்லை. முனகிக்கொண்டே வீட்டுக் குள் போனாள். கரண்டியை எடுத்துக் குழம்பைக் கிண்டிவிட ஆரம்பித்தாள்.

தண்ணீர்க் குடத்துடன் வீட்டுக்குள் வந்தாள் ராணி. அவளிடம் 'கெணறு வெட்டித் தண்ணி எடுத்தியாடி?' என்று கேட்டாள் கம்சலை. ஏதோ சொல்ல வந்த ராணியைப் பேச விடாமல், 'ஓம் போக்கு சரி யில்லெ. அவ்வளவுதான் நான் சொல்லுவேன். ஒரு புள்ளெ பெக்குற முட்டுந்தான் கண்ணே பொண்ணேம்பானுவோ' என்று ராணியைத் திட்டிக்கொண்டே அடுப்பில் விறகைச் செருகினாள். அந்த நேரத்தில் பாயை எடுத்துக்கொண்டு நழுவப்பார்த்த முருகனை இழுத்து முதுகில் இரண்டு அடி கொடுத்து, பாயைப் பிடுங்கிப் பரண்மீது வைத்தாள். அதைப் பார்த்த முருகனுக்கு அடக்க முடியாத அளவுக்கு ஆத்திரம் உண்டாயிற்று.

தண்ணீர் எடுத்துக்கொண்டு வரும்போது பாவாடை, தாவணி நனைந்து விட்டதால் வேறு பாவாடை, தாவணி மாற்றிக்கொண்டு வந்த ராணியைப் பார்த்து முறைத்தாள் கம்சலை. அதைப் பொருட்படுத்தாமல் தலை சீவ ஆரம்பித்தாள் ராணி.

கிருஷ்ணன் வீட்டுக்குள் வந்ததும் அழுதுகொண்டிருந்த முருகன் விருட் டென்று எழுந்து உட்கார்ந்தான். சத்தம் காட்டாமல் பவுடர், சீப்பு, கண்ணாடியுடன் வாசலுக்குப் போனாள் ராணி. வந்த வேகத்திலேயே

துண்டை விரித்துப்போட்டுப் படுத்தான் கிருஷ்ணன். ‘நல்ல நாளும் பெரு நாளுமா என்னா மொடக்கிக்கிட்டெ? எயிந்திரு, பாயப் போடுறேன்’ என்று சொல்லிப் பரண்மீது வைத்திருந்த பாயை எடுத்து விரித்துப்போட் டாள் கம்சலை. பாயில் நகர்ந்து படுத்துக்கொண்டான் கிருஷ்ணன். இனி பாய் தனக்குக் கிடைக்காதோ என்று சந்தேகப்பட்டதும் விசும்ப ஆரம் பித்தான் முருகன். அவனைப் திரும்பிப் பார்த்த கிருஷ்ணன், ‘இந்தப் பய எதுக்குடி அயிவுறான்?’ என்று கேட்டான்.

‘திங்கிற திமுறு வாட்டந்தான். வேறென்னா?’

‘சும்மா இருடி, மயிரான் மவள’ என்று சொல்லிக் கம்சலையை முறைத்த கிருஷ்ணன், ‘யாண்டா அயிவுற?’ என்று முருகனிடம் கேட்டான். அவன் வாயைத் திறக்கவில்லை.

‘மயிரான் மவ இல்லன்னா தெரியும், ஐயாவோட வண்டவாளம் தண்டவாளத்துல போறது. செம்பிறி ஆடு மேய்க்கிறவனுக்கு எம் பொண் ணெக் கொடுக்காதன்னு ஆதிகாலத்திலியே எங்கம்மா எங்கப்பன்காரன் கிட்டெ சொல்லிச்சி. அந்தக் குருட்டுப் பய அதெக் காதுல போட்டுக்கல’ என்று சொல்லிக்கொண்டே குழம்பை இறக்கிவைத்தாள் கம்சலை.

‘ஆமாம், ஒப்பன் ஏத்திவுட்ட சீருலதான் என் வண்டி ஓடுது.’

‘நாலு புள்ளெ பெத்து, அதுல ரெண்டக் கட்டிக் கொடுத்து, பேரன் பேத்தின்னு எடுத்தப் பிறவும் எங்கப்பன் வண்டிவண்டியா ஏத்திவுடுவான் இரு.’

‘செத்தப் பேசாமா இருடி, வெங்கப்பய மவள.’

‘என்னாத்தெ பேசாம இருக்கிறது? ஊருல தேரும் திருநாளுமா இருக் கிறப்ப எம் மக்களக் காணுமேன்னு எம் மனசு பதறாது?’ என்று சொல்லும் போதே கம்சலையின் கண்களிலிருந்து பொலபொலவென்று கண்ணீர் கொட்டியது. மூக்கை உறிஞ்சிக்கொண்டு, ‘அண்ணன் தம்பிக்குப் பொண்ணு கொடுத்தது மகா பிசகாப்போச்சு. நான் அன்னிக்கே சொன் னேன். நீ கேக்கல. இன்னிக்கி எம் புள்ளிவோ தவிச்சி நிக்குதுவோ. பங் காளி ஊட்டுக் கருமகாரியத்துக்குத் துணி எடுத்து வெக்கலன்னு பொறந்த ஊட்டுக்குப் போவாதன்னு சொல்ற பயலுவோ நல்ல சாதிக்குப் பொறந் தவனுங்களா?’ என்று இரண்டு மருமகன்களையும் குறைசொல்லிப் பேச ஆரம்பித்தாள் கம்சலை.

கிருஷ்ணன் ஏன்தான் வந்தானோ என்றிருந்தது முருகனுக்கு. என்ன செய்வது என்று யோசித்தான். எதற்காக வளவளவென்று கிருஷ்ணனிடம் பேச்சுக் கொடுத்துக்கொண்டே இருக்கிறாள் என்று கம்சலைமீது அவனுக் குக் கோபம் உண்டாயிற்று. அவனுடைய கோபத்தை அதிகரிப்பது மாதிரிதான் கம்சலையும் பேசிக்கொண்டிருந்தாள்.

'எட்டு நா ஒருக்க, பத்து நா ஒருக்க எம்மாம் காத்து மயயா இருந்தாலும் ரெண்டு பேரும் ஓடியாந்து மொவத்தக் காட்டிப்புட்டுப் போவாளுவோ. நாலு மாசமா இந்த இலாக்காவுல அடிவைக்காமப் பண்ணிப்புட்டானுங்களே கொலகாரனுங்க.'

'நானும் வெக்கத்த வுட்டுப் போயி சொல்லிட்டுத்தான் வந்தன்.'

'அவனுவோ அம்மாக்காரி போடுற சுந்துதான் இதெல்லாம்' என்று சொன்ன கம்சலை 'ரெண்டு குச்சி எடுத்தாடி' என்று கத்தினாள். ராணி கொஞ்சம் குச்சிகளை அள்ளிக் கொண்டுவந்து போட்டாள். கம்சலை ராணியை ஏறஇறங்கப் பார்த்தாள். ராணி ஒரு வார்த்தையும் பேசாமல் வாசலுக்குப் போனாள்.

'தெரண்டு மூணு வருசமா குந்தியிருக்கிற இந்தக் குட்டியப் புடிச்சி ஒருத்தன் கையில கொடுக்க வாணாமா?' என்று சொன்ன கம்சலை, 'யே ராணி' என்று இரண்டு மூன்று முறை கூப்பிட்டாள். பதிலில்லாததால் 'அதுக்குள்ளார எங்கப் போனா நாதேறி?' என்று சத்தமாகச் சொல்லிக் கொண்டே பரங்கிக்காயை எடுத்துக் கீண ஆரம்பித்தாள். முருகனிடம் 'தம்பி, அத்தவோ எங்க இருந்தாலும் கையோட கூப்புட்டா, சாப்புடுற துக்கு' என்று சொன்னாள். அவன் நகராததால் திட்ட ஆரம்பித்தாள். கிருஷ்ணன் 'போயிட்டு வாடா' என்று சொன்னதும் முருகன் வாயைத் திறக்காமல் எழுந்தான்.

நேரே கோவிலுக்குத்தான் போனான் முருகன். தன்னுடைய அத்தை களைத் தேடிக்கொண்டு கோவிலைச் சுற்றி இரண்டு முறை வந்தான். ஊர்வலத்திற்குச் சாமியை அலங்கரித்துக்கொண்டிருந்த கூட்டத்திலும் தேடிப்பார்த்துவிட்டான். கோவிலில் இல்லை என்றால் தன்னுடைய சித்தப்பா வீட்டில்தான் இருப்பார்கள் என்ற நினைப்பு வந்ததும் அங்கு போவதா, வேண்டாமா என்று யோசித்தான். இவனுடைய அம்மாவுக்கும் சித்தப்பா பெண்டாட்டிக்கும் பேச்சுவார்த்தை இல்லை. அப்படி இருக் கும்போது அங்கு எப்படிப் போவது என்று தயங்கினான். போகாமலே போனதாகச் சொல்லிவிடலாமா என்று யோசித்தான். கிருஷ்ணனுக்குத் தெரிந்தால் அவ்வளவுதான் என்று எண்ணிய முருகன் தயக்கத்துடன் நடக்க ஆரம்பித்தான்.

'அப்பா ஒங்கள சாப்பிடக் கூட்டியாரச் சொன்னாரு' என்று முருகன் சொன்னதுமே அவனுடைய பெரிய அத்தை 'எம் மவனுக்குப் பொண்ணு கொடுக்காத ஒங்கம்மாக்காரி எதுக்குச் சாப்புடக் கூப்புடுறா? நாங்க சோத்தயே கண்டதில்லியா?' என்று பேச ஆரம்பித்தாள். முருகன் எதுவும் பேசாமல் தலையைக் கவிழ்த்து நின்றுகொண்டிருந்தான். சிறிது நேரம் கழித்து அவனுடைய சின்ன அத்தை, 'நீ போடா. நாங்க அப்புறமா

வர்றம்' என்று சொல்லிவிட்டுத் தன்னுடைய அக்காவிடம், 'சின்னப் புள்ளகிட்டெ போயி எதுக்குக் கத்துறவ?' என்று கேட்டு முறைத்தாள். சின்ன அத்தை சொன்னதே போதும் என்று முருகன் விருட்டென்று வெளியே வந்தான். பெரிய அத்தையின் மீது அவனுக்குக் கோபம் உண் டாயிற்று. அவளை அழைத்துக்கொண்டு வரச் சொன்ன கம்சலையின் மீதும் எரிச்சல் வந்தது. கோபத்தில் வேகமாக நடந்தான். சின்னசாமியின் வீட்டின் முன் பெரிய கூட்டமாக இருப்பது தெரிந்ததும் கூட்டத்தை நோக்கி ஓட ஆரம்பித்தான்.

'ஐய, இப்பத்தான் இது காட்டுறாரு. குடிச்சமா, பேசாமப் போயிப் படுத்தமான்னு இல்லாம. பவுச கெட்டவ பெத்ததுதானெ, பின்னெ எப் பிடி இருக்கும்?' என்று சொல்லி, குடித்துவிட்டு ஆடிக்கொண்டிருந்த சின்னசாமியை வீட்டுக்கு இழுத்துக்கொண்டிருந்தாள் ராசாத்தி. கூட்டம் கூடி வேடிக்கை பார்ப்பதை, ராசாத்தி மோசமாகப் பேசுவதையெல்லாம் பொருட்படுத்தாமல், தெருவில் நின்றுகொண்டிருந்த பாவாயிடம் 'நீ என்னிக்கிச் சாவுவ? சொல்லு. நீ சாவுற அன்னிக்கி மோளம் வைக்கணும், தாளம் வைக்கணும், வெடி, ஆட்டம் பாட்டம் எல்லாம் வைக்கணும். சொல்லு. நீ என்னிக்கிச் சாவுவ?' என்று திரும்பத்திரும்ப சின்னசாமி கேட் டதையே கேட்டுக்கொண்டிருந்தான். அவன் சொல்வதைக் கேட்டுப் பாவாயி சிரித்தாள்.

'த, பவுசு கெட்டத, தெருவுல நின்னு இது காட்டுறியா? ஆட்டம் காட்டாம வந்து ஊட்டுல மொடக்கு' என்று சொல்லி சின்னசாமியை ராசாத்தி இழுத்துக்கொண்டிருந்தாள். அவளிடம் 'யாண்டி எம் புள்ளெய இயிக்குறவ? நல்ல நாளும் பெருநாளுமா தமாசா இருந்துட்டுப்போறான். தெனமா குடிக்கிறான்?' என்று கேட்டாள் பாவாயி.

'ஒன்னெ மாரிதான் ஓம் புள்ளெயும் இருக்கும், வெக்கங்கெட்டுப்போயி' என்று சொல்லித் தன் மாமியாரை முறைத்த ராசாத்தி, 'நீ எப்பச் சாவுவ சொல்லு?' என்று கேட்டுக்கொண்டிருந்த சின்னசாமியை வீட்டுக்கு நெட்டித் தள்ளிக்கொண்டு போனாள். சின்னசாமி போனதும் கூட்டம் கலைய ஆரம்பித்தது. ஏன் இவ்வளவு நேரம் என்று கேட்டுக் கிருஷ்ணன் திட்டினாலும் திட்டுவான் என்று எண்ணி முருகனும் வேகமாக நடக்க ஆரம்பித்தான்.

முருகன் வீட்டுக்குள் நுழைந்ததுமே 'ரெண்டு பேரும் ஒத்துச் சேந் தாப்ல வரலான்னுட்டாளுவளா?' என்று வேகத்துடன் கேட்டாள் கம் சலை. 'அப்புறம் வர்றன்னாங்க' என்று சொன்ன முருகன், கிருஷ்ணனைக் காணாததால் பாயைச் சுருட்ட ஆரம்பித்தான். 'யாண்டா பாயெ எடுக் குற? வீம்புக்காரிவோகிட்டெ என்னெப் பேச்சு வாங்க வைக்காதடா'

என்று சொல்லிக்கொண்டே வந்து முருகனின் கையிலிருந்த பாயைப் பிடுங்கிப் பரண்மீது வைத்தாள். பிறகு வீட்டைக் கூட்ட ஆரம்பித்தாள். முருகன் கத்தி அழ ஆரம்பித்தான். முருகனின் அழுகையைக் கம்சலை சட்டைசெய்யாமல் 'இந்தக் குட்டி எங்க போயிருப்பா?' என்று சொல்லி ராணியைத் திட்ட ஆரம்பித்தாள். 'இந்த பூபாலன் பயலயும் காணுமே, எவகூட சுத்துறானோ' என்று முணுமுணுத்தாள்.

வாசல் பக்கமிருந்து 'ஸ்-ஸ்-ஸ்-ஸ்' என்ற சத்தம் விட்டுவிட்டுக் கேட்டது. முருகன் அழுவதை நிறுத்திவிட்டுத் தலையைத் தூக்கிப் பார்த்தான். வாசல் படல் ஓரமாக யாரோ நிற்பது மாதிரி தெரிந்ததும் எழுந்து வெளியே வந்தான். பாண்டியன் நின்றுகொண்டிருந்தான். ரகசியம்போல 'யாண்டா அயிதுகிட்டு இருந்த?' என்று கேட்டான் பாண்டியன். 'எங்கம்மா சாக்குதான் தர்றெங்குது' என்று சொல்லும்போதே முருகனுக்குக் கண்கள் கலங்கின. அதே நேரத்தில் பாண்டியன் வெறுங்கையாக இருப்பது சற்று ஆறுதலாக இருந்தது. 'வீடியோக்காரன அயிச்சியார ஆளுவோ ஐயனாரு கோவிலுக்குப் போறாங்கடா' என்று பாண்டியன் சொன்னதும் முருகன் வீடியோக்காரனை அழைத்துக்கொண்டு வரப் போகிற ஆட்களோடு தானும் போகலாமா என்று யோசித்தான். மறு நொடியே வீட்டுக்குள் ஓடிப்போய் 'அம்மா, பாயி' என்று கம்சலையிடம் கேட்டான். 'வெளக்கமாறு பிஞ்சிப்போவும்' என்று சொன்னவள், சாக்கைத் தூக்கிக் கொடுத்தாள். அவளை முறைத்துப் பார்த்த முருகன் வேறு வழியில்லாமல் சாக்கை எடுத்துக்கொண்டு வெளியே வந்தான்.

முருகனும் பாண்டியனும் கோவிலுக்கு வந்தபோது வீடியோக்காரனை அழைத்துக்கொண்டு வருவதற்கு ஆட்கள் போய்விட்டிருந்தது தெரிந்தது. இருவருக்கும் ஏமாற்றமாகிவிட்டது. ஏக்கத்தை மறைக்க முடியாமல் 'ஐயனாரு கோவுலுக்குப் போவலாமாடா?' என்று முருகன் கேட்டான். 'அம்மாம் தூரம் எப்பிடி இருட்டுல போவ முடியும்?' என்று பாண்டியன் சொன்னதும் முருகனின் முகம் வாடிப்போயிற்று. கோவிலுக்கு முன் விளையாடிக்கொண்டிருந்த பையன்களோடு சேர்ந்து விளையாடலாம் என்று பாண்டியன் சொன்னதற்கு அரைகுறை மனத்துடன் சரி என்று தலையை ஆட்டிவிட்டு, கோவிலை நோக்கி நடக்க ஆரம்பித்தான்.

விளையாடிக்கொண்டிருந்த பையன்கள் விளையாடுவதை விட்டுவிட்டு முருகன் எதற்காகச் சாக்குக் கொண்டுவந்திருக்கிறான் என்று கேட்டனர். 'வீடியோப் படம் பாக்க யாராச்சும் சாக்கு எடுத்துக்கிட்டு வருவாங்களா?' என்று இளக்காரமான தொனியில் குமார் கேட்டான். 'நான் எதெ எடுத்தாந்தா ஒனக்கென்னடா?' என்று கேட்டு, குமாரை முருகன் முறைத்தான். தொடர்ந்து சாக்கு வைத்திருப்பதற்காக முருகனைப் பையன்கள் கிண்டலாகப் பேச ஆரம்பித்ததும் அந்த இடத்தில் நிற்கவே

அவனுக்குப் பிடிக்கவில்லை. எரிச்சலாக இருந்தது. சட்டென்று அந்த இடத்தை விட்டு நடக்க ஆரம்பித்தான். கம்சலைமீது அவனுக்குக் கோபம் வந்தது. வீடியோக்காரனை அழைத்துவரப் போன கூட்டத்தோடு போக முடியாததற்கு, பையன்கள் கிண்டல் கேலி செய்ததற்கு எல்லாவற்றுக்கும் அவள்தான் காரணம். கோபத்தில் சாக்கை விட்டெறிந்துவிடலாமா என்று யோசித்தான். கையில் வைத்திருந்த சாக்கைப் பார்த்தான். அருவருப்பான பொருள் ஒன்று தன் கையில் ஒட்டிக்கொண்டிருப்பதுபோல் வெட்கப் பட்டான்.

தெருவில் நின்றுகொண்டிருந்த முருகனையும் பாண்டியனையும் பார்த்த பூபாலன், 'இருட்டுல எதுக்குடா நிக்குற ? ஊட்டுக்குப் போ' என்று சொல்லி விட்டுக் கோவில் பக்கமாக நடக்க ஆரம்பித்தான். அவன் வான்மதி வீட்டுக்கு முன் சிறிது நேரம் நின்றுவிட்டுப் போனதைப் பார்த்த பாண்டியன், 'ஒங் கண்ணன் வான்மதிய லவ் பண்ணுதுடா' என்று ரகசியம் மாதிரி சொன் னான். 'தெரியும்' என்று அலட்சியமாகச் சொன்னான் முருகன்.

'சாமி வடக்கால தெரு மொனைக்கு வந்துட்ட மாரி தெரியுதுடா' என்று பாண்டியன் சொன்னதும் 'வா போவலாம்' என்று முருகன் சொல்லிவிட்டு வடக்குத் தெருவை நோக்கி நடக்க ஆரம்பித்தான். அவனோடு பாண்டிய னும் ஓடினான். அவனுக்குத் முருகன் தன்னை சாக்கில் உட்காரவிடு வானோ மாட்டானோ என்ற கவலை ஓயாமல் அரித்துக்கொண்டிருந்தது.

சாமி மிரமனையில் கூட்டம் திமுதிமுவென்று போய்க்கொண்டிருந்தது. கூட்டத்தோடு முருகனும் பாண்டியனும் சேர்ந்து நடக்க ஆரம்பித்தனர். 'ஒன் சாக்குல ஒக்கார இடம் தர்றியாடா?' என்று கெஞ்சுவது போலப் பாண்டியன் கேட்டான். 'சரி' என்றான் முருகன். மறுநொடியே அவன் தோள்மீது கையைப் போட்டுக்கொண்டு நடந்தான் பாண்டியன்.

சாமி மிரமனை வடக்குத் தெரு முடிந்து அதற்கு அடுத்த தெருவில் திரும்பும்போது கூட்டத்திலிருந்த யாரோ ஒருத்தன் 'வீடியோக்காரன் வந்துட்டான்' என்று சொன்னான். அவன் சொன்ன சிறிது நேரத்தில் மைனர் பையன்கள் மூன்று நான்கு பேர் கூட்டத்திலிருந்து விலகி, கோவிலை நோக்கி நடந்தனர். அதைப் பார்த்த முருகன், 'வாடா, நாம்பளும் போவ லாம்' என்று கூப்பிட்டான். அதற்கு, 'பொய்டா, சாமியத் தூக்க சொல் வாங்கன்னு அவங்க போறாங்க, சாமி மிரமன முடிஞ்சாத்தான் படம் போடுவான்' என்று பாண்டியன் சொன்னான். அதைக் கேட்ட முருகனுக் குச் சப்பென்றாகிவிட்டது. உற்சாகமின்றிச் சாமி மிரமனையோடு போய்க் கொண்டிருந்தான். அந்தத் தெருவில் பாதி தூரம்தான் சாமி வந்திருக்கும், அடுத்து, நான்கு ஐந்து மைனர் பையன்கள் கூட்டத்திலிருந்து நழுவிக் கோவில் பக்கம் நடந்தார்கள். வீடியோக்காரன் வந்திருப்பானோ என்று முருகன் சந்தேகப்பட ஆரம்பித்தான்.

'யோ ஐயரே, சீக்கிரம் வேலய முடிச்சி அனுப்பிக்கிட்டே இரு' என்று சாமியைத் தூக்கிக்கொண்டிருந்த மைனர் பையன்கள் தேங்காய் உடைத்து, தீபாராதனை காட்டிக்கொண்டிருந்த பண்டாரத்திடம் சத்தம்போட ஆரம் பித்தனர். தெற்குத் தெருவிற்கு சாமி வந்தபோது மைனர் பையன்கள் மட்டுமல்ல, சின்னச்சின்னப் பையன்களின் கூட்டமும் குறைய ஆரம் பித்ததும் முருகனின் சந்தேகம் வலுக்க ஆரம்பித்தது. கோவிலுக்குப் போகலாமா என்று யோசித்தான். கோவிலில் கூட்டம் அதிகமாக இருந் தால் இவன் சாக்கு வைத்திருப்பது யாருக்கும் தெரியாது. குறைவாக இருந்தால் சட்டென்று தெரிந்துவிடும். பையன்கள் கேலிசெய்வார்களே என்ற கவலையில் அவன் மிரமனையில் போய்க்கொண்டிருந்தான்.

கிழக்குத் தெருவுக்கு சாமி வந்தபோது மிரமனையில் கூட்டமே இல்லை. தண்ணீர் குடிக்க, ஒண்ணுக்கு இருக்க என்று கூட்டத்திலிருந்து ஒவ் வொரு ஆளாக நழுவிக்கொண்டிருந்தனர் மிரமனையில் அதிகமாகச் சிறு வர்களும் கிழவர்களும்தான் இருந்தனர். சாமிக்குச் சிறப்பு கொடுப்பதற் காக ஒவ்வொரு வீட்டின் முன் இருந்தவர்களும்கூடக் கிழவன் கிழவிக ளாகவே இருந்தனர். சாமியைத் தூக்கிக்கொண்டிருந்தவர்கள் அவர்களை யும் சரியாகச் சாமி கும்பிட விடாமல் 'சீக்கிரம், சீக்கிரம்' என்று விரட்டி னார்கள். சீக்கிரமாகத் தேங்காயை உடைக்கச் சொல்லிப் பண்டாரத்தை நச்சரித்தனர்.

கிழக்குத் தெருவின் கடைசிக்கு சாமி வந்தபோது, சாமியைத் தூக்கிக் கொண்டிருந்தவர்கள், அங்கொன்றும் இங்கொன்றுமாகத் தனித்தனியாக இருக்கும் வீடுகளுக்கெல்லாம் சாமி வராது என்று சொல்லித் தெரு முனைக்கே சிறப்பை எடுத்துக்கொண்டு வந்துவிடுங்கள் என்று கூறியது தான் தாமதம், தனித்தனியாக இருந்த வீட்டுக்காரர்கள் எல்லாம் ஒன்று கூடி 'நாங்க வரி கொடுக்கலியா? எங்க ஊட்டுக்கும் சாமி வந்துதான் ஆவணும்' என்று சொல்லிச் சத்தம் போட்டனர். வாக்குவாதம் ஆரம் பித்தது. சாமியைத் தூக்கிக்கொண்டிருந்தவர்கள், 'அப்படின்னா நீங்களே தூக்கிக்கிட்டுப் போங்க' என்று வீம்பு பிடித்தனர். கொஞ்சம்கொஞ்சமாகப் பேச்சு தடிக்க ஆரம்பித்தது. சத்தம் அதிகமாகஅதிகமாகக் கூட்டம் சேர ஆரம்பித்தது. கூட்டம் சேரச்சேர வாக்குவாதம் பெரிதாக வளர ஆரம் பித்தது.

'என் ஊட்டு வாசக்கடெக்கி வராத சாமி என்னா மசுரு சாமிடா. இந்த எடத்தெ விட்டு சாமி எப்பிடி நவுறுதுன்னு பார்க்கலாம்' என்று ஏழெட்டு பேர் சாமிக்கு முன் நின்று சத்தம்போட்டுக் கத்த ஆரம்பித்ததும், சாமி யைத் தூக்கிக்கொண்டிருந்தவர்கள் கோபத்தில், 'தூக்குனா தூக்குங்க, தூக்காட்டிப் போங்க. எங்களுக்கு மட்டும்தான் வேத்திருக்கா' என்று சொன்ன வேகத்திலேயே சட்டென்று சாமியைக் கீழே இறக்கிவைத்து

விட்டார்கள். முன்பு தனித்தனியாக இருந்த வீடுகளுக்கும் சாமி வந்தாக வேண்டும் என்று தகராறு செய்தவர்கள் இப்போது நடுத் தெருவில் எப்படிச் சாமியை இறக்கிவைக்கலாம் என்று கேட்டுச் சண்டை போட ஆரம்பித்தனர்.

'ஒங்க வளவு ஆளுவோ என்னா பண்றீங்கன்னு நானும் பாக்குறன்' என்று பெருமாளைப் பார்த்துக் கத்தினான் கதிரேசன். 'பாக்க முடியாதா? வா, நீயா நானான்னு ஒத்தக்கி ஒத்தெ ஒரு கை பாத்துடலாம்' என்று சொன்ன கதிரேசன், பெருமாளை ஒரு நெட்டு நெட்டினான். பதிலுக்குப் பெருமாளும் நெட்டினான். ஏழெட்டு பேர் கூடிதான் அவர்கள் இருவரை யும் பிரித்துவிட முடிந்தது. ஆனாலும், அவர்கள் இருவரும் ஆத்திரத்தை அடக்க முடியாமல் கோபத்தில் கத்த ஆரம்பித்தனர். அதே நேரத்தில் ஓடிவந்த பெருமாளின் பொண்டாட்டி குமாரி, 'நம்பளுக்கு எதுக்கு ஊர் வம்பு?' என்று அவனை இழுத்தாள். குமாரியை 'வுடுறி' என்று நெட்டித் தள்ளினான் பெருமாள். குமாரி நிலை தடுமாறிக் கீழே விழுந்ததில் அவ ளுக்கு வலது கை முட்டியிலிருந்து ரத்தம் வர ஆரம்பித்தது. ரத்தத்தைப் பார்த்துப் பதறிப்போன குமாரி, வாயிலும் வயிற்றிலும் அடித்துக் கொண்டு, 'ஒவ்வொரு வருசத் திருநாவுலயும் இதே கங்காச்சிதான். வண் ணாத்திச் சாண்டெ குடிச்ச பயலுவுளுக்கு ஒரு கிளாசி சாராயம் உள்ளே போனாப் போதும், தலகீயா குதிப்பானுவோ' என்று சொல்லிக் கத்திக் கொண்டே போய்த் தன் புருசனை வீட்டுக்கு இழுக்க ஆரம்பித்தாள். பெரு மாள் மீண்டும் அவளை நெட்டித் தள்ளிவிட்டுக் கதிரேசனிடம் ஓடினான்.

எங்கிருந்தோ ஓடிவந்த கதிரேசனின் அம்மா காத்தாயி, 'யாண்டா தம்பி ஒனக்கு இந்த வேலெ, நீ எதுக்கு சாமி தூக்கப் போன? எவனாச்சும் சாமியத்தான் தூக்குறான், சாணியத்தான் தூக்குறான், ஒனக்கென்ன? ஊட்டுக்குப் போ. கண்ட பயகிட்டெ அடிதடிக்குப் போயிக்கிட்டு' என்று சொல்லி அவனை இழுக்க ஆரம்பித்தாள். காத்தாயி சொன்னது எது வும் கதிரேசனின் காதில் விழவில்லை. அவன் பெருமாளிடம் கத்திக் கொண்டிருந்தான். முருகனும் பாண்டியனும் கதிரேசனின் வாயையும் பெருமாளின் முகத்தையும் மாறிமாறிப் பார்த்துக்கொண்டிருந்தனர்.

சண்டை வலுத்துக்கொண்டேயிருந்தது. என்ன நடக்கப்போகிறதோ என்று முருகனும் பாண்டியனும் கவலைப்பட ஆரம்பித்தனர். கூட்டம் சேர்ந்துகொண்டேயிருந்தது. சண்டை நடந்துகொண்டிருந்த இடத்திற்குப் பாண்டியனின் அம்மா வந்தாள். கூட்டத்தில் அவன் நின்றுகொண்டிருந் ததைப் பார்த்ததும் பதறிப் போய், 'யாண்டா கூட்டத்திலெ நிக்குற? போடா ஊட்டுக்கு, சண்ட நடக்கயில ஏதாச்சம் ஆயிப்பூடும்' என்று சொல்லித் தலையில் கொட்டினாள். அந்த இடத்தில் நின்றால் இன்னும் அடிப்பாள்

என்று நினைத்த பாண்டியன் நழுவினான். அவனோடு முருகனும் சேர்ந்து நடக்க ஆரம்பித்தான்.

முருகனும் பாண்டியனும் கோவிலுக்குச் சற்றுத் தள்ளி வந்துகொண்டிருந்த போது எதிரில் வந்த கிழவன், 'டே பசங்களா, இன்னிக்கி என்னா படம்டா காட்டப் போறாங்க?' என்று கேட்டான். பையன்கள் இருவரும் உற்சாகமாகி ஒரே நேரத்தில், 'எங்க ஊரு மாட்டுக்காரன்' என்று சொன்னார்கள். 'மாட்டுக்காரனப் பத்தி தெரியாதின்னா மாட்டுக்காரன் படம் காட்டப்போறானுவோ' என்று ஏளனமாகச் சொல்லிக்கொண்டே நடந்த கிழவன்மீது பையன்களுக்குக் கோபம் வந்தாலும் 'படம் நல்லா இருக்கும்' என்று சொன்னார்கள். 'ஒங்க அக்கா இதுலதான் நல்லாயிருக்கும்' என்று கிழவன் சொல்லிக்கொண்டே நடக்க ஆரம்பித்தான். கிழவனை முருகன் கெட்ட வார்த்தை சொல்லித் திட்டினான்.

சாமி இறக்கிவைக்கப்பட்டிருந்த இடத்தை நோக்கிச் சிறு கூட்டம் ஓடியது. சாமி இருக்கும் இடத்திற்குப் போகலாம் என்று முருகன் சொன்னதும் 'எங்கம்மா இருக்கும்டா' என்று பாண்டியன் சொன்னான். வேறு வழியில்லாமல் அவனோடு முருகன் கோவிலை நோக்கி நடந்தான்.

கோவிலின் முன் சிறு கூட்டம்தான் இருந்தது. வீடியோப் படம் காட்டுகிறவன் கணேசன் வீட்டில் சாப்பிட்டுக்கொண்டிருக்கிறான் என்ற செய்தி தெரிந்ததும் முருகனும் பாண்டியனும் உற்சாகமாகிக் கணேசன் வீட்டுக்கு ஓட ஆரம்பித்தனர். கணேசன் வீட்டுக்கு ஏழெட்டு வீடுகளுக்கு முன் தமிழ்ச்செல்வன் அவனுடைய அம்மாவிடம் அடிவாங்கிக்கொண்டிருப்பதைப் பார்த்ததும் பையன்கள் இருவரும் அப்படியே நின்றுவிட்டனர். 'கம்மனாட்டிக்கிப் பொறந்த கம்மனாட்டி. பாடம் படிக்கறாப்ல ஒனக்கு எத்தன வாட்டிடா சொல்லி அனுப்புனன். காசி பத்தரம், காசி பத்தரம்ன்னு ஆயிரம் வாட்டி சொல்லல? தேங்கா, கற்பூரம் வாங்கியாரக் கொடுத்த அஞ்சி ரூவாயயும் தொலைச்சிப்புட்டு வந்திருக்கியே, அஞ்சி ரூவாயிக்கி நான் எங்க போவன்?' என்று சொல்லி ஆராயி தமிழ்ச்செல்வனின் முகத்திலேயே அடித்தாள். அடியைத் தாங்க முடியாமல் தமிழ்ச்செல்வன் வீறிட்டு அலறிக்கொண்டிருந்தான். பக்கத்தில் நின்றுகொண்டிருந்த கிழவி ஒருத்தி 'அறியாப் புள்ளெய யாண்டி கடெக்கி அனுப்புன?' என்று கேட்டுச் சத்தம்போட்டு ஆராயியின் பிடியிலிருந்து அவனைப் பிரித்துவிட்டாள்.

'இப்பதான் மாருல இருந்து எறக்கிவுட்டன். நாலாவது படிக்கிற பயலுக்கு வெகரம் வேணாம்? பணத்தை எங்கடா போட்ட பயலெ, வாடா தேடிப் பாக்கலாம்' என்று சொல்லித் தமிழ்ச்செல்வனை இழுத்துக்கொண்டு ஆராயி நடந்தாள்.

முருகன், பாண்டியனோடுதான் தமிழ்ச்செல்வன் படித்துக்கொண் டிருந்தான். அவன் அடிவாங்கி அழுதுகொண்டே போனதைப் பார்த்ததும் முருகனுக்கும் பாண்டியனுக்கும் அவன்மீது இரக்கம் உண்டாயிற்று. பணத்தை எங்கே போட்டிருப்பான்? அவனோடு சேர்ந்து போய்த் தேடிப் பார்க்கலாமா என்று யோசித்தார்கள். வீடியோக்காரனைப் பற்றிய நினைவு வந்ததும் வேகமாக கணேசன் வீட்டுக்கு நடந்தார்கள்.

கணேசன் வீட்டுக்கு முன் கூட்டமாகக் கொஞ்சம் பேர் நின்றுகொண் டிருந்தனர். வீட்டுக்குள் நுழைந்து எப்படியாவது வீடியோக்காரனைப் பார்த்துவிட வேண்டும் என்று முருகனும் பாண்டியனும் முட்டி மோதிப் பார்த்தனர். வாசல்படியைத் தாண்டி ஒரு அங்குலம்கூட நகர முடிய வில்லை. வீடு முழுக்க ஆட்களாகவே இருந்தார்கள். வீட்டுக்குள் நுழை வதற்கு முருகனும் பாண்டியனும் படாத பாடு பட்டும் காரியம் முடிய வில்லை.

சாப்பிட்டுவிட்டு வீடியோக்காரன் வெளியே வந்தான். மறுநொடியே கூட்டம் அவனைச் சூழ்ந்துகொண்டது. ஒரு மந்திரியை அழைத்துக் கொண்டு வருவது மாதிரி அவனைக் கோவிலுக்கு அழைத்துவந்தனர். வீடியோக்காரனுக்குப் பக்கத்தில் போகவும் அவனைத் தொட்டுப்பார்க் கவும் முருகனும் பாண்டியனும் படாத பாடுபட்டனர். ஒன்றும் பலிக்க வில்லை. இவர்களைப் போல ஐந்தாறு பையன்கள் வீடியோக்காரனுக்குப் பக்கத்தில் போவதற்காகக் கூட்டத்தைச் சுற்றிச்சுற்றி வந்துகொண்டிருந் தனர்.

வீடியோக்காரன் கோவிலுக்கு வந்துவிட்டான் என்ற செய்தி பரவிய சற்றைக்கெல்லாம் கோவில்முன் கூட்டம் சேரத் தொடங்கியது. வீடியோக் காரன் கூட்டத்தைச் சற்றும் மதிக்கவில்லை. வீட்டு மனைப் பட்டா வழங்க, தண்ணீர்க் குழாய் போட இடத்தைத் தேர்வு செய்கிறவன் மாதிரி, தொலைக்காட்சிப் பெட்டியை வைப்பதற்குத் தோதான இடத் தைத் தேர்வு செய்வதில் மும்முரமாக இருந்தான். அவனுடைய கவன மெல்லாம் மொத்தக் கூட்டத்திற்கும் படம் தெரிய வேண்டும் என்பதில் தான் இருந்தது. பல பேர் பல இடங்களைக் காட்டியும் எந்த இட மும் அவனுக்குப் பிடிக்கவில்லை. இந்த இடம், இந்த இடம் என்று திரும்பத்திரும்பச் சொன்னவர்களை வீடியோக்காரன் முறைத்தான். அதற்காக அவன்மீது யாரும் கோபப்படவில்லை. அவனுடைய கை, கண் அசைவுக்காக மொத்தக் கூட்டமும் காத்திருந்தது. கொஞ்ச நேரத்தி லேயே மந்திரவாதி மாதிரி வீடியோக்காரன் மொத்தக் கூட்டத்தையும் தன் கட்டுப்பாட்டுக்குள் கொண்டுவந்துவிட்டிருந்தான். அவன் ஒரு வார்த்தைகூடப் பேசவில்லை. ஆனாலும், மொத்தக் கூட்டமும் அவ னுடைய கட்டுப்பாட்டுக்குள் வந்து விழுந்துவிட்டிருந்தது. கணேசனோடு

தான் அவன் அதிகமாகப் பேசினான், சிரித்தான். அதனால் சிலருக்கு கணேசன்மீது எரிச்சல் ஏற்பட்டது. சிலர் 'அவன் மட்டும்தான் வீடி யோவுக்குப் பணம் தரப் போறானா?' என்று வெளிப்படையாகவே வயிற்றெரிச்சலைக் காட்டினார்கள். முருகன், பாண்டியனுக்கும்கூட கணேசன்மீது கோபம் உண்டாயிற்று.

'சிகரெட் இருக்கா?' என்று வீடியோக்காரன் கேட்டதுதான் தாமதம், பட்டென்று இருபது ரூபாய் நோட்டை எடுத்து, நிறைய பையன்கள் அந்த இடத்தில் இருந்தாலும், முருகனிடம் கொடுத்து சிகரெட் வாங்கி வரச் சொன்னான் கணேசன். முருகனின் முகம் மலர்ந்தது. மிக முக்கியமான காரியத்தைச் செய்வதற்கு ஓடுவது மாதிரி அவன் செட்டியார் கடைக்கு ஓடினான். அவனோடு பாண்டியனும் ஓடினான்.

வீடியோக்காரன் பல இடங்களில் நின்றுநின்று பார்த்தான். ஒரு இட மும் அவனுக்குப் பிடித்ததாகத் தெரியவில்லை. கடைசியில், ஊர்வலம் முடிந்து வந்து சாமியை இறக்கி வைக்கிற இடத்தைத் தேர்ந்தெடுத்தான். உடனே கூட்டத்தில் சலசலப்பு உண்டாயிற்று. உடனே 'இந்த எடத்திலெ டி.வி.யெ வச்சாதான் எல்லாருக்கும் நல்லாத் தெரியும். ஒரு நாளக்கி மட்டும் சாமியக் கோவுலுக்குப் பின்னால வையிங்க. சாமி கோவிச் சிக்கவாபோவுது?' என்று வீடியோக்காரன் சொன்னதும் 'சாமி முக்கியமா, படம் முக்கியமா?' என்று முன்பு கேட்டவர்கள்கூட அடங்கிப்போய் விட்டார்கள்.

'எந்த ஊட்டுல இருந்து கரண்டு எடுக்கிறது?' என்று பொதுவாகத்தான் வீடியோக்காரன் கேட்டான். ஒரே நேரத்தில் மூன்று நான்கு பேர் 'எங்க ஊட்டுல இருந்து எடுத்துக்கலாம்' என்று சொன்னார்கள். 'எல்லா ஊட்டு லிருந்தும் எடுக்க முடியாது. கோவிலுக்குப் பக்கத்திலெ எந்த ஊடு இருக்கோ அங்கேருந்துதான் எடுக்க முடியும்' என்று சொன்ன வீடியோக்காரன், கோவிலுக்குப் பக்கத்தில் மின்சார வசதியுள்ள வீடுகளுக்குப் போய்ப் பார்த்தான். பிறகு தன்னிடமிருந்த ஒயரின் நீளத்தை அளந்துபார்த்தான். மின்சார வசதி உள்ள வீட்டுக்கும் கோவிலுக்கும் இடையிலுள்ள தூரத்தை அளந்துபார்த்தவன், உதடுகளைப் பிதுக்கினான். சலிப்புடன் 'பத்து மீட்டர் ஒயர் வேணுமே' என்று சொன்னான். கணேசன் ஒரு பையனிடம், 'எங்க இருந்தாலும் ஒயரோட வா' என்று சொல்லித் துரத்திவிட்டான்.

ஒயருக்காகப் போனவன் கொஞ்ச நேரம் கழித்து வெறும் இரண்டு மீட்டர் ஒயரோடு வந்தான். கணேசன் அவனைத் திட்டினான். முருகனும் பாண்டியனும் பத்து மீட்டர் ஒயர் இல்லாத ஊர் ஒரு ஊரா என்று அலுத்துக்கொண்டனர். அவர்களைப் போலவே நிறைய பேர் 'இந்த மாரி மட்டமான ஊரப் பாத்ததில்லெ' என்று சொல்லிச் சலித்துக்கொண்டனர்.

வீடியோக்காரன் கோவிலுக்குப் பக்கத்திலிருந்த மின்சாரக் கம்பத்தைப் பார்த்தான். 'கம்பத்திலேருந்து நேர்த் துருவா கொக்கி போட்டு கரண்டு எடுக்கலாமா?' என்று கேட்டான். 'ஒருத்தரும் ஒண்ணும் சொல்ல மாட் டாங்க. பொதுக் காரியத்துக்குத்தான எடுக்கிறம்' என்று ஏழெட்டு பேர் ஒரே நேரத்தில் சொன்னார்கள். வீடியோக்காரன் மின்சாரம் எடுப்பதற்கான வேலைகளைச் செய்ய ஆரம்பித்தான். அவன் போகிற இடத்திற்கெல்லாம் கூட்டமும் நகர்ந்து போய்க்கொண்டேயிருந்தது.

கிழக்குத் தெருவின் கடைசியிலிருந்து 'கோ கொள்ளே' என்று பெரிய அளவில் சத்தம் கேட்க ஆரம்பித்ததும், வீடியோக்காரனைச் சுற்றியிருந் தவர்களில் கொஞ்சம் பேர் சத்தம் வந்த இடத்தை நோக்கி ஓட ஆரம்பித் தனர். கணேசனும் அவனோடு சேர்ந்து இரண்டு மூன்று பையன்களும் ஓட ஆரம்பித்ததால் முருகனும் பாண்டியனும் அவர்களுக்குப் பின்னால் ஓடினர்.

சாமியை இறக்கிவைத்திருந்த இடத்தில் ஊரே திரண்டுவிட்டிருந்தது. கூட்டத்தைவிடச் சத்தம் பெரிதாக இருந்தது. கூட்டத்தில் யார் என்ன பேசுகிறார்கள் என்பது புரியாத அளவுக்கு இரைச்சலும் கூச்சலுமாக இருந்தது. எந்த நேரத்திலும் வெட்டுக்குத்து விழலாம் என்ற சூழ்நிலை அந்த இடத்தில் இருந்தது. ஆண்கள் மட்டுமில்லாமல், பெண்களும் சண்டை போட்டுக்கொண்டிருந்தனர். விசயம் என்ன என்று புரியாமலேயே கணே சனும் அவனோடு சேர்ந்த பையன்களும் சத்தத்தைக் குறைக்க முயன்றனர். கத்திக் கூச்சல் போட்டுக்கொண்டிருந்தவர்களைச் சமாதானப்படுத்த முயன்றனர். கூட்டத்தைக் கலைந்துபோகச் சொல்லிக் கெஞ்சினர். எதுவும் முடியாததால் சாமியைத் தூக்க முயன்றனர். அப்போது கதிரேசனோடு சேர்ந்த ஆட்களும் பெருமாளோடு சேர்ந்த ஆட்களும் வந்து மறித்துக் கொண்டு தகராறு செய்ய ஆரம்பித்தனர்.

'சாமி மிரமனை முடியட்டும், எதா இருந்தாலும் அப்பறம் பேசிக்கலாம்' என்றான் கணேசன்.

'தனித்தனி ஊட்டுக்கெல்லாம் ஏன் சாமி வராது? அதுக்குப் பதிலு சொல்லு மொதல்ல' என்றான் பெருமாள்.

'இப்பத் தூக்கிக்கிட்டு வர்றம்' என்று சொன்னான் கணேசன்.

'மொதல்ல ஏன் வர்றல?' என்று கத்தினான் பெருமாள்.

'சாமிய மறிச்சதுக்குக் காரணம் சொல்லாம சாமியத் தூக்க வுட மாட்டன்' என்று சொல்லிக் கதிரேசனும் கத்த ஆரம்பித்தான்.

கதிரேசனையும் பெருமாளையும் சமாளிக்க முடியாமல் திணறிப் போனான் கணேசன். அவனுக்குப் பயத்தில் வெடவெடவென்று நடுங்க ஆரம்பித்தது. சாமி மிரமனை முடிந்து கோவிலுக்கு வந்ததால்தான்

படம் காட்ட முடியும். நடக்கிற சண்டையைப் பார்த்தால் சாமி கோவிலுக்கு வர வாய்ப்பில்லை. படம் காட்டவில்லை என்றால் வீடியோக்காரனுக்கு யார் பணம் தருவது என்ற கவலை வந்ததும் கணேசனுக்கு அதிகமாக உடம்பு நடுங்கிற்று. பெரிய தவறு செய்துவிட்டோமோ என்ற கவலையோடு கூட்டத்தைப் பார்த்தான். கூட்டம் கட்டுக்கு அடங்காமல் இருந்தது. கூட்டம் அடித்துப் புரண்ட பிறகுதான் ஓயும் என்ற எண்ணம் உண்டாயிற்று. சட்டென்று தனக்கு இசைந்த ஏழெட்டுப் பையன்களை இழுத்துக்கொண்டு கணேசன் ஊர்ப் பஞ்சாயத்தார்களைத் தேடிக் கொண்டு ஓட ஆரம்பித்தான். அந்தக் கூட்டத்தோடு முருகனும் பாண்டியனும் ஓடினார்கள். வீடியோக்காரனுக்கு சிகரெட் வாங்கிவரச் சொன்னதிலிருந்து முருகனும் பாண்டியனும் கணேசனுடைய கையாட்களாக மாறிவிட்டிருந்தனர்.

ஊரில் திருவிழா நடத்துவது குறித்து நடந்த பஞ்சாயத்தில், எந்த ஊர் நாடக செட்டுக்குப் பாக்கு வைப்பது என்ற பேச்சு வந்தபோது 'கூத்து வாணாம், இந்த வருசம் வீடியோப் படம் காட்டலாம்' என்று கணேசன் தான் சொன்னான். அவனோடு சேர்ந்த மைனர் பையன்களும் தெருக்கூத்து வேண்டாம் என்று சொல்லித் தகராறு செய்தனர். அதனால், பஞ்சாயத்தார்களின் பேச்சு எடுபடாமல் போயிற்று. இப்போது போய்ச் சொன்னால் என்ன சொல்வார்களோ என்ற கவலையுடன் சாராயக் கடையை நோக்கிப் போனான் கணேசன்.

எந்த ஊரில் திருவிழா நடந்தாலும் அந்த ஊரில் மணி சாராயக் கடையைப் போட்டுவிடுவான். ஊர்ப் பொதுவில் பேசி, சாமி செலவுக்கு என்று ஆயிரம், இரண்டாயிரம் கொடுத்துவிடுவான். ஊர்ப் பொதுவில் சாராயம் விற்கவிட்டிருப்பதால் திருவிழா முடியும் வரை ஒரு நாளைக்கு இவ்வளவு என்று மாமூல் வாங்கிக்கொண்டு காவல்துறையினர் அவனை ஒன்றும் செய்ய மாட்டார்கள். ஊருக்கு, காவல்நிலையத்துக்குப் பணம் தருவதோடு, ஊர்ப் பஞ்சாயத்தார்களுக்கும் ரகசியமாக இவ்வளவு என்று பணம் கொடுத்துவிட்டு தினமும் சாராயமும் கொடுப்பான். பொழுது இறங்கிய பிறகு ஊர்ப் பெரிய மனிதர்கள் சாராயக் கடையில் தான் இருப்பார்கள் என்று நினைத்து கணேசன் வந்தது சரியாக இருந்தது.

அந்த இடத்திலிருந்த பஞ்சாயத்தார்களிடம் கணேசன் விசயத்தைச் சொன்ன மறுநொடியே, 'கொலவியிந்துபோச்சா?' என்று கத்திக்கொண்டே சிலர் ஓடினார்கள். இரண்டு பேர் மட்டும் கணேசனைப் பிடித்துக்கொண்டு 'பஞ்சாயத்தில இது ஒங்க காலமில்லென்னு நீ சொல்லலெ? இப்ப எதுக்கு வந்த?' என்று கேட்டுச் சத்தம் போட ஆரம்பித்தனர்.

'சாமி தெருவுல நிக்குது, பெரிய சண்ட நடந்து கிட்டிருக்கு.'

'சாமி எங்க கெடந்தா என்ன? பெரியவங்க சின்னவங்கன்னு இல்லியா?' என்றான் பஞ்சாயத்தார்களில் ஒருவனான பெரியசாமி.

'சாமி தெருவுல கெடக்குதுங்கிறான். எந்த நேரத்திலே என்னா பேசுற?' என்ற மூக்கன் பெரியசாமியை முறைத்தான். பெரியசாமி லேசாக அடங்கியது தெரிந்ததும் கணேசனும் அவனுடைய கூட்டாளிகளும் மூக்கனையும் பெரியசாமியையும் கெஞ்ச ஆரம்பித்தனர். மூக்கனின் காதில் கணேசன் ரகசியமாக ஏதோ சொன்னான். பலமாகத் தலையை ஆட்டிய மூக்கன் 'பாட்டுலுதான் வேணும்' என்றும், 'நீ போயி கந்தசாமி வாத்தியக் கொண்டா, நாங்க முன்னால போறம்' என்றும் சொல்லிவிட்டுப் பெரியசாமியை இழுத்துக்கொண்டு நடக்க ஆரம்பித்தான்.

கணேசனுக்குப் பாதி உயிர் வந்ததுபோல் இருந்தது. கந்தசாமி ஆசிரியரை எங்கே போய்த் தேடுவது என்று குழம்பிக்கொண்டு நின்றபோது, ஆசிரியரே சாராயக் கடைக்கு வருவது தெரிந்ததும் அவரை நோக்கி கணேசனும் அவனுடைய கூட்டாளிகளும் ஓடினார்கள். விசயத்தைக் கேட்டதுமே அவர் பதறிப்போனார். 'எதுவாருந்தாலும் காலயிலெ பேசிக்கலாமின்னு பேசி முடிங்க. நான் ஒங்கள வந்து தனியா பாக்குறன்' என்று சொன்ன கணேசனோடு மற்ற பையன்களும் சேர்ந்துகொண்டனர். சரி என்பதுபோல் தலையை ஆட்டிவிட்டு ஆசிரியர், சாமி இருக்கும் இடத்திற்கு ஓட ஆரம்பித்தார். அவரோடு கணேசனும் அவனுடைய கூட்டாளிகளும் ஓடினார்கள். என்ன நடக்குமோ என்ற கவலையில் அவர்களோடு முருகனும் பாண்டியனும் ஓடினார்கள்.

'வெளியூர்க்காரங்க வந்திருக்கிற நேரத்தில சாமியத் தெருவுல போட்டு வச்சி வேடிக்கக் காட்டுனா நம்பள எவன் மதிப்பான்?' என்று சொல்லிப் பஞ்சாயத்தார்கள் சண்டையைக் கட்டுப்படுத்த முயன்றனர். கூட்டம் இரண்டாகப் பிரிந்து கத்திக்கொண்டிருந்தது. கந்தசாமி ஆசிரியரும் தன்னால் முடிந்தவரை சண்டையை நிறுத்த முயன்றார். சண்டையை மறிக்கப் போன ஒரு பெண்ணுக்கு மண்டை உடைந்துவிட்டது என்று சொல்லித் தூக்கிக்கொண்டு மூன்று, நான்கு பேர் ஓடினார்கள். திருவிழாவுக்கு வந்திருந்த வெளியூர்க்காரர்கள் பல பேர் வந்து சமாதானம்செய்த பிறகுதான் இரைச்சல் லேசாக மட்டுப்பட ஆரம்பித்தது. கொஞ்சம்கொஞ்சமாகப் பஞ்சாயத்துக்காரர்களின் பேச்சு எடுபட ஆரம்பித்தது. முருகனும் பாண்டியனும் பஞ்சாயத்தார்களின் முகத் தோற்றத்தையும் வாய் அசைவுகளையும் கண்கொட்டாமல் பார்த்தவாறு இருந்தனர்.

'சாமி நெலக்கி வந்த பெறவுதான் வீடியோப் படம் போட முடியும்' என்று கூட்டத்தில் யாரோ ஒரு ஆள் சொன்னான். அவன் சொன்னதைக் கொஞ்சம் பேர் பிடித்துக்கொண்டு, சண்டைபோட்டுக்கொண்

டிருந்த இரண்டு பிரிவு ஆட்களையும் காரணமில்லாமல் சண்டை போட்டுக்கொண்டிருப்பதாகத் திட்ட ஆரம்பித்தனர். இப்போது அந்த இடத்தில் கூட்டம் மூன்று பிரிவுகளாக ஆகிவிட்டது. ஒவ்வொரு பிரிவு ஆட்களும் மற்ற பிரிவினரைத் திட்டிக்கொண்டிருந்தனர். நேரமாகநேர மாக, மூன்றாவது பிரிவுக்குப் பலம் சேர்ந்துகொண்டிருந்தது. அதனால், சண்டைபோட்டுக்கொண்டிருந்த இரண்டு பிரிவினரும் வேகத்தைக் குறைத்துக்கொள்ள ஆரம்பித்தனர். வேகம் குறைந்தாலும் வீம்பை விட வில்லை. 'பஞ்சாயத்தக் கூட்டி இதுக்கு முடிவு பண்ணாம வுட முடியாது' என்று இரண்டு பிரிவும் கொஞ்சம் இறங்கிவந்ததால், அந்த இடத்திலேயே பஞ்சாயத்து ஆரம்பித்தது. பெருமாளும் கதிரேசனும் நடந்த விசயத்தைச் சொல்ல ஆரம்பித்தனர்.

'மத்த பஞ்சாயத்து மாரி இதெ விடியவிடியப் பேச முடியாது' என்று மூக்கன் சொன்னான்.

'வராத வெள்ளம் வந்தாலும் சாமிய நடுத் தெருவுல எறக்கி வச்சது மகா குத்தம். சாமி குத்தமாயிட்டா ஊருக்குல்ல கொடும வரும். அதனால, சாமிய எறக்கி வச்ச குத்தத்துக்காகக் குத்தப் பணம் கட்டணும்' என்று கந்தசாமி ஆசிரியர் சொன்னார். மறுநொடியே எகிறிக் குதித்த கதிரேசன் 'குத்தப் பணம் கட்டுனா மட்டும் சாமியோட கோவம் தீந்துடுமா? தனித் தனி ஊட்டுக்கு வல்லன்னு ஏன் மறிச்சாங்க? ஒரு ஆள்கூட நடக்க முடி யாத சந்துக்கெல்லாம் சாமி எப்பிடிப் போவும்?' என்று கத்தினான். அவன் சொல்வதில் நியாயம் இருந்தாலும், கூட்டத்தில் வாயைத் திறந்து ஒரு ஆள் கூடப் பேசவில்லை. 'சத்தம் போடாதீங்க' என்று கூட்டத்தைப் பார்த்துப் பஞ்சாயத்தார்கள் கத்த மட்டுமே செய்தனர்.

'ஒரு ரூவாவா இருந்தாலும் குத்தப் பணம் கட்டித்தான் ஆவணும்' என்றான் பெரியசாமி.

'அப்படின்னா மறிச்சவன் மொதல்ல கட்டட்டும். அப்புறமா நான் கட்டுறன்' என்று வீம்பாகச் சொன்னான் கதிரேசன்.

'என்னா மசுருக்கு நாங்க கட்டணும்? சாமியத் தூக்கிக்கிட்டு வந்திருந்தா நாங்க ஏன் மறிக்கப்போறம்?' என்று காட்டுக்கத்தலாகக் கத்தினான் பெரு மாள். அவனோடு சேர்ந்துகொண்டு மூன்று நான்கு பேர் கத்தினார்கள்.

'நீங்க கட்ட முடியாதின்னா நாங்களும் கட்ட முடியாது. யாரு என்னாப் பண்றாங்கன்னு பாத்துப் புடலாம்' என்றான் கதிரேசன்.

'மறிச்சதும் தப்பு; எறக்கிவச்சதும் தப்பு' என்றார் கந்தசாமி ஆசிரியர்.

'ரெண்டும் எப்பிடி தப்பாவும்?' என்று பெருமாள் கேட்டான். வாக்கு வாதம் முற்றிற்று. பஞ்சாயத்தார்கள் செய்வதறியாது திகைத்தனர். அந்த நேரத்தில் அங்கு வந்த வீடியோக்காரன் கணேசனைத் தனியாகக் கூப்பிட்டு

'நேரமாவுது தெரியலியா? மூணு படத்தெ எப்பிடி ஓட்டுறது? நேர மானா நான் பொறுப்பில்ல' என்று சொன்னான். அவன் சொன்னதைக் கணேசன் பஞ்சாயத்தார்களிடம் சொன்னான். 'படம் என்னப்பா பெரிய படம்? ஊரே ரெண்டுபட்டுக் கெடக்குது. இந்த நேரத்திலே படம் கிடம்னுகிட்டு' என்று பஞ்சாயத்தார்கள் கணேசனை முறைத்தனர். அவனுடைய முகம் வாடிப்போனதைப் பார்த்த முருகனுக்கு வருத்தமாக இருந்தது. பஞ்சாயத்தார்கள் பஞ்சாயத்தை எப்போதுதான் முடிப்பார் களோ என்று எரிச்சல் வந்தது.

வீடியோக்காரன் கணேசனிடம் சொன்ன விசயத்தைப் பலரிடமும் சொல்ல ஆரம்பித்தான். அவன் சலித்துக்கொண்டதைப் பார்த்த பல பேர் 'இந்த ஊரு பஞ்சாயத்தே வயவய கொயகொயதான். கோயி கூப்பிட்டாத்தான் வாயவே தொறப்பானுவோ' என்று பஞ்சயாத்தார்க ளைத் திட்டினர். நேரமாகநேரமாக, பஞ்சாயத்தை முடிக்கச் சொல்லி முனகுபவர்களின் எண்ணிக்கை பெருக ஆரம்பித்தது. வீடியோக்காரனைச் சுற்றிக் கூட்டம் சேர ஆரம்பித்திருந்தது.

வீடியோப் படம் போடுவதற்கு நேரமாகிறது என்று சொல்லிக் கூட் டத்தில் சலசலப்பு உண்டாயிற்று. அதனால், எரிச்சலடைந்த பஞ்சாயத் தார்கள் எகிறிக் குதிக்க ஆரம்பித்தனர் பெருமாளையும் கதிரேசனையும் அவர்களோடு சேர்ந்தவர்களையும் கண்டிக்கிற விதமாகப் பேச ஆரம் பித்தனர். அதனால், 'மொதல்லியே ஏன் சாமி வல்லெ?' என்று கேட்டுக் கொண்டிருந்தவர்கள் இப்போது கொஞ்சம் இறங்கிவந்து, 'சாமி இன் னிக்கும் வரணும். அதோட தெனுமும் வரணும். முடியாதின்னா கால யிலெ பஞ்சாயத்தக் கூட்டி முடிவு சொல்லணும். இல்லன்னா போலீஸ் ஸ்டேசன்ல பிராது மனுதான் எங்க ஆளுவோ கொடுப்போம்' என்று சாமியை மறித்தவர்கள் சொன்னார்கள். அவர்கள் சொன்னதே போதும் என்று கணேசன் பஞ்சாயத்தை முடிக்கச் சொன்னான். 'சாமியெ நடுத் தெருவுல போட்டு வச்சியிருக்கிறது தெய்வக் குத்தமாயிடும். அதனால இப்ப சாமியத் தூக்குவம். காலயிலெ பஞ்சாயத்தக் கூட்டி முடிவு பண் ணிக்கலாம்' என்று சொல்லிக் கந்தசாமி ஆசிரியர் பெருமாளோடு சேர்ந்த வர்களையும் கதிரேசனோடு சேர்ந்தவர்களையும் சமாதானம் செய்ய ஆரம் பித்தார். அந்த நேரத்தில் இதுதான் சமயம் என்று கணேசனும் அவனோடு சேர்ந்து மைனர் பையன்களும் பட்டென்று சாமியைத் தூக்கினார்கள், அதற்காகவே காத்திருந்தவர்கள் மாதிரி முருகனும் பாண்டியனும் 'அரோ கரா' என்று உற்சாகமாகக் கத்தினார்கள்.

சாமியைக் கணேசன் தூக்கிக்கொண்டு மூன்று வீடுவரைதான் வந் தான். அதற்குள் வீடியோக்காரன் அவனைத் தேடிக்கொண்டு வந்துவிடவே வேறு ஒரு பையனிடம் சாமியைத் தோள் மாற்றிவிட்டு, வீடியோக்கார

னுடன் போனான். வீடியோக்காரனைக் கண்டதும் சாமி மிரமனையில் வந்துகொண்டிருந்த சிறு பையன்கள் வீடியோக்காரனுடன் ஓடினார்கள். பையன்களின் கூட்டத்தில் முதலில் முருகனும் பாண்டியனும்தான் இருந் தனர்.

'கரண்டு நிக்காம இருக்கணும். கரண்ட் போயிடுச்சின்னா நான் பொறுப்பில்லெ' என்று வீடியோக்காரன் சொன்னதும் கணேசனுக்குக் கல் லைத் தூக்கித் தலையில் போட்டதுபோல இருந்தது. மின்சாரம் நின்று, படம் போட முடியாமல் போய்விட்டால் ஊர்க்காரர்கள் அடித்தே கொன்றுவிடுவார்களே என்று அரண்டுபோய், எதிர் ரசிகர் மன்றத்துக் காரர்கள் ஏதாவது செய்வார்களோ என்று சந்தேகப்பட்டான். மின்சாரம் நிற்காமல் பார்த்துக்கொள்வது உன்னுடைய பொறுப்பு என்று முருகேசன் என்பவனை அனுப்பிய பிறகுதான் ஓரளவு அவனால் மூச்சுவிட முடிந்தது. முருகனும் பாண்டியனும் மின்சாரம் நின்றுவிட்டால் படம் பார்க்க முடியாதே என்று கவலைப்பட ஆரம்பித்தனர்.

கோவிலுக்கு முன் வந்த கந்தசாமி ஆசிரியர் கணேசனைத் தனியாக அழைத்துக்கொண்டுபோய் 'பாட்டுலு என்னாச்சு?' என்று கேட்டார். 'நீங்க ஊட்டுக்குப் போங்க. பின்னாலியே பாட்டுலோட வர்றன்' என்று கணேசன் சொன்னான். அவன் சொன்னதை அவர் காதில் போட்டுக் கொள்ளவில்லை. நச்சரிக்க ஆரம்பித்தார். ஏற்கெனவே நல்ல போதையில் தான் அவர் இருந்தார். போதையில் இருந்ததால் சொன்னதையே சொல் லிக்கொண்டிருந்தார். கணேசன் தன் சட்டைப் பையைப் பார்த்தான். வெறும் ஐந்து ரூபாய்தான் இருந்தது. கூட இருந்த மற்ற பையன்களிடம் கேட்டுப் பார்த்தான். எல்லோரும் வெறும் ஆட்களாகவே இருந்தனர். பணம் கிடைக்காததால் மீண்டும் ஆசிரியரைச் சரிக்கட்ட முயன்றான். அவர் ஓயா மல் 'நேரமாவுது' என்பதையே திரும்பத்திரும்பச் சொல்லிக்கொண்டிருந் தார். அந்த நேரத்தில் மூக்கனும் பெரியசாமியும் வந்து சேர்ந்தனர். வந்த வேகத்திலேயே 'கோட்டரு என்னாச்சு?' என்று கேட்டனர். பதில் சொல்ல முடியாமல் தவித்த கணேசனின் பார்வையில் முருகன் பட்டதும் 'இருங்க வர்றன்' என்று சொல்லிவிட்டு முருகனை அழைத்துக்கொண்டுபோய் 'ராணி ஊட்டுல இருந்தா நான் வரச் சொன்னேன்னு சொல்லுடா' என்று சொன்னான். 'எங்க?' என்று முருகன் கேட்டான். 'கோவுலுக்கு' என்று சொல்லிவிட்டு மீண்டும் கந்தசாமி ஆசிரியரிடம் போனான் கணேசன்.

முருகனுக்குச் சந்தோசத்தில் தலைகால் புரியவில்லை. தன் அக்காவை கணேசன் அழைத்துவரச் சொன்னதே அவனுக்குப் பெருமையாக இருந் தது. பூரிப்பில் சிட்டாகப் பறந்து ஓடினான் வீட்டுக்கு. வாசலில் உட்கார்ந்து சாப்பிட்டுக்கொண்டிருந்த ராணியைப் பார்த்ததும் அவனுடைய சந்தோ சம் கூடிற்று. ஓடி வந்த வேகத்திலேயே ராணியிடம் விசயத்தைச் சொன்

னான். மறுநொடியே 'சீக்கிரம் வா' என்று சொல்லி அவளுடைய கையைப் பிடித்து இழுக்க ஆரம்பித்தான். அதுவரை சாதாரணமாக இருந்த ராணி திருடி மாதிரி சுற்றுமுற்றும் பார்த்தாள். வீட்டுப் பக்கம் பார்த்தாள், ரகசியமான குரலில் 'எங்கடா?' என்று கேட்டாள். 'கோவுலுக்குத்தான். வா' என்று அலுத்துக்கொண்டான் முருகன். அவனுடைய அவசரத்தைப் புரிந்துகொள்ளாதவள் மாதிரி, 'போடா, வர்றன்' என்று சொன்னாள். முரு கனுக்குக் கோபமும் எரிச்சலும் உண்டாயிற்று. 'இப்பியே வா' என்று சொல்லிக் கட்டாயப்படுத்த ஆரம்பித்தான். 'நீ முன்னால போ. நான் பின்னால வர்றன்' என்று குசுகுசுத்தாள். சாப்பிட்டதும் சாப்பிடாதது மாகத் தட்டை எடுத்துக்கொண்டு வீட்டுக்குள் போனாள். ராணியினு டைய செய்கை முருகனுக்கு எரிச்சலை உண்டாக்கிற்று. ஆத்திரத்தில் தரை யில் எட்டி உதைத்தான். அந்த நேரத்தில் வீட்டுக்குள்ளிருந்து வெளியே வந்த கம்சலை, 'சோறுகூடத் திங்காம எங்கடா பயல சுத்திட்டு வர்ற? போயி சோத்தத் தின்னு' என்ற சொன்னதைக் காதில் வாங்கிக்கொள்ளா மல் வேகமாகக் கோவிலுக்கு நடந்தான்.

'விடியுறதுக்குள்ளார மூணு படத்தெயும் எப்பிடியாச்சும் ஓட்டிப்புடு' என்று வீடியோக்காரனிடம் கணேசன் சொல்லிக்கொண்டிருந்தான். கோவி லுக்கு வந்த முருகன் விசயத்தை எப்படி கணேசனிடம் சொல்வது என்று தயங்கினான். ராணியின் மீது வெறுப்பு உண்டாயிற்று. எதேச்சையாகத் திரும்பிய கணேசன் முருகனிடம் வந்து 'என்னடா ஆச்சி?' என்று குசுகுசு வென்று கேட்டான். 'வர்றன்னுச்சு' என்று மொட்டையாகச் சொன்னான். 'இருங்க வர்றன்' என்று சொல்லிவிட்டுக் கணேசன் கோவிலுக்குப் பின் புறமாக வேகமாகப் போனான்.

ராணிக்குக் காலை ஊன்றி நடக்க முடியவில்லை. ஊரே கூடி யிருக்கும் நேரத்தில் அதுவும் கோவிலுக்கு வரச் சொல்லியிருக்கிறானே என்று கணேசன்மீது எரிச்சல் பட்டாலும், வேறு வழியில்லாமல் என்ன பிரச்சினையோ என்ற எண்ணத்தில் கோவிலுக்குப் பின்புறம் வந்து நின் றாள். ஒரே இடத்தில் நின்றுகொண்டிருந்தால் பார்ப்பவர்கள் ஏதாவது நினைத்துக்கொள்வார்கள் என்று நினைத்தவள் யாரையோ தேடிக் கொண்டு வந்தது போலச் சாலாக்குக் காட்டினாள். கோவிலுக்கு முன் பக்கம் நான்கு ஐந்து ஆட்களோடு கணேசன் பேசிக்கொண்டிருப்பது தெரிந்தது. அவனுடைய கண்ணில் படும்படியாக இரண்டு முறை கோவி லுக்கு முன்பக்கமாகப் போய்விட்டு வந்தாள். வரும்போது கணேசன் வருகிறானா என்று பார்த்தாள். அவன் வருவது தெரிந்ததும் ஒரே இடத் தில் நிற்காமல் மெதுவாக நடக்க ஆரம்பித்தாள். பின்னாலேயே வந்த கணே சன் சன்னமான குரலில் 'பணம் ஏதாச்சும் வச்சியிருக்கியா?' என்று கேட் டான்.

'எனக்கு எப்பிடி வரும் பணம்?'

'எப்பிடியாச்சும் நூறு ரூவா கொண்டா. காலயில தந்துடலாம். பெரிய சிக்கல்ல மாட்டிக்கிட்டன்.'

'ராத்திரியில போயி யாருகிட்டெ கேக்க முடியும்?'

'என்ன செய்வியோ தெரியாது, பணம் வந்தாவணும். இல்லன்னா எந் தல தப்பாது. எதயாவது அடவு வை. ஒன்னத்தான் நம்பியிருக்கன். யாரு கிட்டயாவது கொடுத்துவுடு' என்று சொல்லிக்கொண்டிருக்கும்போதே 'டே கணேசா' என்று கூப்பிட்டவாறு மூக்கன் வந்துகொண்டிருப்பது தெரிந் ததும் சட்டென்று திரும்பி நடக்க ஆரம்பித்தான் கணேசன். திரும்பிக்கூடப் பார்க்காமல் நேரே வேகமாக நடக்க ஆரம்பித்தாள் ராணி.

பாண்டியனைத் தேட ஆரம்பித்தான் முருகன். எங்கு தேடியும் அவ னைக் கண்டுபிடிக்க முடியவில்லை. அந்த நேரத்தில் செல்வம் வந்து விளையாடக் கூப்பிட்டான். எடுத்த எடுப்பிலேயே வரவில்லை என்று முருகன் சொன்னான். அதற்குக் காரணம், செல்வம் பாய் வைத்திருந்தது தான். எவ்வளவு கெஞ்சியும் அவனோடு சேராமல் பாண்டியனை மீண் டும் தேட ஆரம்பித்தான். அவன் கிடைக்காத வெறுப்பில் கோபத்துடன் வந்து கோவில் திண்ணையில் உட்கார்ந்தான் முருகன்.

'என்னா படம் காட்டப்போறானுவளாம்?'

'அந்தக் கருமத்தை யாரு கண்டா?'

'இந்த வருசத் திருநாவுல ஒரு நாளு கூத்துக்கூட இல்லியா?'

'இல்லியாட்டம் இருக்கு.'

'கயிதூரு செடலு செட்டப் போட்டிருக்கலாம். அவளோட ஆட்டம் பகரா இருந்திருக்கும்.'

'கோவேறி கொண்டாப்ல இப்ப எல்லா ஊருலயும் வீடியோப் படம் தான் காட்டுறானுவோ.'

'தடி ஊன ஆரம்பிச்சதிலிருந்து ஊரு நாட்டுல என்னா நடக்குதின்னு தெரிய மாட்டங்குது.'

'தெரிஞ்சு என்னாப் பண்ணப்போற? பீ பேளவே சூத்தால நவுந்து போற காலத்திலே.'

'இப்ப ஏன் சொல்ல மாட்ட? எங் காலத்தில எங்க வகயிறாவுக்கு நாந் தான் கொத்துக்காரன். திருநா போட்டா, காப்பு கட்டுறதிலிருந்து கூத் தாடிக்குப் பாக்கு வைக்கிறது, சாமி செலவு வாங்குறது வரைக்கும் நாந் தான் தலகார்த்தனா இருந்து செய்வன். நம்ப வட்டாரத்துக்கே மொதல்ல செடலு செட்டெக் கொண்டாந்து நம்ம ஊருல ஆட வச்சதே நாந்தான். அவ பாடுனா எப்பிடி இருக்கும் தெரியுமா? அடடா, எப்பேர்ப்பட்ட

ஆட்டக்காரி. அவளோட ஆட்டத்தப் பாக்க ரெண்டு கண்ணும் பத்தாது. மொகவாட்டமான பொம்பள. அவளப் பாத்தா பசி எடுக்காது. அவ வந்து நம்ப ஊருல ஆடி ரெண்டு மூணு வருசம் இருக்காது?'

'போன வருசம்கூட அவதான் வந்து ஆடுனா. ஒனக்குத்தான் கண்ணு தெரியாதே. நீ எதுக்கு வந்து குந்தியிருக்கிற? படம் பாக்கவா?'

'கண்ணு இல்லன்னா மத்தது இல்லியா?'

முருகனுக்குப் பக்கத்தில் உட்கார்ந்திருந்த இரண்டு கிழவர்கள் எதை யெதையோ பேசிக்கொண்டிருந்தனர். அவர்கள் பேசியதில் பாதிகூட அவனுக்குப் புரியவில்லை. அவனுடைய கவனம் எல்லாம் பாண்டியன் தென்படுகிறானா என்பதில்தான் இருந்தது. சாமி மிரமனை முடிந்து கோவிலுக்கு அருகில் வருவது தெரிந்ததும் பட்டென்று இறங்கி ஓடினான்.

காலம்காலமாகச் சாமியை இறக்கி வைக்கிற இடத்தில் இப்போது தொலைக்காட்சிப் பெட்டியை வைத்து விட்டதால், சாமியைத் தூக்கிக் கொண்டுபோய்க் கோவிலுக்குப் பின்புறம் வைத்தார்கள். சாமி நிலைக்கு வந்துவிட்டது தெரிந்ததும், தொலைக்காட்சிப் பெட்டிக்கு அருகில் இடம் பிடிக்க நிறைய சனங்களும் பிள்ளைகளும் ஓடினார்கள். அந்தக் கூட்டத்தில் முதல் ஆளாக ஓடியவன் முருகன்தான்.

சாமி நிலைக்கு வந்த சற்றைக்கெல்லாம் வீடியோக்காரன் படத்தைப் போட்டுவிட்டான். தொலைக்காட்சிப் பெட்டியில் படம் தெரிய ஆரம் பித்ததும் கூட்டத்தில் பலத்த கைதட்டல் எழுந்தது. பிள்ளைகள்தான் அதிக மாகக் கைதட்டினார்கள். முருகன் உற்சாகம் பொங்கக் கைதட்டிய தோடு, சீழ்க்கையும் அடித்தான். சிறிது நேரம்வரைதான் அவனால் உற் சாகமாகப் படத்தைப் பார்க்க முடிந்தது. திடீரென்னு உயரமான ஆள் ஒருவன் வந்து அவனுக்கு முன்னால் உட்கார்ந்துகொண்டதால் படம் சுத்தமாகத் தெரியவில்லை. எக்கிஎக்கிப் பார்த்தான். ஆட்கள் நெருக் கிக்கொண்டு உட்கார்ந்திருந்ததால் நகர்ந்து உட்காரவும் முடியவில்லை. இதற்கே தொலைக்காட்சிப் பெட்டிக்குச் சற்றுத் தள்ளிதான் உட்கார்ந் திருந்தான். நேரமாகநேரமாகக் கூட்டம் கூடிக்கொண்டிருந்தது. புதிதாக வந்தவர்கள் தொலைக்காட்சிப் பெட்டிக்குப் பக்கத்தில் உட்கார முயன்ற தால் உட்கார்ந்திருந்தவர்கள் கொஞ்சம்கொஞ்சமாகப் பின்னுக்கு நகர வேண்டியிருந்தது. முருகன் ரொம்பவும் பின்னுக்குத் தள்ளப்பட்டுவிட் டான். அவனுடைய சாக்கில் யார்யாரோ உட்கார்ந்திருந்தார்கள். எல்லா வற்றையும்விடப் படம் சுத்தமாகத் தெரியவில்லை என்பதைத்தான் அவனால் தாங்கிக்கொள்ள முடியவில்லை. அழுகை பொங்கிக்கொண்டு வந்தது.

‘யாண்டா அயிதுக்கிட்டு இருக்கிற?’ என்று கேட்டுக்கொண்டே வந்து, மற்றவர்களை லேசாக நகர்ந்து உட்காரச் சொல்லிவிட்டு முருகனுக்குப் பக்கத்தில் உட்கார்ந்தாள் ராணி. படம் தெரியவில்லை என்றான். ராணி அவனைத் தூக்கி மடியில் உட்காரவைத்துக்கொண்டாள். படம் கொஞ் சம் தெரிந்தது. திடீரென்று சாக்கு ஞாபகம் வந்தது ‘சாக்கப் புடுங்கு’ என்றான். சாக்கில் உட்கார்ந்திருந்தவர்களை நகரச் சொல்லிவிட்டுச் சாக்கை எடுப்பதற்குள் ராணிக்குப் போதும்போதும் என்றாகிவிட்டது. தொலைக்காட்சிப் பெட்டிக்குப் பக்கத்தில் பாண்டியன் உட்கார்ந்திருந் ததைப் பார்த்ததும் ‘முன்னாடி போவணும்’ என்று சொன்னான். ‘முன்னால போவ முடியாது. எடம் எங்க இருக்கு ஒக்கார? மீறிப் போனா சனங்கதான் வுடுவாங்களா? மின்னால போயிட்டா ஒண்ணுக்கு வந்தா போவ முடியாது’ என்று சொன்ன ராணியின் பேச்சு முருகனுக்கு ருசிக்கவில்லை.

ராணியின் மடியில் உட்கார்ந்து பார்க்கும்போது படம் ஓரளவுக்குத் தெரிந்தது. கொஞ்சம் நேரம்தான் படம் பார்த்திருப்பான் முருகன். திடீ ரென்று அவன் மீது சிறு கல் ஒன்று வந்து விழுந்தது. சிறிது நேரம் கழித்து மீண்டும் ஒரு கல் வந்து விழுந்தது. படம் பார்க்கிற உற்சாகத் தில் ஏழெட்டுக் கற்கள் வந்து விழுந்தவரை கவனமில்லாது இருந்த முரு கன், சற்றுப் பெரிய கல் விழுந்தபோதுதான் பார்த்தான். மீண்டும் அவனு டைய கவனம் படம் பார்ப்பதில் குவிந்தது. மீண்டும்மீண்டும் கற்கள் வந்து விழவே சந்தேகப்பட்ட முருகன் ராணியைப் பார்த்தான். பிறகு சு ற்றுமுற்றும் பார்த்தான். எல்லோரும் தொலைக்காட்சிப் பெட்டியையே பைத்தியம் மாதிரி பார்த்துக்கொண்டிருந்தது தெரிந்தது. மீண்டும் படம் பார்க்க ஆரம்பித்தான். திரும்பவும் கல் வந்து விழுந்தது. எரிச்சலடைந்த முருகன் ‘எந்த ஒக்கால ஒழியோ எம் மேல கல்லைப் போடுறான்’ என்று சொல்லித் திட்டினான். அவனோடு படிக்கிற பையன்கள்தான் யாரோ வேண்டுமென்றே அவன்மீது கல்லை விட்டெறிந்ததாக நினைத்தான். கல் விழும் போது ராணி ஏன் நமுட்டுச் சிரிப்புச் சிரித்தாள் என்பதுதான் அவனுக்குப் புரியவில்லை.

முருகன் ஒரு பத்து நிமிடம்தான் நிம்மதியாகப் படம் பார்த்திருப்பான். மீண்டும் பாக்குத் தடிமன் உள்ள கற்கள் வந்து விழ ஆரம்பித்ததும் திரும் பிப் பார்த்தான். உட்கார்ந்திருந்த ஆட்களுக்குப் பின்னால் நிறைய மைனர் பையன்கள் நின்றுகொண்டிருப்பது தெரிந்தது. அந்தக் கூட்டத் தில் கணேசனும் நின்றுகொண்டிருந்தான். அவன் கல்லைப் போட்டிருப் பானோ என்று முதலில் சந்தேகப்பட்டான். அவன் அவ்வாறு செய்யக் கூடிய ஆளில்லை என்று தன்னையே சமாதானம் செய்துகொண்டான். நின்றுகொண்டிருந்தவர்களில் யாரோ ஒரு ஆள்தான் கல்லைப் போட் டான் என்பது முருகனுக்குத் தெளிவாகத் தெரிந்தது.

நன்றாகப் படம் பார்த்துக்கொண்டிருந்த ராணி திடீரென்று, 'ஐயோ என் தோட்டக் காணுமே' என்று சொல்லித் தோடுகளைத் தேட ஆரம்பித்தாள். 'ரெண்டு தோட்டயுமா காணும்? அதிசயமா இருக்கே' என்று சொல்லி ஒரு பெண் வாயில் கையை வைத்தாள். ராணிக்குப் பக்கத்தில் உட்கார்ந்திருந்த ஏழெட்டு பேர் தரையில் தோடுகள் கிடக்கின்றனவா என்று பார்த்தார்கள். தோடுகள் காணாமல்போன செய்தி கூட்டத்தில் பரவ ஆரம்பித்தது.

'இன்னிக்கித்தான் ஆசயா எடுத்துக் காதுல போட்டன். அதுக்குள்ளார காணாமப்போயிடிச்சே. எங்கம்மாக்காரிக்கி நான் என்னா சொல்லுவன்?' என்று சொல்லி அழுது புலம்ப ஆரம்பித்தாள் ராணி. பக்கத்தில் உட்கார்ந்திருந்த ஆண்களும் பெண்களும் 'ஒரே நேரத்தில எப்படி ரெண்டு தோடும் கயிண்டு வியுந்துடும்' என்று கேட்டனர். ராணி காது கேட்காதவள் மாதிரி மண்ணைக் கிண்டித் தோடுகள் கிடக்கிறதா என்று பார்ப்பதில்தான் மும்முரமாக இருந்தாள். படம் பார்க்கத் தொந்தரவு செய்யாதே என்று ஒன்றிரண்டு பேர் முறைத்தனர். ராணிக்குத் தோடுகளைத் தேடவும் முடியவில்லை. படம் பார்க்கவும் முடியவில்லை. சிறிது நேரத்தில் மீண்டும் கல் வந்து முருகன்மீது விழுந்தது. நின்றுகொண்டு படம் பார்த்தவர்களின் பக்கம் அவன் திரும்பிப் பார்த்தான். பல பேருக்குக் கேட்கிற மாதிரி, 'இங்கியே இருடா தம்பி, ஊட்டுல போயி தேடிப் பாத்துட்டு வர்றன்' என்று சொல்லிவிட்டு ராணி எழுந்து கூட்டத்தைவிட்டு வெளியே போனாள்.

ராணி போன பிறகு முருகன்மீது ஒரு கல்கூட வந்து விழவில்லை. நின்றுகொண்டு படம் பார்த்த கூட்டத்தில் கணேசனையும் காணவில்லை.

கூட்டத்தை விட்டு வெளியே வந்த ராணி ஆட்கள் யாரும் வருகிறார்களா என்று பார்த்துக்கொண்டே நடந்தாள். பின்னாலேயே வந்த கணேசன் 'சீக்கிரம் வா' என்று சொல்லிவிட்டு வேகமாக முன்னால் போனான். ராணி தயங்கித்தயங்கி அவனைத் தொடர்ந்தாள்.

தெருவைத் தாண்டி பீக்கருவை அடர்ந்திருந்த இடத்தை நோக்கி நடந்துகொண்டிருந்த ராணிக்குப் பயத்தில் உயிரே போய்விடும் போலிருந்தது. ஒவ்வொரு அடியையும் நெருஞ்சி முள்ளின் மீது வைப்பது மாதிரி வைத்து நடந்தாள். கணேசன் வரச் சொன்னதற்குத் தலையை ஆட்டியது தவறு என்று இப்போது நினைத்தாள். திரும்பி வீடியோப் படம் காட்டுகிற இடத்திற்குப் போய் விடலாமா என்று யோசித்தாள். ஆனாலும், அவளுடைய கால்கள் கணசேன் சொன்ன இடத்தை நோக்கி நடந்தவாறு இருந்தன.

தன்னைப் பின்தொடர்ந்து யாராவது வருகிறார்களா என்று பார்த்தாள் ராணி. சந்தேகத்தைப் போக்குவதற்காகச் சிறுநீர் கழிப்பது மாதிரி உட்

கார்ந்து எல்லாப் பக்கமும் பார்த்தாள். ஆள் அரவம் இருப்பது மாதிரி தெரியவில்லை. எழுந்து மீண்டும் நடக்க ஆரம்பித்தாள். கணேசனையும் தன்னையும் ஒன்றாக யாராவது பார்த்துவிட்டால் என்ன செய்வது என்று நினைக்கும்போதே அவளுக்கு உடம்பு நடுங்க ஆரம்பித்தது.

கணேசன் இருந்த இடத்திற்கு ராணி வந்து சேர்ந்த கொஞ்ச நேரம் வரை இருவருமே ஒரு வார்த்தைகூடப் பேசிக்கொள்ளவில்லை. இரு வருக்குமே உடம்பு லேசாக நடுங்கிக்கொண்டிருந்தது. வாய் உலர்ந்து போய்விட்டிருந்தது. புதிதாகப் பார்த்துக்கொள்வதுபோல ஒன்றும் பேசிக் கொள்ளாமல் நின்று கொண்டிருந்தபோது, பாம்பு மாதிரி புதருக்குள் ளிருந்து வெளியே வந்த பூபாலனும் வான்மதியும் ராணியையும் கணேச னையும் பார்த்து ஒரு நிமிடம் திகைத்துப்போய் நின்றுவிட்டனர். மறு நொடியில் வான்மதி ஒரே ஓட்டமாக ஓடிவிட்டாள். சிறிது நேரம் பேசா மல் நின்ற இடத்திலேயே நின்றிருந்த பூபாலன் ராணியிடம் வந்து 'ஊட் டுக்கு வா, ஒன்னெப் பேசிக்கிறேன்' என்று சொல்லிவிட்டு வேகமாகப் போனான். ஒன்றும் பேசாமல் மரம் மாதிரி நின்றுகொண்டிருந்த கணேசன் விருட்டென்று வேறு ஒரு வழியாக ஊர்ப் பக்கம் ஓட ஆரம்பித்தான். மூச்சு வாங்க ஓடிவந்தவன், தெருவுக்குள் வந்ததும் மெல்ல நடக்க ஆரம்பித்தான். பட்டென்று தெரு விளக்குகள் அணைந்ததும் அவனுக்கு உயிரே நின்று விட்டதுபோல இருந்தது. கொலை விழுந்துவிட்ட மாதிரி ராணி, பூபாலன், வான்மதி எல்லோரையும் மறந்துவிட்டுக் கோவிலை நோக்கி கணேசன் ஓட ஆரம்பித்தான்.

'அவ்வளவுதான். இனிமே ஒண்ணுமில்லெ' என்று முணுமுணுத்த ராணி, மனத்தைக் கல்லாக்கிக்கொண்டு அரளிச்செடி இருக்கும் இடத்தை நோக்கி நடக்க ஆரம்பித்தாள்.

●

உயிர்நாடி

'நான் செத்தப்பறம் வித்துட்டுப் போ.'

'நீ சாவுறமுட்டும் கம்பனிக்காரன் காவ காத்துக்கிட்டு ஒக்காந்திருப்பானா?'

'போனாப் போறான் போ.'

'சொல்றதப் புரிஞ்சிக்க மாட்டியா?'

'எல்லாம் எனக்குப் புரியுது. என்னெக் குயிலெத் தள்ளி மூடிட்டுப் போயி கையெயித்தெப் போடு.'

'சீ, என்னா மனுசன்?' என்று சொன்ன ராமசாமி கோபத்தில் பற்களை நறநறவென்று கடித்தான். எரித்துவிடுவது மாதிரி கிழவரைப் பார்த்தான். அவர் முன்பு போலவே நெல் தாள் கட்டும் வைக்கோல் பிரியைக்கொண்டு பழுதைக் கயிறு திரித்துக்கொண்டிருந்தார். அதைப் பார்க்கப்பார்க்க அவனுக்கு எரிச்சல் அதிகரித்தது. எரிச்சலைக் கட்டுப்படுத்த முடியாமல் தலையில் அடித்துக்கொண்டான். விருட்டென்று வீட்டுக்குப் பின்புறமாகச் சென்றான். சிகரெட் ஒன்றை எடுத்துப் பற்றவைத்தவன், கிழவரை எப்படிச் சம்மதிக்கவைப்பது என்று யோசித்தான்.

கிழவர் வீட்டுக்குப் பின்புறம் பார்த்தார். ராமசாமி கண்ணில் படவில்லை. சிகரெட் புகை மட்டும் தெரிந்தது. 'இந்தப் பய எதுக்கு நெலக்குத்தா நிக்குறான்?' என்று கேட்டுக்கொண்டார். தொடர்ந்து, எது நடந்தாலும் நிலத்தை மட்டும் விற்கக் கூடாது என்று நினைத்தார். அதே நேரத்தில் ராமசாமியை எப்படிச் சமாதானப்படுத்துவது என்றும் யோசித்தார். ஊர்ச் சனங்களால் அவன் கெட்டுவிட்டதாக நினைத்தார். ஊர் போகிற போக்கில் அவனையும் குறைசொல்ல முடியாது. தேசிய நெடுஞ்சாலை ஓரமாக நிலம் வைத்திருந்தவர்கள் எல்லோரும் ஒரே மாதத்தில் பணக்காரர்களாகி விட்டார்கள். கம்பனி கட்டப்போவதாகச் சொல்லி, சாலை ஓரமாக இருந்த எல்லா நிலத்தையும் ஒரே மாதத்தில் வடநாட்டுக்காரன் ஒருவன் வாங்கிவிட்டான். இருபதாயிரம், முப்பதாயிரம் போகக் கூடிய நிலத்தையெல்லாம் ஒரு லட்சம், இரண்டு லட்சம் என்று கொடுத்து வாங்குகிறான். ஒரு ஆளிடம் இவ்வளவு பணம் இருக்க முடியுமா? எங்கிருந்து இவ்வளவு

பணமும் வந்திருக்கும் என்று நினைத்தார் கிழவர். 'அவன் கோடிகோடியா கொடுத்தாலும் சரி, உசுரக் கொடுத்தாலும் கொடுக்கலாம், நெலத்தக் கொடுக்க முடியாது. சோறு போடுற பூமாதேவியாச்சே' என்று முணு முணுத்தார்.

வீட்டுக்குப் பின்புறமிருந்து வந்த ராமசாமி முன்பு போலவே கிழவர் முன் வந்து நின்றுகொண்டு, கிழவர் வாயைத் திறக்கிறாரா என்று பார்த் தான். அவன் அங்கு நிற்பதையே பார்க்காதவர் மாதிரி கிழவர் கைக்காரியத் தில் கவனமாக இருப்பது அவனுக்குக் கோபத்தை உண்டாக்கிற்று. ஆனா லும், கோபத்தை வெளியே காட்டாமல் கிழவரிடம் நிதானமாகப் பேச முயன்றான். நிலத்தை விற்காவிட்டால் வரக் கூடிய நஷ்டத்தைப் பற்றி யும், எல்லோரும் நிலத்தை விற்றுவிட்ட பிறகு நம்முடைய நிலத்திற்குப் போவதற்கு வழி இருக்காது, அதனால், நிலத்தைக் கொடுப்பதைத் தவிர வேறு வழியில்லை என்றும் சொன்னான். எதற்கும் கிழவர் வாயைத் திறக் காததால் 'நான் சொல்லுறது புரியுதா?' என்று சற்றுக் கடுப்புடனே கேட் டான். அதற்குச் சிறிது நேரம் கழித்து 'எனக்குக் காது கேக்குது' என்று மட் டும் சொன்னார் கிழவர். கோபத்தில் ராமசாமிக்குத் தலையே வெடித்து விடும் போலிருந்தது. கிழவருக்கு எப்படிப் புரியவைப்பது என்பது அவ னுக்குத் தெரியவில்லை. யார் சொன்னால் கேட்பார் என்று யோசித்தான். மறுநொடியே சலிப்புடன் சூள்கொட்டினான்.

ஒரு வாரமாக ஊரிலிருந்து அழைத்து வந்து பேச வைக்காத ஆளில்லை. ஒரு மணி நேரம் பேசினாலும், ஒரு நாள் முழுவதும் பேசினாலும், மறு வார்த்தை பேசாமல் எல்லாவற்றையும் கேட்டுக்கொண்டிருந்துவிட்டுக் கடைசியாக 'என்னோட உசுரக் கேட்டா நான் என்னா சொல்ல முடியும்? நான் செத்தப்பறம் வித்துக்கச் சொல்லு' என்று ஒரு வார்த்தையில் எதிராளி யைப் பேசவிடாமல் செய்துவிடுகிறார் என்பதால் கடைசி முயற்சியாக நேற்று சாயங்காலம் மெத்தை வீட்டு முத்தையாவை அழைத்துவந்தான். ஊரிலேயே பெரிய ஆள் அவர்தான். அவர் சொன்னால் ஊரே கட்டுப்படும். ராமசாமியைத் தட்ட முடியாமல் கிழவரிடம் வந்து இரண்டு மூன்று மணி நேரம் முத்தையா பேசினார். நிலத்தை விற்பதால் வரக் கூடிய நன் மைகளையும் நிலத்தை விற்காவிட்டால் வரக் கூடிய நஷ்டங்களையும் பற்றிச் சொன்னார். எல்லாவற்றையும் பொறுமையாகக் கேட்ட கிழவர் 'எங் கண்ணப் புடுங்கிக்கிட்டு என்னெ நொள்ளையனாக்கப் பாக்குறீங்க' என்று மட்டும்தான் சொன்னார். 'அப்படி இல்லெ' என்று என்னென்னவோ சொல்லிச் சமாதானப்படுத்த முயன்று, கடைசியில் தோற்றுப்போய் 'காலத் துக்குத் தகுந்த மாரி போவாத ஆளுகிட்டெ என்னால பேச முடியாது' என்று சொல்லிவிட்டுச் சலிப்புடனும் கோபத்துடனும் போய்விட்டார். முத்தையா கோபித்துக்கொண்டு போனதற்காக ராமசாமிதான் கவலைப்

பட்டான். முத்தையா சொல்லியே கேட்காத கிழவர், ஊரில் வேறு யார் சொன்னாலும் கேட்க மாட்டார் என்பது நேற்றிரவே ராமசாமிக்குத் தெரிந்துவிட்டது. அடுத்தது என்ன செய்யலாம் என்று யோசித்தான். ஊரில் எல்லோருக்கும் புரிகிற விசயம் கிழவருக்கு மட்டும் ஏன் புரிய மாட்டேன் என்கிறது என்பதுதான் அவனுடைய கவலையாக இருந்தது.

காட்டிலிருந்து வந்த ராணி தலையிலிருந்த விறகுக் கட்டைக் கிழவருக்குப் பக்கத்தில் நின்ற நிலையிலேயே 'பொத்'தென்று போட்டாள். அந்த இடத்திலிருந்த ராமசாமியிடமோ கிழவரிடமோ ஒரு வார்த்தைகூடப் பேசாமல் விருட்டென்று வீட்டுக்குள் போனாள். சிறிது நேரம் கழித்து வெளியே வந்தவள் 'மத்தியானம் சாப்புடலியா?' என்று கேட்டாள். அவள் கேட்டதற்குப் பதில் சொல்லாமல் 'போடி அந்தாண்ட' என்று சொல்லிக் கத்தினான் ராமசாமி. 'எதுக்கு எம்மேல வியிந்து புடுங்கிற?' என்று அலட்சியமாகக் கேட்டுவிட்டுக் கிழவருக்குப் பக்கத்தில் கிடந்த விறகுக் கட்டை அவிழ்த்துக் கொஞ்சம் குச்சிகளை அள்ளிக்கொண்டு வீட்டுக்குள் போனாள். அடுப்பைப் பற்றவைத்துவிட்டு வெளியே வந்து 'எங்க புள்ளிவுள காணும்?' என்று கேட்டாள்.

'எங்க போயி தொலஞ்சதுகளோ சனியனுங்க. அப்பிடியே எங்கியாச்சும் போயி செத்துத் தொலயட்டும்.'

'புள்ளிவுள எதுக்கு அப்பிடிச் சொல்ற?'

'போடி உள்ளார. மனுசன் இருக்கிற நெலம தெரியாம.'

'அப்பனுக்கும் மவனுக்கும் ஓரியாட்டமின்னா, அதுக்கு நானும், எம் புள்ளிவுளுமா காரணம்? அந்த ஒண்ணுமத்த ஒளக் காட்டெ வச்சிக்கிட்டு அப்பனும் மவனும் அடிச்சிக்கிறதில்லாம எங்களயும் ஏன் போட்டுக் கொல்லுறீங்க?' என்று சொல்லிவிட்டு ராணி வீட்டுக்குள் போனாள். அது வரை குனிந்தே இருந்த கிழவர் வெடுக்கென்று தலையைத் தூக்கிப் பார்த்தார். ராணி வீட்டுக்குள் போய்விட்டது தெரிந்ததும் தெருப் பக்கம் பார்த்தார். பிறகு முன்புபோலப் பிரியைத் திரிக்க ஆரம்பித்தார்.

வீட்டுக்கும் வாசலுக்கும் ராமசாமி நடந்துகொண்டிருந்தான். அவனால் ஒரு நிலையில் மட்டுமல்ல, ஒரு இடத்தில்கூட இருக்க முடியவில்லை. 'நாளயோட கடசி. அப்பறம் கம்பி வேலி போட்டுடுவம். பின்னால கொடுத்தா கம்பி வேலி போட்ட செலவு ஒங்களதுதான்' என்று கம்பனிக்காரன் சொன்னது மட்டும்தான் அவனுக்கு நினைவில் இருந்தது. அதனால், அடிக்கடி பெருமூச்சு விட்டான். ஓயாமல் கைகளைப் பிசைந்துகொண்டான். அப்போது தெருவில் விளையாடிவிட்டு வந்த கமலா 'அம்மா வந்துடுச்சாப்பா?' என்று கேட்டாள். அவளை ஏறஇறங்கப் பார்த்த ராமசாமி 'இன்னமுட்டும் எங்க போயி சுத்திப்புட்டு வர்ற?' என்று விரட்டுவது மாதிரி கேட்டதும் என்ன

சொல்வதென்று தெரியாமல் கமலா விழித்தாள். 'சாயங்காலமானா படிக்கணுமின்னு அறிவில்லே? பொட்டெக் குட்டி தெருக் காடு சுத்தலாமா? எங்கேருந்து கத்துக்கிட்டெ இந்தப் பயக்கத்தெ?' என்று கேட்டான். கமலாவால் பேச முடியவில்லை. அழுகைதான் வந்தது. 'இப்ப என்னா சொல்லிப்புட்டன்னு அயிவுற? வாயால கேக்குறதுக்கே அயிவுறியா?' என்று கேட்டு ராமசாமி அவள் கன்னத்தில் அறைந்தான். கமலாவின் அழுகைச் சத்தம் கேட்டு வெளியே ஓடி வந்த ராணி 'ஒனக்கென்ன பித்தா புடிச்சியிருக்கு? ஒங் கோவத்தக் கொண்டுபோயி ஒங்கப்பன்காரன்கிட்டெ காட்டு' என்று சொல்லிக் கத்திவிட்டுக் கமலாவை இழுத்துக்கொண்டு வீட்டுக்குள் போனாள். அப்போது வாசலுக்கு மேற்குப்புறமாகக் கட்டியிருந்த மாடு மூத்திரம் பெய்தது. அதில் சில துளிகள் தெறித்து வந்து ராமசாமியின் காலில் பட்டதுதான் தாமதம், அவன் கண்மண் தெரியாமல் மாடுகளை அடிக்க ஆரம்பித்தான். அவன் மாடுகளை அடிப்பதைப் பார்த்த கிழவர் மறிக்காமல் முன்பு போலவே பழுதைக் கயிறு திரிப்பதில் மும்முரமாக இருந்தார்.

கோவில் பக்கமிருந்து ஓடிவந்த செல்வராஜை ராமசாமி மறித்துவைத்துக் கொண்டு 'இன்னமுட்டும் எங்கடா போயிருந்த? இந்த வயசிலியே ஊர்காலி மாடு மாரி சுத்த ஆரம்பிச்சிட்டியா? இனிமே என்னெக் கேக்காம வெளிய போவியா?' என்று கேட்டு அடிக்க ஆரம்பித்தான். அழுகைச் சத்தம் கேட்டு வெளியே ஓடி வந்த ராணி படாத பாடு பட்டுத்தான் ராமசாமியின் பிடியிலிருந்து செல்வராஜைத் தன் பக்கம் இழுக்க முடிந்தது. அப்போது ராணியையும் இரண்டு அடி அடித்தான். அதோடு 'புள்ளயாடி பெத்திருக்க? ஒன்னோட வளப்பம் மாரிதான நீ பெத்த புள்ளயோட வளப்பமும் இருக்கும்' என்று சொல்லி வாய்க்கு வந்தபடியெல்லாம் பேச ஆரம்பித்தான். அவன் திட்டுவதைக் காதில் வாங்காமல் ராணி, செல்வராஜின் கன்னத்தில், முதுகில் வீங்கியிருந்த இடங்களைத் தேய்த்துவிட்டாள். 'அந்தாளு பண்ற கங்காட்சியெல்லாம் கண்ணால பாக்கலியா? தெனம்தெனம் புள்ளிவுளப் போட்டு அடிக்கிறது தெரியல? ஒரு வாரம் பத்து நாளா தொசம்கட்டிக்கிட்டு ஊட்டுல நேரத்துக்குச் சோறு திங்காம ஊட்ட ரெண்டு பண்றது கண்ணுக்குத் தெரியல? அந்தக் காட்டெ வித்துத் தொலச்சாத்தான் என்ன?' என்று சத்தமாகக் கிழவரிடம் கேட்டாள். கிழவர் அவளை ஏறெடுத்துக் கூடப் பார்க்கவில்லை. அதனால், ஆத்திரமடைந்து 'வாயத் தொறக்காம நீ கோட்டானாட்டம் குந்தியிரு. அந்தாளு என்னையும் எம் புள்ளிவுளயும் அடிச்சியே கொல்லட்டும்' என்று சொன்னாள். அப்போது 'பேசாம போடி' என்று ராமசாமி சொன்னான். அவன் சொன்னதைக் காதில் வாங்காமல் 'உண்டு இல்லன்னு சொல்லிட்டுப் போவ வேண்டியதுதான, அந்த ஐநூறு ஆயிரங் காணியிலயும் பூமியிலயும் வெளஞ்சிதான் சோறு திங்கிறமா?' என்று சொன்னதும், கிழவருக்கு எங்கிருந்துதான் அவ்வளவு கோபம்

வந்ததோ, வெடுக்கென்று தலையைத் தூக்கி ராணியைப் பார்த்தார். பிறகு கடுகடுப்புடன் சொன்னார்:

'ஓங்கப்பன் ஓனக்கு எயிதிக் கொடுத்தானில்ல மஞ்சக்காணி, அதெ வேணுமின்னா ஓம் புருசன வித்துக்க சொல்லு.'

'எங்கப்பன் எதுக்கு மஞ்சக்காணி எயிதித் தரணும்? நீயும் ஓம் புள்ளயும் வித்துத் திங்கவா?'

'ஒங்கப்பன் ஊட்டுக் காணிய வித்துதான் நாங்க இங்க கறியும் சோறும் திங்குறம். பிஞ்ச மொறத்துக்கு ஐவேசி இல்லாதவன் மவங்கிறது மறந்தாப் பூடும்?'

'பிஞ்ச மொறத்துக்கு ஐவேசி இல்லாதவன் மவள எதுக்கு ஏறி வீந்து வந்து கட்டுனீயாம்?'

'வேறென்ன? புத்திகெட்டுப்போயிதான். நீ இந்த ஊட்டுல அடி வச்சதி லிருந்து எதுவும் தங்க மாட்டங்குது. நாசத்தத் தவுத்து வேற ஒண்ணும் நடக்கல. ஒன்னால இப்ப அவனும் நாதேறியாயிட்டான்.'

'இந்த ஊட்டுல கெட்ட காரியமெல்லாம் என்னாலதான் நடக்குதா? அப்பிடின்னா ராசியில்லாதவள இத்தினி வருசமா எதுக்கு வச்சியிருந்தி யாம்? வந்த அன்னிக்கே திருப்பி அனுப்பிவுடுறதுதான?'

'போடி ஊட்டுக்குள்ளார. எதுத்துஎதுத்துப் பேசிக்கிட்டு' என்று ராம சாமி சொன்னதைக் காதில்வாங்காமல் ராணி 'அங்க போயி என்னாத்தத் திம்பியாம்' என்று கேட்ட கிழவரைத் திருப்பி அடிப்பது மாதிரி 'இங்க என்னாத்தத் திங்குறனோ அதத்தான் அங்கேயும் திம்பன்' என்று சொன் னாள்.

'உப்புக்கும் மொளவாக்கும் அங்க கதம்பாடுறது தெரியாதாக்கும்' என் றார் கிழவர்.

'இங்க மட்டும் என்ன வாயிதாம்? எல்லாமிருக்கு பொட்டியில, கீரக் கடய மட்டும் சட்டியில்லயாம்.'

'எதுத்துஎதுத்துப் பேசுறியா? நரிக்குறத்தி மாரி இருக்கிறவள இயித்து வச்சித் தாலி கட்டச் சொன்னது எந் தப்புதான்.'

'ஊரு சுத்துற மாட்டுக்குக் கயித்த நீட்டுனது எந் தப்புதான்.'

'ஊரு சுத்துற மாட்டுக்கூட எதுக்கு இருக்குற? போக வேண்டிய எடத் துக்குப் போய்ச் சேர வேண்டியதுதான?'

'நான் கொண்டாந்ததக் கொடுத்திடு. இப்பியே நடயக் கட்டுறன்.'

'என்னாத்தக் கொண்டாந்தியாம்? நூறு வண்டி, இருநூறு வண்டின்னு கொண்டாந்து இறக்குனியா? ஊடு கூட்டுற வெளக்கமாறுகூட இல்லாம வந்தது மறந்துபோயிடிச்சா?'

'அப்பிடின்னா நான் கைய வீசிக்கிட்டா வந்தன்? நான் கொண்டாந்தத வச்சித்தான மூணு மவளுக்கும் கண்ணாலம் கட்டுன? நான் சொல்றது பொய்யின்னா அதெ வச்சி வாயிறவுளுவோ வாயாமப் போவட்டும்' என்று ராணி சொன்னதுதான் தாமதம், 'என்னடி சொன்ன? எந் தங்கச்சிவோ வாயாமப் போவணுமா?' என்று கேட்ட ராமசாமி, ராணியைக் கண்மண் தெரியாமல் அடிக்க ஆரம்பித்தான். ஏதோ பேச வந்தவளைப் பேச விடாமல் வாயிலேயே அடித்தான். கமலாவும், செல்வராஜுவும் அலறிக் கொண்டு அழுவதைப் பார்த்துவிட்டுதான் அடிப்பதை நிறுத்தினான். கடைசியாக 'போடி உள்ளார' என்று சொல்லி எட்டி உதைத்தான். பிறகு அந்த வேகத்திலேயே கடைப் பக்கம் நடக்க ஆரம்பித்தான்.

அழுது புலம்பிய ராணி வாயிலிருந்து வழிந்த ரத்தத்தைத் துடைத்துக் கொண்டாள். கன்னத்தில், முதுகில் வீங்கியிருந்த இடங்களைத் தேய்த்து விட்டுக்கொண்டாள். ராமசாமியையும் கிழவரையும் வாய்க்கு வந்தபடியெல்லாம் பேசினாள். 'பத்து ஜென்மத்துக்கு நாயா பொறந்தாலும்கூடப் பரவாயில்ல, பொண்ணா மட்டும் பொறக்கக் கூடாது. மீறிப் பொறந்தாலும் இந்த நாதேறி ஊட்டுல மட்டும் வாக்கப்படக் கூடாதுடா கடவுளே' என்று புலம்பிக்கொண்டிருந்தபோது அடுப்பிலிருந்து தீய்ந்த வாடை வருவது தெரிந்தது. 'அய்யோ, போச்சே' என்று அலறிக்கொண்டே வீட்டுக்குள் ஓடினாள்.

தெரு முனைக்குப் போன ராமசாமி போன வேகத்திலேயே திரும்பி வந்தான். கிழவருக்கு எதிரில் நின்றுகொண்டு கிழவரை எரித்துவிடுவது மாதிரி பார்த்தான். கோபத்தில் பல்லை நறநறவென்று கடித்தான். கிழவர் அவனை ஏறெடுத்துக்கூடப் பார்க்கவில்லை. அதனால், சலித்துகொண்டே திண்ணையில் போய் உட்கார்ந்தான். ஒரு நொடிதான் அவனால் உட்கார்ந்திருக்க முடிந்தது. எழுந்து வீட்டுக்குள் போய்த் தானாகவே தண்ணீர் மொண்டு குடித்தான். பிறகு 'யாண்டி ஒரே பொகயா இருக்கு?' என்று கேட்டான். ராணி வாயைத் திறக்கவில்லை. அதற்குப் பதிலாக மொறத்தை எடுத்து எதிர்ப் பக்கமாக வேகமாக விட்டெறிந்தாள். புகையால் தொடர்ந்து இருமல் வரவே ராமசாமி வெளியே வந்தான். அவனை அடுத்து இருமிக்கொண்டே வெளியே வந்த செல்வராஜை அதட்டலாக 'எங்கடா போற? போடா ஊட்டுக்குள்ளார' என்று சொல்லி விரட்டினான். அவன் கண்களைக் கசக்கிக்கொண்டே வீட்டுக்குள் போனான்.

தெரு முனையில் ஒரு கார் வந்து நின்றது. அதிலிருந்து உள்ளூர் ஆட்கள் மூன்று, நான்கு பேரும் வெளியூர் ஆட்கள் இரண்டு பேரும் இறங்கியது தெரிந்தது. காரை நோக்கிப் பிள்ளைகள் ஓடுவதும், ஒன்றிரண்டு பெரியவர்கள் போவதும் தெரிந்ததும் ராமசாமிக்குத் தலைகால் புரியாத அளவுக்

குக் கோபம் வந்தது. அதனால், எப்போதுமில்லாத அளவுக்குத் தடித்த குரலில் 'முடுவச் சொல்லு' என்றான்.

'ஒரே முடுவுதான். நான் செத்ததும் வித்துக்க.'

'எனக்குக் கோவம் வரும்.'

'நீ சம்பாரிச்சதுன்னு ஏதாச்சும் இருந்தா வித்துக்க.'

'நீ உருப்பட மாட்டெ.'

'இனிமே உருப்பட்டு நான் என்னா செய்யப் போறன்?'

'மனுசனா நீ?' என்று சொன்ன ராமசாமி ஆத்திரத்தில் தரையில் எட்டி உதைத்தான். கோபத்தில் நெடுக்கும் குறுக்குமாகச் சிறிது நேரம் நடந்தான். பிறகு வாசலுக்கு நேராக நின்றுகொண்டு 'யே,யே' என்று பலமுறை கூப் பிட்டான். சிறிது நேரம் கழித்து வெளியே வந்த ராணி கடுப்புடன் 'யேயிக்கு என்னா வச்சியிருக்கியாம்?' என்று கேட்டாள். அவளை எதற் காகக் கூப்பிட்டோம் என்பதை மறந்துவிட்ட ராமசாமி அலுப்புடன் 'எல் லாம் என் தலயெயித்து. இல்லன்னா ஒங்கிட்டெ வந்து மாட்டிக்கிட்டு மாரடிப்பனா?' என்று சொல்லிவிட்டு முகத்தைச் சட்டென்று திருப்பிக் கொண்டான். அடுத்து அவன் ஏதாவது சொல்வான் என்று எதிர்பார்த்தாள். அவன் பேசாததால் 'ஒனக்கு மட்டும்தான் தலயெயித்தா?' என்று சொன் னாள். பிறகு வீறாப்புடன் 'எதுக்குக் கூப்புட்டெ? மாட்டெ அடிக்கிற மாரி அடிக்கிறதுக்கா?' என்று கேட்டாள். 'அதான் கூப்புட்டவுடனேயே பக்குன்னு வந்துட்டெ. போடி, போயி வேலயப் பாரு' என்று சொல்லி விட்டு, அவள் என்ன சொல்கிறாள் என்பதற்காகக்கூடக் காத்திருக்காமல் மாட்டுத் தண்ணீர்த் தொட்டியின் விளிம்பில் போய் உட்கார்ந்துகொண் டான். 'பித்துப் புடிச்ச கூட்டத்திலெ வந்து மாட்டிக்கிட்டனே, கடவுளே' என்று சொல்லிக்கொண்டே வீட்டுக்குள் போனாள் ராணி.

ராமசாமியால் ஒரே இடத்தில் உட்கார்ந்திருக்க முடியவில்லை. அப் படி உட்கார்ந்திருந்தால் பைத்தியமே பிடித்துவிடும் போலிருந்தது. எதற் கும் அசைந்து கொடுக்காத ஆளாகக் கிழவர் இருக்கிறாரே என்று ஆச்சரி யப்பட்டான். அதே நேரத்தில் கோபமும் பட்டான். அவருக்கு எப்படிப் புரிய வைப்பது? புரிந்தும் புரியாததுபோல நடிக்கிறாரா? சரியான நேரத்தில் நிலத்தை விற்காவிட்டால் வரக் கூடிய நஷ்டம் எவ்வளவு என்பது புரியா மலிருக்குமா? நிலம் போகிறது என்று அவருக்கு மட்டும்தான் கவலையா? நிலத்தை விற்று விரயச் செலவா செய்யச் சொல்கிறோம்? எதற்காகப் பிடித்த பிடியில் நிற்கிறார் என்று யோசித்த ராமசாமிக்குக் கோபம் தலைக்கு ஏறியது. அதனால், விர்ரென்று எழுந்து பெட்டிக்கடையை நோக்கி நடக்க ஆரம்பித்தான்.

'முடிச்சாச்சா?' என்று கேட்டுக்கொண்டே வந்த முருகேசன், சிகரெட் ஒன்றை வாங்கிப் பற்றவைத்தான். பிறகு 'இது ஒரு அபூர்வமான டைம். பயன்படுத்திக்கணும். நம்ப நேரம், கம்பனிக்காரனா கொண்டாந்து பணத் தெக் கொட்டுறான். இருபது, முப்பதாயிரத்துக்குப் போவாத ஔக் காடெல் லாம் இன்னிக்கி ரெண்டு, மூணு லட்சமின்னு போவுது. இதுக்கு மின்னாடி ஒரு லட்சத்த மொத்தமா பாத்தவன் நம்ப ஊருல எவனாவது இருக்கானா? இது ஏன் ஒங்கப்பனுக்குப் புரியல?' என்று கேட்ட முருகேசன் புகையை நன்றாக உள்ளுக்கு இழுத்து ஊதினான். பிறகு நிதானமாக 'நாலு ரோடு வேற போடப்போறான். அப்ப ரோட்டு ஓரமா இருக்க நெலத்தயெல்லாம் அடிமாட்டு வெலக்கி அரசாங்கம் எடுத்துக்கப்போவுது. அதுக்கு இது எவ் வளவோ தேவலாம். நாலு ரோடு வந்ததாலதான் கம்பனிக்காரன் நெலத் தயே வாங்குறான்' என்று தொடர்ந்து பேச ஆரம்பித்தான். அவனோடு சேர்ந்துகொண்டு ராமசாமியும் ஊரில் யார்யார் எவ்வளவு நிலம் விற்றார் கள், எவ்வளவு பணம் வாங்கினார்கள் என்பதைப் பற்றிப் பேச ஆரம் பித்தான்.

ராமசாமியும் முருகேசனும் பெட்டிக்கடையில் நின்று வெகுநேரமாகப் பேசிக்கொண்டிருப்பது கிழவருக்குத் தெரிந்ததும் முன்பைவிட அவ ருடைய மனம் இறுகியது. 'அவனாலதான் இவன் ஆடுறானா? அவங்கூட இவனச் சேரவுடக் கூடாது' என்று நினைத்தார். தன்னுடைய எண்ணம் ஈடேறாவிட்டால் என்ன செய்வது என்ற கவலையும் அவருக்கு வந்தது. நடக்கக் கூடாத விபரீதம் நடக்கப் போவதாகத் தோன்றியது. அந்தக் கவ லையில் கைவேலையை மறந்துவிட்டு உட்கார்ந்திருந்தார்.

சோளத்தட்டை கட்டைத் தூக்கிக்கொண்டு வந்த பார்வதி கிழவருக்கு முன் போட்டு 'இதெ நறுக்கி மாட்டுக்கிட்டெ போடு' என்று சொல்லி விட்டு வீட்டுக்குள் போனாள். அவள் வருவதற்காகவே காத்திருந்தவள் மாதிரி ராணி வாய்விட்டு அழ ஆரம்பித்தாள். அவளோடு சேர்ந்துகொண்டு கமலாவும் செல்வராஜும் அழுதனர். பதறிப்போன பார்வதி என்ன நடந் தது என்று கேட்டாள். ராணியால் ஒரு வார்த்தைகூடப் பேச முடிய வில்லை. கமலாதான் ராமசாமி தன்னையும் செல்வராஜையும் ராணியை யும் அடித்ததையும், அதனால் ராணிக்கு உதடு கிழிந்துபோனதையும் சொன்னாள். அதோடு வீங்கிப்போயிருந்த இடங்களையும் காட்டினாள். காயம்பட்டிருந்த இடங்களைப் பார்த்த பார்வதிக்குக் கடுமையான கோபம் வந்தது. 'அப்பனும் மவனும்தான் துக்குரிக் கொணம் கொண்ட பயலுவளாச்சே. நானில்லாதப்ப நீ எதுக்குடி அவனுவோகிட்டெ போயி வாயக்கொடுத்த? புள்ளிவுளயும் அடிச்சியிருக்கானே, சண்டாளப் பய. அவன் வரட்டும், உண்டு இல்லன்னு பண்ணிப்புடுறன்' என்று சொல்லிக்

கொண்டிருக்கும்போதே ராமசாமி வீட்டுக்குள் வருவது தெரிந்தது. அவள் மல்லென்று அவனிடம் சண்டைக்குப் பாய்ந்தாள்.

'புள்ளிவுள எதுக்குடா அடிச்சவன்? பொட்டச்சியப் போட்டு அடிச்சி வாயக் கியிச்சி வச்சியிருக்கியே, இது குடும்பத்துக்காரன் செய்யுற வேல யாடா? ஒம் மனசுல என்னதான் நெனச்சிக்கிட்டிருக்க? ஊரு சுத்திப்புட்டு வந்து திங்குற திமுறு வாட்டமாடா?' என்று பார்வதி கேட்டதைக் காதில் வாங்காத ராமசாமி 'நாளக்கித்தான் கடசி. வந்து கையெயித்து போடுறாரா இல்லியான்னு ஒம் புருசன்கிட்டெ கேட்டுச் சொல்லு' என்று சொன்னான். அவன் சொன்னதைக் கேட்காத பார்வதி 'இனி ஒரு நாளக்கி புள்ளிவோ மேலயும், அவ மேலயும் கைய வச்ச, அவ்வளவுதான். ஒன்னெ உண்டு இல் லன்னு பண்ணிப்புடுவன். ஒன்னோட திமுறு வாட்டத்தயெல்லாம் வேற எங்கியாவது போயிக் காட்டு' என்று சொல்லிவிட்டுத் தொடர்ந்து ராமசாமி யைத் திட்டிக்கொண்டேயிருந்தாள். அவள் திட்டுவதைக் கேட்க முடியா மல் தரையில் இருந்த செம்பை எட்டி உதைத்துவிட்டு அவன் விர்ரென்று வந்து திண்ணையில் உட்கார்ந்துகொண்டான்.

'சோளத்தட்டய வெட்டி மாட்டுக்குப் போடச் சொன்னனே, போடல? கவுற அப்பறமா திரிச்சா என்ன?' என்று கேட்ட பார்வதி கடுப்புடன் கத்தியை எடுத்து வந்து தானே சோளத்தட்டையைத் துண்டுதுண்டாக வெட்டிப் போட ஆரம்பித்தாள். 'அப்பனுக்கும் மவனுக்கும் சூத்த முட்டுற மாரி கோவம்தான் வரும். காரியத்தில ஒண்ணுமில்ல' என்று சொல்லி முனகினாள்.

பார்வதியிடம் வந்த ராமசாமி வீறாப்புடன் 'நான் சொன்னது என் னாச்சி?' என்று கேட்டான். அவனைப் பார்க்காமலேயே 'ஒங்கப்பன் என்ன, காத தூரத்திலியா இருக்கிறாரு? கண்ணு மின்னாலதான குந்தியிருக் காரு? கேக்குறத நீயே கேளன். இடயிலெ நான் எதுக்கு எதுப்புச் சீட்டு ஆளு' என்று பார்வதி சொன்னாள். ராமசாமி அவளை முறைத்துப் பார்த் தான். பிறகு பார்வதி வெட்டிப் போட்டிருந்த சோளத்தட்டைகளை அள்ளிக்கொண்டு போய் மாடுகளுக்கு முன் போட்டுவிட்டுத் தண்ணீர்த் தொட்டி விளிம்பில் உட்கார்ந்தான். 'அவன் கேக்குறது கேக்கலியா? ஊருல உள்ளதுதான் நம்பளுக்கும். நமக்கு மட்டும் தனியாவா சட்டம் போடப் போறான்? ஊரே ஒக்கச்சேந்துகிட்டு ஓடும் போது நம்பளும் ஓடித்தான ஆவணும். எதிர்க்கச்சியா கட்ட முடியும்? அப்பிடிச் செஞ்சா ஊரே நம் பளப் பாத்துக் காறிமிய்யாதா?' என்று சொன்னதுதான் தாமதம், கிழவர் பார்வதியை ஏறஇறங்க வினோதமாகப் பார்த்தார். பார்வதிதான் பேசு கிறாளா என்ற சந்தேகம் அவருக்கு உண்டாயிற்று. பேச வேண்டும் போல இருந்தாலும் ஒன்றும் பேசாமல் தொடர்ந்து கயிறு திரிக்க ஆரம்பித்தார்.

'அந்தாளு தானும் சாவ மாட்டான். சாவுறவங்களயும் வுட மாட்டான். ஊர்ச் சனங்க எல்லாம் காட்டெ வித்து மெத்த மாளின்னு கட்டி வாயட்டும். நாம்ப மட்டும் இந்த செவுரு இடிஞ்ச ஊட்டுலியே கெடந்து சாவுவம். இத்தினி வருசக் காலத்திலெ அந்தாளு காட்டெ வுட்டு ஒரு நாளும் எட்டெ நவுந்ததில்லெ. என்னெயும் நவுற வுட்டதில்லெ. அந்தக் காட்டெ வச்சிக்கிட்டெ அந்தாளு சாவட்டும்' என்று பார்வதி சொன்னதும், கிழவர் கயிறு திரிப்பதை நிறுத்திவிட்டுப் பார்வதியை நிதானமாகப் பார்த்தார். பிறகு 'ஒங்கப்பன் எனக்கு எதுக்குப் பொண்ணு கொடுத்தான் தெரியுமா?' என்று கேட்டார்.

'யான் தெரியுமா? வெக்கங்கெட்டுப்போயிதான். வேறென்ன?'

'சும்மா இருடி, மயிரான் மவள.'

'ஆத்த மாட்டாதவன் ஆத்தாளயும் மவளயும் கட்டிக்கிட்டானாம். அந்த மாரிதான் எங்கப்பங்காரன் ஒங்கிட்டெ வந்து என்னெப் புடிச்சிக் கொடுத்தான். அஞ்சாறு கப்பல் வச்சியிருக்கன்னா பொண்ணு கொடுத்தான்?'

'அதில்லடி அறிவு கெட்டவன் மவள. அந்தக் காலத்திலெ இந்த ஊருல எட்டுக் காணி நெலம் வச்சியிருந்தது எங்கப்பன் ஒருத்தந்தான். அந்த நெலத்த நம்பித்தான் ஒன்னெ எனக்குக் கொடுத்தான் ஒங்கப்பங்காரன்.'

'வரவும் சோளமும் வெளயுற கொல்லன்னு அந்த மன்னாருசாமிக்குத் தெரியாதுபோல இருக்கு. மண்ணாங்கட்டி மாப்புள்ளெக்கி எருமுட்டெ பணியாரம்தான்.'

'அந்த வரவும் சோளமும் வெளயுற காட்டாலதான் ஊருல 'காணி மிராசு, பட்டாக்காரன்'ன்னு பேரு இருக்கு.'

'அப்படின்னா அந்தக் காட்டுலியே ஒன்னெக் கொண்டுபோயி அடக்கம் பண்ணிக்க' என்று பார்வதி சொன்னதும் கிழவருக்கு வாயடைத்துப் போயிற்று. தன்னுடைய கைப்பொருள் போகப்போகிறது என்ற எண்ணம் அவருக்கு முதன்முதலாக வந்தது. அதனால், மின்சாரத்தால் தாக்கப்பட்டவர்போல் அதிர்ந்து போனார். ஆனாலும், தன் உயிரை இழந்தால்கூடப் பரவாயில்லை, நிலத்தை மட்டும் இழக்கக் கூடாது என்ற வைராக்கியம் வந்தது. கயிறு திரிப்பதை விட்டுவிட்டு உட்கார்ந்திருந்த கிழவரிடம் 'முடுவச் சொல்லு' என்று நிலைகோல் போட்டு நின்றுகொண்டு மீண்டும் நச்சரிக்க ஆரம்பித்தான் ராமசாமி. அவனுடைய நச்சரிப்பைத் தாங்க முடியாமல் 'யாண்டா என்னோட தங்கத்த தாரவாக்குறதுக்கு இம்மாம் அல அலயுற?' என்று கோபமாகக் கேட்டார்.

'வரகு வெளயுற காட்டெ வச்சிக்கிட்டு என்னா பண்றது?'

'சோறு சாப்புடலாம்.'

'ஒங்கிட்டெ மனுசன் பேசுவானா? சொல்றத புரிஞ்சிக்காம. நம்ப நெலத்தச் சுத்தியிருக்கற நெலத்தயெல்லாம் வாங்கிப்புட்டான். கம்பி வேலி, மதிலு சுவருன்னு கட்டிப்புடுவான். அப்பறம் நம்ப நெலத்துக்கு வேணுமின்னே போவ வர வயி இல்லாமப் பண்ணிப்புடுவான். அந்த மாரி ஆயிப்புட்டா நம்பளால ஒண்ணும் பண்ண முடியாது. கடசியிலெ வேற வயி இல்லாம நம்பளே போயி நெலத்த வச்சிக்கன்னு அவங்கிட்டெ தொங்கணும். அப்ப அவன் அடிமாட்டு வெலக்கித்தான் கேப்பான். அதுக்குப் பதிலா இப்பியே கொடுத்தா நாலு பணமாவது கூடக் கெடக்கும். கம்பனிக்காரன்கிட்டெ பணமிருக்கு. அவன் சொல்றது, செய்யுறதுதான் நாட்டுல மேவும். இந்த ஊருல ஒன்னெத் தவுத்து மத்தவங்கயெல்லாம் போட்டிப் போட்டுக்கிட்டுப் போய் நெலத்தக் கொடுக்கல? ஊருல நடக்குற எல்லாத்தயும்தான் நீயே ஒங் கண்ணால பாக்குறியே. அப்புறமென்ன? எனக்கு மட்டும் நெலத்த விக்கணுமின்னு ஆசயா? ஊரே கூடி நம்பளக் கவுக்க பாக்குறானுவோ.'

'எல்லார்கிட்டெயும் இந்த நெலம்தான் பாக்கின்னு சொல்லிச்சொல்லித் தான் ஊருல இருக்கிற நெலத்தயெல்லாம் வளச்சிப்போடுறான்.'

'எப்பிடியோ வாங்குறான். நமக்கென்ன? நாளக்கி நீ கையெயித்துப் போடுறியா, இல்லியா? அதெ மட்டும் சொல்லு.'

'இல்லங்கிற எடத்திலெ பல்லியும் சேராது. கொடுத்துப்புட்டா அப்புறம் வாங்க முடியுமா?'

'ஊருல இருக்கிறவனெல்லாம் கொடுக்கல? நீதான் ஒலகத்திலேயே இல்லாத அதிசயமான நெலம் வச்சியிருக்கியா? சரியான ஒளக் காடுங்கிறது மறந்துடுச்சா?'

'ஒளக் காடுதான். யாரு இல்லன்னா? கரும்பு கோணலா இருந்தா தித்திக்காதா? நீ சொல்ற ஒளக் காட்டெ வச்சித்தான் இத்தினி வருசமா குடும்பம் நடத்துனன். ஒங்களயும் வளத்தன். அதெ வச்சித்தான் இப்ப ஒன்னோட புள்ளிவுளும் வளருது.'

'அந்த நெலமில்லன்னா செத்திருப்பமா?'

'செத்திருக்க மாட்டம். காணிக்காரன் பூமிக்காரன்னு பேரு இருக்குமா? அந்த நெலம் இருக்கிறதாலதான், வெளயுறதாலதான் நாலு பேரு இந்த ஊட்டுக்கு வர்றாங்க. படி கேட்டு தொம்பன், பரியாரி, வண்ணான், கூத்தாடின்னு பல பேரு வரப் போவ இருக்காங்க. நீ சொல்ற மாரி தங்கமான நெலமா இருந்தாலும் பயிர் பண்ணலன்னா காக்கா குருவிகூடக் காட்டுப் பக்கம் வராது.'

'காக்கா குருவிக்காகத்தான் பயிர் பண்றியா?'

'ஆடு, மாடு, காக்கா, குருவின்னு எல்லாத்துக்கும் சேத்துதான்.'

'நல்ல ஆளுதான் நீ. கதெ வசனம் பேசாம முடுவச் சொல்லு.'

'நெலத்த வித்துப்புட்டு ஆடுமாடு தீனிக்கி என்னா பண்றது?'

'அதுவுள மேய்க்கத்தான் ஆளில்லியே. எல்லாச் சனியனையும் ஓட்டிக் கிட்டுப் போயி சந்தயிலெ வித்துத் தள்ளு.'

'எல்லாத்தயும் வித்து சிகரெட் ஊதவா? ஆடுமாடு வாணாம், கம்பனி வேணும். அப்படித்தானா?'

'காலம் போற போக்கு ஒனக்குப் புரியல.'

'எல்லாம் எனக்குப் புரியுது. எல்லா எடத்தயும் கட்டடமா கட்டிப் போட்டுட்டா பயிர் எங்க பண்றது? சோறு எப்பிடித் திங்குறது? மங்குதிர ஏறிக்கிட்டு ஆத்துல இறங்கப்போறங்கிற. ஒன்னெ ரோட்டுல நிக்கவுடப் போறானுவோ, பாத்துக்க.'

'எல்லாம் எனக்குத் தெரியும்.'

'நெலத்த கொடுத்தா நெலம் மட்டுமா போவும்? ஆடு மாடு போவும், கோயி போவும், வண்டி போவும், மாடு தண்ணி குடிக்கிற தண்ணித் தொட்டிப் போவும், வெத நெல்லு, வெத தானியம், வெதப் புட்டி, ஏரு, கலப்ப, பூட்டாங்கவுறு, நெல்லு குத்துற உரலு, உலக்கன்னு பலதும் போவும். படி, வள்ளம், மரக்கா இருக்காது. குதிர் இருக்காது. மம்பட்டி, களக்கட்டு, அருவான்னு ஒண்ணும் இருக்காது. இந்த ஊட்டுல இருக்கிற எல்லாப் பொருளும் போயிட்டா நீயும் நானும்தான் இருப்பம். நீயும் நானும் இருக்கிறதுக்கு பேருதான் ஊடா? எல்லாம் போன பின்னால நீயும் நானும் எதுக்கு இருக்கணும்? எப்பவும் மூட்டமூட்டயா அடுக்கியிருந்த ஊட்டுல படுத்திருந்தவன், வெறும் ஊட்டுல படுத்திருக்க முடியுமா? அதுக்கு, செத்துப் போகலாம்ண்டா. மூளியா இருக்கிற ஊட்டெ எவன் மதிப்பான்? ஊட்டுல இருக்கிற பொருளெல்லாம் போனா மானம் போயிடும். உசுரு போனாக்கூட பரவாயில்லெ. மானம் போவக் கூடாதுடா. அரக் காசுக்குப் போன மானம் ஆயிரம் காசு கொடுத்தாலும் திருப்பி வராதுடா. இந்த ஊருல ஒன்னெ ஒருத்தன் மதிக்கிறான்னா அது நீ போட்டிருக்கிற வெள்ள வேட்டி, வெள்ளச் சட்டைக்காவா? கம்பனிக்காரன் ஒன்னெ எதனால தேடிக்கிட்டு வர்றான்? ஆளு வாட்ட சாட்டமா இருக்கியே, அதுக்காவா? எல்லாம் அந்த ஒளக் காட்டாலதான். அந்தக் காடு போயிட்டா நீ என்னா பண்ணுவ?'

'பணத்தோட வேலயும் தர்றான்.'

'என்னா வேலெ?'

‘என்னெ நீ பெரிய படிப்பா படிக்கவச்ச? எட்டாவதுதான? அதுக்குத் தகுந்த வேலதான் கொடுப்பான். கூட்டுற வேல.’

‘ஒலகத்திலேயே பெரிய வேலதான். நெலத்தெப் புடுங்கிக்கிட்டு கூட் டுற வேல தர்றனா? சோத்தெப் போட்டுட்டுத் தொண்டய நெரிக்கிற மாரிதான்.’

‘கெயவன்கிட்டெ பேசி ஜெயிக்க முடியாது’ என்றாள் பார்வதி.

‘இந்தாளுகிட்டெ இத்தனி வருசமா எப்பிடிம்மா காலந்தள்ளுன?’

‘வெக்கங்கெட்டுப்போயிதான். வேறென்ன?’ என்று சொன்ன பார்வதி, நறுக்கிப் போட்ட சோளத் தட்டைகளை அள்ளிக்கொண்டுபோய் மாடு களுக்கு முன் போட்டாள். திரும்பி வந்து உட்கார்ந்து எஞ்சியிருந்த வற்றை நறுக்கிப் போட ஆரம்பித்தாள். அப்போது அரிசி அலசிய தண்ணீ ரையும், காய் அறுத்துப்போட்டு அலசிய தண்ணீரையும் கொண்டுவந்து வீட்டுக்குக் கிழக்குப் புறமாகக் கட்டியிருந்த ஆடுகளுக்குக் குடிப்பதற்காக வைத்தாள் ராணி.

வீட்டுக்குள்ளிருந்து வெளியே வந்த செல்வராஜ், பார்வதியிடம் வந்து உட்கார்ந்துகொண்டு சோளத் தட்டைகளை வெட்டுவதைப் பார்க்க ஆரம் பித்தான். தானாகவே கொஞ்சம் சோளத்தட்டைகளை அள்ளிக்கொண்டு போய் மாடுகளுக்கு முன் போட்டான். அப்படியே தெருப் பக்கம் நழுவப் பார்த்தான். அவனைக் கூப்பிட்டு ‘இருட்டுற நேரத்திலெ எங்கடா போற?’ என்று கேட்டுத் தலையில் கொட்டினான் ராமசாமி. அழ ஆரம்பித்த பையனை இழுத்து மடியில் படுக்க வைத்துக்கொண்டு ‘நெனச்சதுக் கெல்லாம் யாண்டா புள்ளெயப் போட்டு அடிக்கிறவன்? வெளயாடுற புள்ளெ ஒரு எடத்திலெ இருன்னா இருக்குமா? ஒனக்குக் கோவமின்னா ஒங்கப்பன்கிட்டெபோயி காட்டு’ என்று சொல்லி ராமசாமியைப் பார் வதி திட்டினாள்.

‘கமலா, கமலா’ என்று கூப்பிட்டான் ராமசாமி. திருதிருவென்று விழித் துக்கொண்டே வெளியே வந்த கமலாவிடம் ‘ஒங்கம்மா என்னா பண்றா?’ என்று கேட்டான். பதில் சொல்லவந்த கமலாவைப் பதில் சொல்ல விடா மல் ‘ஏதாவது பண்ணிட்டுப்போறா பிச்சக்காரன் மவ. அவளோட அப்பன் புத்திதான் அவளுக்கும் இருக்கும். சரி, நீ போயி குடிக்கிறதுக்குத் தண்ணீ கொண்டா’ என்று சொன்னான். கமலா வேகமாக வீட்டுக்குள் போனாள். திடீரென்று அவனுக்கு என்ன தோன்றியதோ, குடிப்பதற்குத் தண்ணீர் கொண்டுவரச் சொன்னதை மறந்துவிட்டு விர்ரென்று பெட்டிக்கடையை நோக்கி நடக்க ஆரம்பித்தான்.

‘கண்ணாலம் கட்டி ரெண்டு புள்ளெ பெத்தவன்கிட்டெ போயி எதுக் குத் தர்க்கம் பண்ணிக்கிட்டிருக்க? ஊருல நடக்குறதெதான சொல்றான்?

இன்னிக்கிக் காட்டுல களவெட்ட வந்த பொட்டச்சிவோகிட்டெ நானும் தான் வெசாரிச்சன். நம்ப நெலத்தச் சுத்தியிருக்கிற காட்டுக்காரன் பூரா பேரும் கையெயித்துப் போட்டுட்டானுவளாம். பணத்த மட்டும் வச்சிக்கிட்டு சனங்க என்னாப் பண்ணப்போவுதுவளோ தெரியல. ஊருக்கே கொள்ள நோவும் அவக்கேடும் வந்தாப்ல இருக்கு' என்று பார்வதி சொன்னதும், 'நம்ப தெக்கால காட்டுக்காரன் சின்னசாமியும் கொடுத்திட்டானா?' என்று ஆச்சரியத்துடன் கேட்டார் கிழவர்.

'நாளக்கித்தான் கடைசின்னு முந்தாநாளே கையெயித்து போட்டுட்டானாம் அந்த ஆளு.'

'சரிதான். நெருப்புல பூச்சிவோ தானா போயி வியிந்து மடியுறாப்புலதான் இருக்கு' என்ற கிழவர் கயிறு திரிப்பதை நிறுத்திவிட்டுப் பேசாமல் உட்கார்ந்திருந்தார். அவருக்கு ஒரே குழப்பமாக இருந்தது. ஊர்காரர்கள் செய்வது சரியா என்று தன்னையே கேட்டுக்கொண்டார். ஊருக்குப் பெரிய கெடுதல் வருவதுபோல உணர்ந்தார். அதனால், தன்னுடைய நிலம் கைமாறிப் போய்விடுமோ என்ற கவலை அவரை அரிக்க ஆரம்பித்தது. அதே நேரத்தில் அவருடைய நம்பிக்கையும் படிப்படியாகக் குறைய ஆரம்பித்தது. 'சனங்க போற போக்கு சரியில்லியே' என்று சொல்லிக்கொண்டே கிழவர் அருகில் வந்த கோழியை விரட்டியடித்தார்.

'ரோட்டோரமா நெலம் வச்சியிருந்தவனுக்குத்தான் கொள்ள லாவம். உள்காட்டயெல்லாம் சீந்த மாட்டங்குறான். எங்கிருந்துதான் தேடிப் புடிச்சி இந்த ஊருக்கு வந்தானோ, ஊருக்கே சனிபுடிச்சாப்ல ஆயிப் போச்சி. ஊருல பணம் இல்லாதவங்க ஊடுன்னு ஒண்ணு பாக்கியில்லெ. எப்பயும் இல்லாத புது வயக்கமா பணத்தயெல்லாம் கொண்டுபோயி நகக் கடயிலயும் துணிக் கடயிலயும்தான் கொட்டுதுவோ சனங்க' என்று பார்வதி ஊர் நடப்பைச் சொல்லிக்கொண்டிருந்தாள். அவள் சொல்வதில் ஒரு வார்த்தைகூடக் கிழவரின் காதில் விழவில்லை. தன்னுடைய நிலம் எங்கே பறிபோய்விடுமோ என்ற கவலையில் பேச்சற்றுப்போய் உட்கார்ந்திருந்தார்.

பெட்டிக்கடையிலிருந்து வந்த ராமசாமி பார்வதிக்குப் பக்கத்தில் கிடந்த மர உரலில் உட்கார்ந்தான். திடீரென்று ஞாபகத்திற்கு வந்தது மாதிரி 'என்னம்மா ஆச்சி?' என்று பார்வதியிடம் கேட்டான். பார்வதி வாயைத் திறக்கவில்லை. திரும்பத்திரும்பக் கேட்டான். பிறகு, கடைசியில் கோபமாக 'அந்த நெலத்திலிருந்து என்னா வருதுன்னு வீம்பு புடிக்கிறாரு?' என்று அவன் கேட்டதும், அதுவரை தரையைப் பார்த்தவாறு உட்கார்ந்திருந்த கிழவர் வெடுக்கென்று தலையைத் தூக்கி ராமசாமியை எரித்துவிடுவது மாதிரி பார்த்தார். 'நெலத்தில இருந்து ஒண்ணுமே வரலியா?

வருசத்துக்கு அம்பது அறுவது மூட்டெ நெல்லு வெளயில? கல்லெ, எள்ளு, சோளம், வரவுன்னு வெளயில? மோட்டாங் காட்டுல துவர, மல்லின்னு வெளயில? அது வெளயாமத்தான் இத்தினி வருசமா சோறு திங்குறமா?'

'வெளஞ்சி என்னாத்துக்கு ஆச்சி? எத்தன மாடி ஊடு கட்டியிருக்கிற?'

'மாடி கட்டத்தான் காடு வெளயுதா? சோறு திங்கிறதுக்கு இல்லெ?'

'சோறு தின்னா மட்டும் ஆச்சா?'

'பின்னெ என்னாப் பண்ணனுங்கிற? அந்தக் காட்டுல வெளஞ்சத வச்சித்தான் மூணு பொட்டப் புள்ளிவுளுக்குக் கண்ணாலம் கட்டிக்கொடுத்துச்சி. காட்டுலேர்ந்து வந்தத வச்சித்தான் மூணு பொட்டப் புள்ளிவுளுக்கும் இன்னிய தேதிமுட்டும் நல்லது கெட்டது பண்ணுது. அதுல வந்தத வச்சித்தான் ஒனக்குக் கண்ணாலம் கட்டுச்சி. எல்லாத்துக்கும் மேல என்னெயும் ஒன்னெயும் வளத்தது அந்த ஒளக் காடுதான். அந்தக் காடுதான் இப்ப ஒம் புள்ளிவுளுக்கும் சோறு போடுது. மனுசனுக்கு சோறுதான வேணும்? இந்த ஊட்டுல நூறு பேரு இருந்தாலும் அத்தன பேருக்கும் அந்தக் காடு சோறு போட்டுடும். மனுசன் நூறு மாடி கட்டணும், கப்பல் வாங்கணுமின்னு ஆசப்பட்டா, அதுக்குக் காடு என்னா பண்ணும்?'

'சோறு போடும், சோறுபோடும்ங்கிறியே, ஊருல நெலம் இல்லாதவங்கெல்லாம் செத்தாபோயிட்டாங்க? உசுரோட இல்லெ?'

'காணி மிராசுங்கிற பேரு போயிடும்ல?'

'அந்தப் பேரு மசுரு இருந்து என்னாத்துக்கு ஆவப் போவுது?'

'நெலத்தெ விக்குறதுக்கு இந்தப் பாடு படறியே, அந்த நெலம் என்னா கெடயிலெ கெடக்குன்னு பாத்திருக்கியா? கெணத்தோட சுத்துச்சுவரு இடிஞ்சிப் போயி கெடக்கு. தெக்கால கொல்லயிலெ வெள்ளம் போயி போயி வாரியா போயிடுச்சின்னு அக்கறப்பட்டிருக்கியா? புளியமரத்துக் கொல்லயிலெ வடக்கால காட்டுக்காரன் போன பயிருக்கு நாலு ஏரு கரய சேத்துப் புடிச்சி ஓட்டிப்புட்டான். அதெ 'யாண்டா'ன்னு கேட்டுருக்கியா? குறுக்க நெடுக்கன்னு காட்டுப் பக்கம் அடி வைக்காத நீ, நெலத்த வெல பேச மட்டும் வந்துட்டெ.'

'நான் காட்டுக்கு வந்ததே இல்லியா? நானில்லாமதான் காட்டுப் பயிரெல்லாம் ஊட்டுக்கு வந்து சேருதா?'

'ரெண்டு மூணு மாசத்துக்கு மின்னாடி ஒனக்கும் கருப்பன் மவனுக்கும் சண்ட வந்தப்ப 'இந்த ஊருலியே பத்துக் காணி பூமிக்காரன் நான் ஒருத்தன் தான். எம் மசுர ஒருத்தனாலயும் புடுங்க முடியாது'ன்னு ஊரே திரண்டிருக்கும்போது சொன்னியே. எதெ வச்சி அப்பிடி சொன்ன?'

'எனக்கு மட்டும் நெலத்தெ விக்கிறதுக்கு ஆசன்னா நெனச்சிக்கிட்டெ? கம்பனிக்காரனுக்கு மின்னாடி ஊருக்காரப் பயலுவோதான் நம்பளக் கவுக்கப் பாக்குறானுவோ. மத்தவங்க விக்கலன்னா நான் ஏன் இதெப் பத்திப் பேசப்போறன்? காட்டெக் கொடுத்துட்டு எதெ வச்சி சோறு திங்கிறதுன்னு நான் மட்டும் யோசிக்க மாட்டனா? நான் மட்டும் மனுசனில்லியா?'

'நூறு காணி, இருநூறு காணின்னு இருந்தா ஒரு ஓரம் பாரத்தக் கைய காட்டிப்புட்டுப் போவலாம். அதுக்குத்தான் வயி இல்லியே. நம்பகிட்டெ இருக்கிறதே ஒரு கோமணம்தான். அதெயும் கொடுத்துப்புட்டு நடுத் தெருவுல 'நாராயணா'ன்னு நிக்குறதா? கால ஜீவனத்தெ எப்பிடி ஓட்டுறது?'

'இப்பத்தான் ரெண்டு ரூவாயிக்கி ஒரு கிலோ அரிசி தர்றானே.'

'ரேசன் கடயிலப் போயி நின்னா பேரு கெட்டுப் போவாதா? பொயப்புச் சிரிச்சிப்போவாதா? பங்கும் பங்காளிங்க, ஒறவுக்காரனுங்க ஒரு காசுக்கு மதிப்பாங்களா? காடு இருக்கிறதாலதான் இன்னியமுட்டும் காய் வாங்க, மொளகா, புளி வாங்கன்னு கடக்கி ஆளு வுடாம இருக்கிற. இனிமே அதுக்கெல்லாம் காசிதான் கொடுக்கணும். சரி, எந்தப் பயிரோட கொல்லிய வுடனுமாம்?'

'இந்தப் பயிரோடத்தான்.'

'ஓகோ, அப்படியா?'

'அவன் மட்டும் ஆம்பள இல்லியா? அவனுக்கு மட்டும் தெரியாதா? பொண்டாட்டி புள்ளென்னு இருக்கிறவனுக்குப் பொறுப்பு அக்கற இருக்காதா? ஊருக்காரப் பயலுவோ ஒண்ணுசேந்தாப்ல போயி வியிம்போது அவன் மட்டும் என்னா செய்வான்? உள்ளெ நெலவரத்ததான அவன் சொல்றான்?' என்று பார்வதி சொன்னதும் கிழவர் அவளை ஏறஇறங்கப் பார்த்தார். கோபம் தணிந்தவர் மாதிரி நிதானமாகக் கேட்டார். 'நெலத்தக் கொடுத்துப்புடலாம். அந்தப் பணத்தை வாங்கி என்னா பண்றது?'

'வேற எங்கியாச்சும் நெலம் புதுசா வாங்கிக்க வேண்டியதுதான். இல்லன்னா பொட்டிக்கடெ, டீக் கடென்னு வச்சிப் பொயச்சிக்க வேண்டியதுதான்' என்று ராமசாமி சொன்னதும் கிழவர் கேலியாகச் சிரித்தார். பிறகு 'நல்லா இருக்குடா ஞாயம். கூப்புடுற தூரத்திலெ ரோட்டு மேல இருக்குற நெலத்தெக் கொடுத்துப்புட்டு மூணு மைலு, நாலு மைலுன்னு தாண்டிப் போயி நாம்ப நெலம் வாங்கணும், இல்லெ? கம்பனிக்காரன் மேனி நோவாம ரோட்டு மேலியே வந்து ரோட்டு மேலியே போவான். அவனுக்கு ஒடம்பு வலிக்கக் கூடாதின்னுதான் ஊருக்காரப் பயலுவோ அக்கறப்படுறானுவோ. உள்காட்டுலப் போயி நாம்ப நெலம் வாங்குனா அதுக்குப் பத்திரச் செலவ ஆரு போடுறது? அப்படியே வாங்குனாலும் நம்ப நெலம் மாரி ஊருலெ நல்ல அயனான நெலம் எங்க இருக்கும்?'

'டீக்கடெ வச்சிடலாம்.'

'இன்னொருத்தன் எச்சி கிளாசிய கயிவித்தான் சோறு திங்கணுமா? நம்ப சாதிக்கேத்த, குடும்பத்துக்கேத்த தொயிலாடா அது? நெலத்த வித்த நூறு பேரும் பொட்டிக்கடெயோ, டீக்கடெயோ வச்சா பொருளு வாங்க வரவங்க யாரு?'

விறகு எடுப்பதற்காக வெளியே வந்த ராணி ஒரு தினுசாகக் கிழவரைப் பார்த்தாள். சளி வந்து அடைத்துக்கொண்டது மாதிரி பலமாக இரண்டு மூன்று முறை காறித் துப்பினாள். விறகை எடுத்துக்கொண்டு வீட்டுக்குள் போகும்போது 'வுட்டுட்டுப் போயன். ஒனக்கு மட்டும்தான் வேத்திருக்கா? செத்தா அவங்கப்பனக் கொண்டுபோயி பொதச்ச மாதிரி இந்தக் கெயவ னயும் அந்தக் காட்டுலியே கொண்டுபோயி பொதச்சிப்புடு. செத்தப் பெற வும் கெயவனோட ஆவியும் அந்தக் காட்டெயே பேயாட்டம் சுத்திச்சுத்தி வரட்டும்' என்று சொல்லிவிட்டுப் போனாள். அவளை முறைத்துப் பார்த் தார் கிழவர்.

சோளத்தட்டை வெட்டி முடித்ததும் துண்டாக்கிப் போட்டவற்றை அள்ளிக்கொண்டுபோய் மாட்டுக்குப் போட்டுவிட்டு வீட்டுக்குள் போனாள் பார்வதி. போனவள் வெளியே வராததால் ராமசாமி வீட்டுக்குள் போனான். பிறகு வெளியே வந்தான். சிறிது நேரம் நின்ற நிலையிலேயே இருந்தான். கிழவரைப் பார்த்தான். அவர் கயிறு திரித்துக்கொண்டிருப்பது அவனுக்கு எரிச்சலை உண்டுபண்ணிற்று. கிழவரைப் பார்க்கப் பிடிக்காமல் பெட்டிக் கடைப் பக்கம் நடக்க ஆரம்பித்தான்.

வெளியே வந்த பார்வதி 'இருட்டுல எதுக்குக் குந்திக் கெடக்குற? தண்ணி கிண்ணி வேணுமா? செத்த நேரம் படுத்திருந்துட்டு அப்பறமா கவுறத் திரியன்' என்று சொன்னாள். கிழவர் வாயைத் திறக்காததால் வெறுப்படைந்து 'ஊரே ஒரு பரமா ஓடும்போது, இவுரு மட்டும் எதிர்ப் பரமா ஓடப்பாக்குறாரு. ஒலகம் புரிய வேணாம்? நாட்டுல என்னா நடக் குதுன்னு தெரிய வாணாம்?' என்று சொல்லிச் சலித்துக்கொண்டாள். திடீ ரென்று நினைவுக்கு வந்தது மாதிரி 'நாளக்கி நெல்லு அறுக்கிறதுக்கு ஆள் சொல்லிப்புட்டு வர்றன்' என்று சொல்லிவிட்டுக் கிழக்குப் பக்கமாகப் போனாள். அவள் போவதையே பார்த்த கிழவருக்கு ஆச்சரியமாக இருந் தது. பேசியது பார்வதிதானா என்ற சந்தேகமும் உண்டாயிற்று. 'எல் லாருமா சேத்து எங் கண்ணெப் புடுங்கப் பாக்குறாங்க' என்று சொன்ன கிழவர் கயிறு திரிப்பதில் வேகம் காட்டினார்.

'புள்ளாண்டான் போறதப் பாத்தியா? தம்பிக்குத் தரெ எது, பாத எதுன்னுக்கூடத் தெரியாமப் போறாரு. எல்லாம் கம்பனிக்காரன் பணம் பண்ற பாடு. கம்பனிக்காரன் பணத்தால ஊரே தலகீயாப் பூடுச்சி. ஊருல

இன்னம் என்னென்ன அதிசயமெல்லாம் நடக்கப் போவுதோ. ஆரு கண்டா?' என்று, குடித்துவிட்டுத் தள்ளாடிக்கொண்டே போன குமாரைப் பற்றி இரண்டு பெண்கள் பேசிக்கொண்டு போவதைக் கேட்டதும் கிழவர் சட்டென்று அப்பெண்களைப் பார்த்தார். இருட்டாக இருந்ததால் ஆள் அடையாளம் தெரியவில்லை. ஆனாலும், அப்பெண்களின் பேச்சு கிழவரைப் பதற்றமடைய வைத்தது. ராமசாமியைப் பற்றியும் பின்னொரு நாள் இப்படித்தான் பேசுவார்களோ என்ற எண்ணம் வந்ததும் அவருக்கு உயிர் நாடியே அடங்கிவிட்டது போலிருந்தது. கைப்பொருள் விரயமாவதோடு அவப் பெயரும் அல்லவா வந்து சேரும் என்று நினைத்தார். என்ன நடந்தாலும் நிலத்தை விற்கக் கூடாது என்ற வைராக்கியம் வலுவாயிற்று. கம்பனிக்காரன் கேட்கிற நிலத்தை வாங்குவதற்காகத் தன்னுடைய அப்பாவும் அம்மாவும் தானும் பட்ட கஷ்டமெல்லாம் அவருக்கு நினைவுக்கு வர ஆரம்பித்தது. மறுநொடியில் அவருடைய கண்கள் கலங்கின.

கிழவருடைய அப்பாவுக்கு அரைக் காணி மோட்டாங்காடும் ஒரு கூரை வீடும் மட்டும்தான் இருந்தன. அந்த அரைக் காணி நிலத்தை வைத்துதான் பத்துக் காணி நிலத்தைச் சம்பாதித்தார். அதற்காக அவர் பட்ட பாடு கொஞ்சநஞ்சமல்ல. அது கடவுளுக்குத்தான் தெரியும். காலையில் எழுந்ததுமே பெண்டாட்டியை இழுத்துக்கொண்டு சாணி பொறுக்குவதற்காகப் போவார். காடுகாடாக அலைந்து பதினோரு மணிவரை சாணியைப் பொறுக்கிக் கொண்டுவந்து முட்டாகக் குவித்து வைத்து, எருவாக்கி விற்பார்கள். சாயங்காலத்தில் விறகு வெட்டி வந்து விற்பார். தீபாவளி, பொங்கல் போன்ற விசேச நாட்களில்கூட வீட்டில் தங்க மாட்டார்கள். நல்ல சோறு, நல்ல குழம்பு வைத்துச் சாப்பிட மாட்டார்கள். எல்லா நாளுமே தண்ணீரில்தான் சோறு சாப்பிடுவார்கள். அப்பா அம்மாவோடு சேர்ந்துகொண்டு எட்டு வயதிலேயே கிழவரும் காடுகாடாகச் சாணி பொறுக்கப் போயிருக்கிறார். விறகு வெட்டப் போயிருக்கிறார். பத்து வயதில் வாரத்திற்கு நான்கு ஆடுகளை பிடித்து மேய்க்க ஆரம்பித்தார். ஐந்தாறு வருசத்தில் சொந்தமாக ஒரு பட்டி ஆடு உருவாயிற்று. அந்த ஆடுகளை விற்றுவிற்றுதான் கால் வீசம், அரை வீசம் என்று சேர்த்துக் கால் காணி, அரைக் காணி என்று நிலம் வாங்கிச் சேர்த்தார்கள். கிணறு இருக்கிற நிலத்தை வாங்கும்போது பத்திரச் செலவுக்குப் பணமில்லாமல் தவித்தபோது வேறு வழியின்றி 'தாலியக் கொடு. கல்லப் போட்டதும் புதுசாவே எடுத்துப் போடுறன்' என்று கேட்க, 'என் உசுர எடுத்துக்க, தாலிய மட்டும் கேக்காத' என்று ஆரம்பித்த சண்டை கிழவருடைய அப்பாவையும் அம்மாவையும் ஆறு மாதம் பிரித்துவைத்தது. ஆறு மாதம் கழிந்தாலும் கடைசியில் தாலியை விற்றுத்தான் நிலத்தைப் பதிவு செய்தார். 'கல்லப் போட்டு எடுத்துத் தர்றன்' என்று சொன்னதோடு சரி. எத்தனையோ முறை கடலையும் போட்டார்.

எள், கொத்தமல்லி என்று எவ்வளவோ தானியங்களை விற்றார். பணம் சேர்த்தார். நிலம் சேர்த்தார். ஆனால், பெண்டாட்டிக்குத் தாலி மட்டும் வாங்கிப் போடவில்லை. சாகும்போதுகூட தன்னுடைய புருசனைத் திட்டிக்கொண்டேதான் கிழவரின் அம்மா செத்தாள். தன்னுடைய அம்மா சாகும்போது சொன்னதெல்லாம் நினைவுக்கு வந்ததும் கிழவருக்குக் கண்ணீர் கொட்ட ஆரம்பித்தது.

கிழவருடைய அப்பா செத்தபோது கருமக் காரியச் செலவுக்குப் பணமில்லாமல் திண்டாடியபோதுகூட நிலத்தைப் போக்கியமோ, அடமானமோ கிழவர் வைக்கவில்லை. அதற்கு அவருடைய மனம் இடம் தரவில்லை. மூன்று மகள்களின் கல்யாணச் செலவுக்குக்கூட அவர் நிலத்தை விற்க மட்டுமல்ல, அடமானம்கூட வைக்கவில்லை. இரண்டு வருசத்திற்கு முன்புகூட கால் காணி நிலம் வாங்கினார். இன்னும் மூன்று நான்கு வருட விளைச்சலை வைத்துக் கால் காணியோ, அரைக் காணியோ வாங்க வேண்டும் என்று நினைத்துக்கொண்டிருந்தார். அதற்காகக் காட்டில் கடுமையாக வேலை செய்தார். அவருடைய ஆசையில் நெருப்பை வைப்பதற்காக எமன் மாதிரி இப்போது ஊருக்குள் கம்பனிக்காரன் வந்திருக்கிறான். நிலத்தை விற்காமல் இருப்பதற்குப் பெரிய ஆயுதமாக நம்பியிருந்தது மூன்று மகள்களைத்தான். ஆனால், அவர்கள் ஒன்றுசேர்ந்தாற் போலக் கிழவருடைய காலை வாரிவிட்டுவிட்டார்கள். 'அண்ணன் சொல்றதுக்கு எதுத்துப் பேசுறதா? அண்ணனவிட எங்களுக்குப் பெரிய சொத்து ஒலகத்திலெ இருக்கா? அண்ணனுக்கு நல்லது கெட்டது தெரியாதா? பொட்டச்சிவோப் போயி ஆம்பளக்கிப் புத்தி சொல்றதா?' என்று சொல்லிக் கிழவருடைய முகத்தில் கரியைப் பூசிவிட்டார்கள். ராமசாமியோடு சேர்ந்து கொண்டு ராணியும் நிலத்தை விற்றே தீர வேண்டும் என்று ஆடுகிறாள். ஊர்க்காரர்களைக் காரணம் காட்டி, பக்கத்து நிலத்துக்காரர்களைக் காரணம் காட்டிப் பார்வதியும் ராமசாமியோடு சேர்ந்துகொண்டு அவன் சொல்வதுதான் சரி என்பதுபோல் பேசுகிறாள். தன்னுடைய பேச்சு மட்டும் எப்படி மேவும்? 'சங்கிலி எடுத்துப் போடுறன்' என்று ராமசாமி தங்கைகளைச் சரிக்கட்டிய விதம்தான் கிழவருக்கு ஆச்சரியமாக இருந்தது. சங்கிலி எடுத்துப் போடுகிறேன் என்று ராமசாமி பார்வதியையும் ராணியையும் சரிக்கட்டியிருப்பானோ என்று சந்தேகப்பட்டார். 'வெளயுற நெலத்த வித்துக் காதுலயும் கழுத்துலயும் தங்கத்த மாட்டிக்கிறதால என்னா வரும்? தங்கம் வவுத்துப் பசிய போக்கிடுமா? தங்கத்தத்தான் திங்க முடியுமா? அயிவுறப் புள்ளிவுளுக்குத் திங்கிறதுக்கு எதெக் கொடுக்க முடியும்? எல்லாரும் ஒரு பரமாப் போறாங்களே. நாந்தான் தப்புப் பண்றனா? வவுறு காயாம சோறு திங்கிற ஜீவனத்திலெ வேட்டு வைக்கறதுக்கு வர்றானுவளே, அவனுவோ நாசமத்துப்போவக் கூடாதா?' என்று தனக்குத்தானே கேட்டுக்கொண்டார்

கிழவர். நிலத்தை விற்பதால் நடக்கக் கூடிய காரியங்கள் குறித்துத் தொடர்ந்து யோசிக்க ஆரம்பித்தார்.

'அம்மா சாப்புடக் கூப்புட்டுது' என்று சொல்லிக் கமலா வந்து கிழவரைக் கூப்பிட்டாள். 'போம்மா வர்றன். மொதல்ல நீ போயி சாப்புடு' என்று சொல்லி அவளை அனுப்பினார். சிறிது நேரம் கழித்து வெளியே வந்த ராணி 'சண்டன்னா, சோறு சாப்புடாம படுத்துக்குவாங்களா? வா, வந்து சோத்தச் சாப்புடு. ஒன்னோட வீறாப்பயெல்லாம் எதுக்குச் சோத்துக்கிட்டெ காட்டுற? ஒன்னெ மாரியேதான ஓம் புள்ளெயும் இருக்கும், ஊருக்கு அடங்காம' என்று சொல்லிச் சாப்பிடுவதற்காகப் பல முறைக் கிழவரைக் கூப்பிட்டுப் பார்த்தாள். கிழவர் வாயைத் திறக்காததால் சலித்துப்போய் வீட்டுக்குள் போய்விட்டாள். தெருப் பக்கமிருந்து வந்த பார்வதி 'அவ எத்தன மொற சொல்றா? போயி சோத்தத் தின்னா என்னா கேடு வந்துடும்? வயசி ஆவஆவத்தான் கெயவனுக்கு மாப்புள்ளெ முறுக்கு ஏறுறாப்ல இருக்கு. எத்தனை நாளக்கி இந்த வீறாப்புல கெடப்ப? இஷ்டப்பட்டா கையெயித்துப் போடு, இல்லாட்டி வுட்டுட்டுப் போ. யாரு ஒன்னெத் தூக்குலப் போடப்போறா? எதுக்காக வவுத்தக் காயப்போடுற? வவுத்துப் பசிக்குத் தெரியுமா, காடு போவப்போவுதின்னு?' என்று கேட்டுச் சத்தம் போட்டாள். பெண்டாட்டியைப் பறிகொடுத்த மாதிரி கிழவர் உட்கார்ந்திருந்தாரே தவிர, ஒரு வார்த்தை பேசவில்லை. அவள் தன்னைத் திட்டுகிறாள் என்பதுகூட அவருக்கு உறைக்கவில்லை. அவருடைய மனம் பழைய நினைவுகளில் மூழ்கிக் கிடந்தது. அதிலிருந்து அவரால் விடுபட முடியவில்லை. 'சாப்புட வா' என்று சொல்லிச்சொல்லிப் பார்த்துச் சலித்துப்போன பார்வதி 'குண்டி காஞ்சாத்தான் புத்தி வரும்' என்று சொல்லிவிட்டுக் கடுகடுப்புடன் வீட்டுக்குள் போனாள்.

சாப்பிட்டு முடித்துவிட்டு வெளியே வந்த கமலா 'சாப்புட வா தாத்தா' என்று சொல்லிப் பல முறை கூப்பிட்டுப்பார்த்தாள். கிழவர் அசைந்து கொடுக்காததால் கையைப் பிடித்து இழுக்க ஆரம்பித்தாள். அவளுடைய தொந்தரவைத் தாங்க முடியாமல் 'வவுறு சரியில்லம்மா. நீ போயி சாப்புட்டுட்டு படு சாமி' என்று சொல்லி அவளைச் சமாதானம் செய்து அனுப்பினார். அப்போது திண்ணையில் உட்கார்ந்திருந்த பார்வதி 'நாப்பது அம்பது வருசமா வராத வவுத்துக் கோளாறு புதுசா இன்னிக்கித்தான் வந்திருக்கா? நெசமாலுமே வவுத்துக் கோளாறு வரணுமின்டா கடவுளே' என்று சொன்னாள்.

பார்வதி சொன்னது எதுவும் கிழவருடைய காதில் விழவில்லை. அவருடைய நினைவும் மனமும் காட்டிலிருந்தது. பத்துப் பதினோரு வயதுக்கு மேல் என்றாவது காட்டுக்குப் போகாமல் இருந்திருக்கிறோமா என்று யோசித்துப்பார்த்தார். அப்படிப்பட்ட நாள் ஒன்றுகூட அவர்

நினைவுக்கு வரவில்லை. காட்டுக்கு என்று போக ஆரம்பித்தாரோ அன்றி லிருந்து இன்றுவரை காலைச் சோறு மதியச் சோறு எல்லாமே காட்டில் தான். பொங்கல், தீபாவளிகூட அவருக்குக் காட்டில்தான் ஓடும். கல் யாணம், சாவு, விசேசம் என்று எங்காவது போக வேண்டும் என்றால் அவற்றுக்கெல்லாம் பார்வதியைத்தான் அனுப்புவார். மீறிப் போனலும் போன வேகத்திலேயே திரும்பி வந்துவிடுவார். வெளியூர் என்று எங்காவது போனால் திரும்பி வரும்போது நேராக வீட்டுக்கு வராமல் காட்டுக்குத்தான் போவார். வெளியூருக்கு என்று போய் இதுவரை ஒரு இரவுகூடத் தங்கியது கிடையாது. காட்டிற்குப் போக வேண்டுமே, காட்டிற்குப் போய் வேலை செய்ய வேண்டுமே என்று ஒரு நாள்கூட அவர் சுணங்கியதில்லை. ராத்திரி தூங்கி விட்டுக் காலையில் காட்டுக்குப் போனவுடன் முதல் வேலையாகக் காட்டை ஒருமுறை சுற்றிவந்து பார்ப்பார். அதே மாதிரி சாயங்காலம் வீட் டுக்குக் கிளம்பும் போதும் காட்டை ஒரு முறை சுற்றிப்பார்த்துவிட்டுதான் வருவார். இதற்காகப் பார்வதி கிழவரைத் திட்டாத நாளில்லை. ‘ஒங் காட்டெ எந்தத் திருடனும் தூக்கிக்கிட்டுப் போவ மாட்டான்’ என்று எத்தனையோ முறை கோபமாகவும் கேலியாகவும் சொல்லிப்பார்த்துவிட் டாள். ஆனால் கிழவர் அந்த ஒரு விசயத்தில் மட்டும் மாறவேயில்லை. நிலத்தை விற்றுவிட்டால் எங்கே போய் உட்கார்ந்திருப்பது? நாள் முழுக்க வேலை செய்யாமல் எப்படி உட்கார்ந்திருப்பது? ‘திங்கிற சோறு செரிக்க வாணாமா? அதுக்கு வேல செய்ய வாணாமா?’ என்ற கேள்விகள் திரும்பத் திரும்ப வந்து அவரை இம்சித்தன.

சாலை ஓரமாக நிலம் வைத்திருந்தவர்கள் எல்லோருமே நிலத்தைக் கொடுத்துவிட்டார்கள். அந்தக் குடும்பத்து ஆட்களெல்லாம் என்ன செய் வார்கள்? கம்பனிக்காரன் கொடுக்கிற பணம் எத்தனை காலத்திற்கு இருக் கும்? சோற்றுக்கு என்ன செய்வார்கள்? ஆண்களைவிடப் பெண்கள்தான் நிலத்தை விற்பதில் அதிக ஆர்வமாக இருக்கிறார்கள். உப்பு வாங்க, மிள காய், புளி, மிளகு, சீரகம் வாங்க என்று கால் படி, அரைப் படி தானியத் தைக் கொடுத்துப் பிள்ளைகளைக் கடைக்கு நூறு முறை அனுப்புவார்கள். இனிமேல் எதைக் கொடுத்து வாங்குவார்கள்? ஊக்கு, மை டப்பி, கொண்டை ஊசி, குஞ்சம், சவுரி முடி, அரைஞாண்கயிறு என்று குறத்திக ளிடம் வாங்கும்போது எதைக் கொடுப்பார்கள்? வரகு, சோளம், நெல் என்று போட்டு ஐஸ் வாங்குகிற பிள்ளைகள் இனிமேல் எதைக் கொடுத்து ஐஸ் வாங்குவார்கள்? ‘பத்துக் காணி நெலம் வச்சியிருந்தவன், வண்டி மாடு வச்சியிருந்தவன், வருசத்துக்கு ஐம்பது அறுவது மூட்டெ நெல்லு அடிச்ச வன், எயுவது, எம்பது மூட்டெ வரவு, சோளமின்னு அடிச்சவன் இன் னொருத்தங்கிட்டெ போயி ஒரு மரக்கா வரவுக்காக கூலி வேல பாக்க முடியுமா?’ என்று முனகிய கிழவருக்குப் பைத்தியமே பிடித்துவிடும்

போலிருந்தது. 'சனங்களுக்குக் கிறுக்குதான் புடிச்சியிருக்கு. கம்பனி மருந்து மாயத்தத்தான தரும். சோறு தருமா? பறயன் மூட்டு கருமாதியிலெ பாப் பான் வந்து அரிசி எடுத்துக்கிட்டுப் போற கதெ மாரியில்லெ இருக்கு' என்று வாய்விட்டே சொன்னவர், மீண்டும் யோசனையில் ஆழ்ந்தார்.

கிழவருக்கு விபரம் தெரிந்த நாளிலிருந்து ஒரு நாள்கூடக் கோவிலுக்கு, திருவிழாவுக்கு, விசேசங்களுக்குப் போக வேண்டும், வீட்டில் படுத்திருக்க வேண்டும் என்று ஆசை வந்ததே இல்லை. அவருடைய ஆசையெல்லாம் காட்டிற்குப் போக வேண்டும், வேலை செய்ய வேண்டும். மற்றவர்களைக் காட்டிலும் அதிகமாக மகசூல் எடுக்க வேண்டும், பயிரை ஆடுமாடு மேயக் கூடாது, அதில் எலிவெட்டு இருக்கக் கூடாது என்பதுதான். அவருடைய ஆசை இதுவரை வீண் போனதில்லை. நிலம் போய்விட்டால் போவதற்கு மட்டுமல்ல, வேலை செய்வதற்கு மட்டுமல்ல, ஆசைப்படுவதற்குக்கூட ஒன்றுமிருக்காது. பயிரிட, அறுவடை செய்ய, அதற்கடுத்துப் பயிரிட, அறுவடை செய்ய என்று காத்திருக்கவும் இனிமேல் முடியாது என்று நினைத்தவர் 'சாவுக்காகத்தான் காத்துக்கிட்டிருக்கணும்' என்று சொல் லிக் கொண்டார். திரித்திருந்த கயிற்றுச் சுருணைகளையும், எஞ்சிய நெல் தாள் கட்டுகளையும் எடுத்துத் திண்ணையில் வைத்தார். மாடுகளைப் போய்ப் பார்த்தார். சிதறிக் கிடந்த சோளத் தட்டைகளை மாட்டின் வாய்க்கு அருகில் தள்ளிவிட்டார். ஒரு மாட்டைத் தடவிக் கொடுத்தார். திண்ணையில் போய் உட்கார்ந்தவர், அப்படியே சுருண்டு படுத்துக்கொண் டார்.

'நேரமாவறது தெரியிலியா? வந்து சோத்தத் தின்னுப்புட்டுப் போயி படு. ராம்டியும் வெளக்கு எரியணுமா? கரண்டுக்காரனுக்கு யாரு தெண்டம் கட்டுறது? நேரத்திலெ படுத்தாத்தான காலயிலெ போயி நெல்லு சூடு அறுக்க முடியும்? ஊரே அரவடங்கிப் போயிடிச்சி' என்று சொல்லிக் கிழ வரைச் சாப்பிடச் சொல்லிக் கட்டாயப்படுத்தினாள் பார்வதி. எவ்வளவு சொல்லியும் கிழவர் கட்டுப்படவில்லை. பிடிசாதனையாகப் படுத்திருந் தார். சொல்லிச்சொல்லி அலுத்துப் போன பார்வதி, 'இப்பத்தான் மாப்புள முறுக்குக் காட்டுறியா? ஊருல எல்லாருக்கும் உள்ளது நம்பளுக்கு. ஜென்ம சனி புடிச்சாப்ல எங்கிருந்தோ கம்பனிக்காரன் வந்துட்டான். அதுக்கு யாரு பொறுப்பு? அதுக்காக யாரு மேல கோவப்படுறது? நம்ப காலத்திலேயே இன்னும் என்னென்ன பாக்கணுமின்னு இருக்கோ, ஆரு கண்டா?' என்று சொல்லிக் கிழவரைச் சமாதானப்படுத்த முயன்று தோற்றுப்போய் 'கடைசி யில ஊருல, நாட்டுல நடக்கறதயெல்லாம் நீதான் தடுத்து நிறுத்தப் போறியா?' என்ற கேட்டுவிட்டு சர்ரென்று வீட்டுக்குள் போய்விட்டாள்.

வெளியே போய்விட்டு வீட்டுக்குள் வந்த ராமசாமியிடம் 'இம்மாம் நேரம் எங்க போயிட்டு வர்ற? நேரத்திலே வந்து சோத்தத் தின்னுப்புட்டுப்

போயி ஒன்னோட வேலயப் பாக்கக் கூடாதா? பொயிதினிக்கும் காட்டுல வேல செஞ்சிப்புட்டு வந்து, விடியவிடிய ஒங்களுக்காக ஒக்காந்திருந்தா விடிஞ்சிபோயி பொட்டச்சி காட்டுல எப்பிடி வேல செய்வா? இதெல்லாம் ஆம்பளக்கி ஒறெக்க வாணாம்? அந்த மனுசன்தான் ஊருக்கே வரப்போற வெள்ளத்தத் தான் மட்டும்தான் தடுக்கப்போறன்னு சொல்லிக்கிட்டுப் படுத்துக்கெடக்குறான். ஒனக்கென்ன நோக்காடு வந்துச்சி? இந்த வேப் பூரான் மவ சுடுகாடு போயி சேந்த பின்னாலதான் அப்பனுக்கும் மவனுக் கும் சேதி புரியும். எனக்கு மட்டும் ஒடம்ப வலிக்காது? எனக்கு மட்டும் ஒடம்பு இரும்பாலயா செஞ்சி வச்சியிருக்கு? எனக்கு மட்டும் கைகாலு அசந்துபோவாது?' என்று சொல்லிக் கத்த ஆரம்பித்தாள்.

சாப்பிட்டுக்கொண்டிருந்த ராமசாமி 'இப்பியும் போயி விசாரிச்சன். நெலத்தக் கொடுக்கிறதுதான் நல்லதுன்னு எல்லாரும் சொல்றாங்க. எனக்கு என்னா செய்யுறதின்னே புரியலெ. ரோட்டோரமா இருந்த எல்லா நெலத் தயும் வாங்கிப்புட்டான். இன்னம் மூணே பேருதான் பாக்கி. மத்த ரெண்டு பேரும் இப்பத்தான் பணத்த வாங்கியாந்தாங்க. அவங்க ரெண்டு பேரும் நாளக்கி கையெயித்துப் போடப்போறாங்க. இம்மாம் நெலத்தயும் வாங்கி என்னாத்தான் பண்ணப் போறானோ, கேக்குற வெலயக் கொடுக்கிறான். ஒரு ஆளுகிட்ட இம்மாம் பணம் எப்பிடித்தான் இருக்குதோ. நெலத்துக்கே இம்மாம் பணம் போட்டா கம்பனி கட்டெ, சம்பள ஆளுக்கு சம்பளம் கொடுக்கிறதுக்கு எம்மாம் பணம் வேணும்? இம்புட்டுப் பணம் வச்சியிருக் கிறவன் எப்பிடி இருப்பான்னே தெரியல' என்று சொல்லிச் சளசளவென்று பேசிக்கொண்டிருந்தான்.

'பைபையா இம்மாம் பணத்த வாங்கி சனங்க என்னாதான் பண்றாங்க?'

'ஊடு வாசன்னு கட்டுவாங்க. காய்கறின்னு வாங்கித் திம்பாங்க.'

'எத்தன காலத்துக்கு அப்பிடித் திங்க முடியும்?'

'தெரியலெ. ஒலகமே இப்ப அப்பிடித்தான் இருக்கு. துணி கட்டுறதும், திங்கிறதும், பேளுறதுமா இருக்கு.'

'பணம் வாங்குனா நீ என்னாப் பண்றதா யோசன?'

'மொதல்ல ஒரு டி.வி. வாங்கணும். அப்புறம் அங்க இங்கப் போவ வர ஒரு வண்டி வாங்கணும். அப்புறமா இந்த ஊட்டெக் கொஞ்சம் சரி பண்ணணும். தங்கச்சிவுளுக்கு ஆளுக்கொரு சங்கிலி வாங்கிப் போடணும்.'

'வெளயுற காட்டெ வித்துத் தூங்குறதுக்கு ஊடு கட்டறன்ங்கிற. சரி, எனக்கு ஒண்ணும் இல்லியாடா?'

'சாவப்போற ஒனக்கு எதுக்கும்மா நககிக எல்லாம்? குமரிப் பொண்ணா நீ?'

சாப்பிட்டுக்கொண்டே ராமசாமி ஊரில் யார்யார் எவ்வளவு நிலம் விற்றார்கள், யார்யாருக்கு எவ்வளவு பணம் வந்தது, நகை வாங்கிப்போட வில்லை என்று யார்யாருடைய வீட்டில் சண்டை நடக்கிறது என்பதைப் பற்றிச் சொல்ல ஆரம்பித்தான். நிலத்திற்குக் கையெழுத்துப் போடும்போது தனக்கு ஒரு வேலை கேட்க வேண்டும் என்று சொன்னான். அதிகம் படிக் காமல் விட்டதற்காகத் தன்னையே நொந்துகொண்டான். நிலம் கொடுத்த வீடுகளில் யாருமே அதிகம் படிக்கவில்லையே என்று சொல்லி வருத்தப் பட்டான். நிலம் கொடுத்தவர்களுக்கென்று வேலை கொடுத்தால் வாட்ச் மேன், பியூன் வேலையும், கூட்டுகிற, பெருக்குகிற, தண்ணீர் எடுத்து வரு கிற, மணியடித்தால் கதவைத் திறந்துவிடுகிற வேலைகளும்தான் கொடுக்க முடியும் என்று ஆதங்கப்பட்டான். திடீரென்று உணர்ச்சிவசப்பட்டவன் மாதிரி 'நம்ப காட்டெச் சுத்தியிருக்கிறவங்க விக்காட்டி நம்பளும் பேசாம இருந்திருக்கலாம். இப்ப வேற வயி இல்லெ. நம்ப ஊரு தண்ணியும் மண் ணும்தான் நல்லா இருக்காம். அதனாலதான் கேக்குற வெல கொடுத்து வாங்குறானுவளாம். கையெயித்துப் போடுறதப் பத்தி நெனச்சாலே மன செல்லாம் பகீர்ன்னு ஆயிப்போவுது. வேணாமின்னு வுடவும் முடியல. ஊரே நாகம் புகுந்த ஊடு மாரி ஆயிப்போச்சி' என்று சொல்லிவிட்டுக் கையைக் கழுவினான். பிறகு 'அப்பா என்னம்மா சொல்றாரு?' என்று கேட் டான்.

'அதெ அந்தாளுகிட்டெ நீயே கேட்டுக்க.'

'நாளக்கிதான் கடேசித் தேதின்னு சொல்லிப்புட்டானுவோ. அதனால காலயிலியே வந்து மரியாதயா கையெயித்துப் போட்டுட்டுப் பணத்த வாங் கச் சொல்லு. இல்லேன்னா தெக்குத் தெரு மூக்கன் மவன், அவனோட அப்பன அடிச்சி இயித்துக்கிட்டுப் போயி கையெயித்துப் போட வச்ச மாரி ஆயிப்புடும்.'

'என்னடா சொல்ற?'

'உள்ளதததான் சொல்றன். நெலத்த வித்து என்னோட பொண்டாட்டி புள்ளக்கி நக எடுத்துப் போடுறதுக்கா அலயுறன்?'

'மொல்லமாப் பேசுடா. அந்தாளுக்குக் கேக்கப் போவுது.'

'கேட்டா கேக்கட்டும். மூக்கன் மவன் செஞ்ச மாரி செய்யுறதுக்கு வயி வக்காத மாரி நடந்துக்கிட்டா சரி.'

பேசாதே என்பதுபோல் வாயில் கையை வைத்து மூடிக் காட்டுவிட்டு அவசரமாக எழுந்து போய்க் கதவைச் சாத்தினாள் பார்வதி. கதவைச் சாத் திய பிறகு பார்வதியும், ராமசாமியும் என்ன பேசிக்கொண்டார்கள் என் பது கிழவருக்குக் கேட்கவில்லை. ஆனால், கதவைச் சாத்துவதற்கு முன்பே கிழவரின் சப்தநாடியும் அடங்கி, உள்ள உயிரும் போய்விட்டது. 'மூக்கன்

மவன் செஞ்ச மாரி செய்ய வைக்காதீங்க' என்று ராமசாமி சொன்ன வார்த்தைகள்தான் கிழவரை நெருப்புக்கட்டி மாதிரி சுட்டுப்பொசுக்கிற்று. அது மாதிரி நடக்குமோ என்று சந்தேகப்பட்டவர், சட்டென்று எழுந்து உட்கார்ந்தார். எங்கு பார்த்தாலும் ஒரே இருட்டாக இருந்தது. ஒரே இடத்தில் உட்கார்ந்திருக்க முடியாமல் எழுந்து வெளியே வந்தார்.

தெருவில் எந்த அரவமும் இல்லை. ஊரே குடியோடிப்போய்விட்ட மாதிரி அவ்வளவு அமைதியாக இருந்தது. அந்த அமைதி ஊருக்கு வர விருக்கும் பெரிய கெடுதியை முன்கூட்டியே எச்சரிக்கை செய்வது மாதிரி இருந்தது. காரணமின்றித் தெருமுனைக்கு நடந்தார். பிறகு திரும்பிவந்து திண்ணையில் படுத்தார். தூக்கம் வருவதற்காக என்னென்னவோ செய்து பார்த்தார். புரண்டுபுரண்டு படுத்தாரே தவிர, தூக்கம் வரவில்லை. நேரமாகநேரமாகத் தூக்கம் வருவதற்குப் பதிலாகப் பழைய நினைவுகளும் சம்பவங்களும்தான் நினைவுக்கு வந்தன. அந்த நினைவுகளிலிருந்து அவரால் விடுபட முடியவில்லை. அதிலும் 'நான் செத்தா என்னெ என்னோட கொல்லியிலேயே கொண்டுபோயி பொதச்சிப்புடு' என்று தன்னுடைய அப்பா சொன்னதையும், அவர் சொன்னது மாதிரியே, அவர் இறந்தபோது சுடுகாட்டில் கொண்டுபோய்ப் புதைக்காமல் காட்டுக்கு எடுத்துக்கொண்டு போய்ப் புதைத்ததோடு, பிணக்குழி மேட்டில் ஒரு மாங்கன்றை நட்டதையும் நினைத்தார். அந்த மரம் இப்போது கால் காணி அளவுக்குப் படர்ந்து வளர்ந்திருக்கிறது. வருசத்திற்கு முப்பது நாற்பது மூட்டைக் காய் காய்த்துக்கொண்டிருக்கிறது. தான் செத்தால் தன்னுடைய பிணத்தையும் மாமரத்திற்குக் கீழேதான் புதைக்கச் சொல்ல வேண்டும், பிணக் குழி மேட்டில் எலுமிச்சைக் கன்றோ மாங்கன்றோ நட்டுவைக்கச் சொல்ல வேண்டும் என்று ரொம்ப நாட்களாகவே கிழவருக்கு ஆசை இருந்தது. அதுதான் அவருடைய ஒரே ஆசையாகவும் இருந்தது. அவருடைய வாழ்நாளில் ஆசைப்பட்ட ஒரே விசயமும் அதுதான். கம்பனிக்காரன் நிலத்தை வாங்கிவிட்டால் மாமரத்தை விட்டுவைப்பானா? இவருடையப் பிணத்தைப் புதைப்பதற்கு, பிணக்குழி மேட்டில் ஒரு செடியை வைக்கத்தான் விடுவானா என்று நினைத்தவருக்கு நாக்கு உலர்ந்துபோயிற்று. நிலம்பற்றி அவர் வைத்திருந்த நம்பிக்கைகள் படிப்படியாகக் குறைய ஆரம்பித்தன. 'உசுரக்கூட அம்மாம் பெருசா நெனச்சதில்லடா சண்டாளனுங்களா. யாரோட போறாத காலமோ இடி வந்து எந் தலயில வியிது. குடும்பத்துக்கு வெனவந்து சேந்து போச்சி' என்று சொல்லிப் பெருமூச்சு விட்டார். பிறகு படுத்திருக்க முடியாமல் எழுந்து வெளியே வந்தார்.

செல்வம் மோட்டார் சைக்கிளில் தெருவே அதிரும்படியான வேகத்தில் போனதைப் பார்த்த கிழவருக்குப் பகீரென்றது. மறுநொடியே நல்லமுத்து ஆசிரியர் பற்றிய நினைவு வந்தது. நல்லமுத்து வேலையிலிருந்து ஓய்வு

பெற்று நான்கு மாதம்கூட ஆகியிருக்காது. ஓய்வுபெற்றதிலிருந்தே அவருக்கும் செல்வத்துக்கும் நாள் தவறாமல் போர்க்களம் நடக்கும். ‘நான் ஒருத்தன்தான் இருக்கன். எனக்குக் கொடுக்காம எதுக்குப் பணத்த பேங்குல போட்டுவச்சியிருக்க?’ என்று கேட்டு தினம்தினமும் சண்டைபோட்டாலும் செல்வத்தினுடைய குணம் அறிந்து, ஓய்வுபெற்ற பிறகு வந்த பணத்திலிருந்து ஆயிரம், ஐநூறுதான் நல்லமுத்து கொடுப்பார். மொத்தத்தையும் எடுத்துக்கொடு என்று நடந்த சண்டையில் ஒருநாள் செல்வம், நல்லமுத்துவை அப்பன் என்றுகூடப் பார்க்காமல் செருப்பால் அடித்துவிட்டான். சம்பவம் நடந்த மறுநாள் காலையிலேயே வங்கியிலிருந்த எல்லாப் பணத்தையும் எடுத்துக் கொடுத்துவிட்டுப் போனவர்தான். இரண்டு நாள் ஆள் ஊருக்கே திரும்பவில்லை. மூன்றாம் நாள்தான் சாராயத்தில் விசத்தைக் கலந்து குடித்துவிட்டுத் தொழுதூர் ஆற்றில் படுத்தவர் அப்படியே செத்துவிட்டார் என்ற செய்தி தெரிந்தது. அவருடைய கருமகாரியம் கூடப் போன வெள்ளிக்கிழமைதான் நடந்தது. ‘அப்பன் செத்த கவலகூட இல்லாம இப்பிடிக் குடிச்சிப்புட்டு நடுராத்திரியில வர்றானே’ என்று சொன்னவருக்கு நாளைக் காலையில் கையெழுத்துப் போடப் போகவில்லை என்றால் மூக்கன் மகன் செய்தது மாதிரி, நல்ல முத்து மகன் செய்தது மாதிரி, ராமசாமியும் செய்துவிடுவானோ என்ற எண்ணம் வந்ததும் அவருடைய உடம்பு நடுங்க ஆரம்பித்தது. படபடப்பு கூடிற்று. ஒரு காரணமுமின்றித் தெரு முனைக்கு நடந்தார். பிறகு திரும்பிவந்து வாசலில் நின்று, இருண்டிருந்த வானத்தைப் பார்த்தார். ‘கம்பனி ஆரம்பிக்கிறவனுவோ, ரோடு போடுறவனுவோ வேற எங்கியாச்சும் போயி செய்யக் கூடாதா, பண்ணக் கூடாதா? எம் பாவத்திலே வந்துதான் காயறுக்கணுமா? பாதி போனாக்கூட பரவாயில்லெ. நறுவுசா போவப்போவுதே. போறதுக்கு, வர்றதுக்கு எடமில்லாம என்னெ ஊனம் பண்ணி மொடக்கிப் போடப் பாக்குறாங்களே. அதுக்கு எங் கண்ணெ ரெண்டயும் புடிங்கிப்புடலாமே’ என்று வாய்விட்டுப் புலம்பினார். ‘நானு யாரோட வம்புதும்புக்கும் போனதில்லெ. இன்னொருத்தன் சொத்த அபகரிக்க நெனச்சதில்லெ. யாரோட பண்டத்துக்கும் ஆசப்பட்டதில்லெ. யாருக்கும் கெடுதல் செஞ்சதில்லெ. காடு உண்டு, நான் உண்டுன்னு இருந்தவன்கிட்டெ எதுக்கு வர்றாங்க? அவனுக்கும் எனக்கும் என்னாப் பகெ? எதுக்கு எம் பொருள சூறயாட வர்றான்?’ என்று முனகியவருக்கு நிற்க முடியவில்லை. அதே நேரத்தில் உட்காரவும் முடியவில்லை. என்ன செய்வது என்ற கேள்விதான் அவரைப் போட்டுக் குடைந்தெடுத்தது. கடன் கொடுத்தவன் மாதிரி நாள் குறிப்பிடுகிறார்கள். நாளைக்குத் தான் இல்லாவிட்டால் என்ன நடக்கும் என்று யோசித்தார். பிடிவாரண்ட் கொண்டு வந்த அமீனாவுக்குப் பயந்து கொண்டு ஓடி, மறைந்துகொள்வது மாதிரி எத்தனை நாளைக்கு ஓடி

ஒளிய முடியும்? அப்படி ஓடினால் நிலம் கைமாறாமல் இருக்குமா? ஊரில் என்ன பேசிக்கொள்வார்கள்? சந்நியாசி மாதிரி போய்விடலாமா என்று யோசித்தவருக்கு அந்த எண்ணத்தால் சிறிது நம்பிக்கையும் தெம்பும் வந்தது மாதிரி இருந்தது. அந்த நம்பிக்கையும் தெம்பும் சிறிது நேரம்கூட நிலைக்கவில்லை. சந்நியாசியாகப் போனால் பிச்சை எடுத்து அல்லவா சாப்பிட வேண்டும்? 'நான் என் வயசிக்கு இதுவர ஒருத்தன் ஊட்டுலயும் கை நனச்சவன் கெடயாது. பச்சத்தண்ணீகூடப் பல்லுல பட்டதில்லெ' என்று தனக்குத்தானே சொல்லிக்கொண்டார். மறுநொடியே 'ஊட்டெ வுட்டு தேசாந்திரம் போனா யாசகம் எடுத்துத்தான வவுறுவளக்கணும்? யாசகம் எடுத்துத் தின்னுதான் இந்த உசுர வச்சியிருக்கணுமின்னா அதுக்குத் தனக்குத்தானே மாச்சிக்கிலாமே. கெணத்துத் தண்ணிக்கி பயந்துகிட்டுப் போயி நெருப்புல வியிந்த மாரி ஆயிப்புடுமே' என்று சொன்னவருக்கு ஒரு தெளிவு வந்தது மாதிரி இருந்தது. அடுத்த நொடியில் அவருக்கு உடம்பில் லேசாகத் தெம்பு ஏறியது மாதிரி இருந்தது. மாடுகளிடம் போனார். ஒவ்வொரு மாடாகத் தடவிக் கொடுத்தார். தண்ணீர்த் தொட்டியைப் பார்த்தார். பக்கத்தில் கிடந்த மர உரலைப் பார்த்தார். அப்படியே ஆடுகள் கட்டியிருந்த இடத்திற்கு வந்தார். ஒவ்வொரு ஆட்டையும் புதிதாகப் பார்ப்பதுபோலப் பார்த்தார். ஏதோ ஒரு எண்ணத்தில் வாசலைத் தாண்டிக் கதவுவரை வந்தவர், கதவைத் தட்டாமல் சிறிது நேரம் அப்படியே நின்றார். கமலாவைக் கூப்பிட்டுப் பார்க்க வேண்டும் போல இருந்தது. ஆனால், கூப்பிடவில்லை. நெல் தாள் கட்டுவதற்காகக் காலையில் திரித்துவைத்திருந்த பழுதைக் கயிற்றுச் சுருணையை எடுத்துக்கொண்டு சத்தம் காட்டாமல் காட்டை நோக்கி நடக்க ஆரம்பித்தார். ●

நல்ல சாவு

'யே பையா, செத்தெ செட்டியாரு கடயமுட்டும் போயிட்டு வாடா.'

'எனக்கு எயிதுற வேலெ இருக்கு. நீயே போயிட்டு வா.'

'இப்பதான் ஒரேமுட்டா எயிதுஎயிதுன்னு எயிதிறியா? நீ படிச்சதெல்லாம் போதும், போடா.'

'எயிதலன்னா வாத்தியாரு அடிப்பாரும்மா.'

'காயி ஒண்ணும் ஆப்புடல. குழம்பு வைக்கல. ரசம் வைக்கலாமின்னா பூண்டெக் காணும். காட்டுலருந்து வர்ற மனுசன் ஊட்டுக்கு வந்ததுமே சோறு எங்கடின்னு கேட்டுதான் வருவாரு. செத்த போடா' என்று சொல்லிக் கட்டாயப்படுத்திக் கதிரவனைப் பார்வதி அனுப்பி வைத்தாள். முனகிக்கொண்டு வந்தவனிடம் 'காசியக் கீயப் போட்டுடாத. பத்தரம். சட்டு சடுக்குன்னு வாடா' என்று பார்வதி கத்தியது கேட்டது. 'மயிரு காசி' என்றான் கதிரவன்.

செட்டியார் கடைக்கு இன்னும் ஒரு தெரு தாண்டிதான் போக வேண்டும். எதிரில் வந்துகொண்டிருந்த மணியைப் பார்த்ததும் துணைக்குக் கூப்பிட்டான். மறுத்தவனைக் கெஞ்சிக் கூத்தாடி அழைத்துக்கொண்டு போனான் கதிரவன். ரெட்டியார் தெரு முனைக்கு வந்தபோது அருணாச்சலம் உடையார் வீட்டுப் பக்கம் கொஞ்சம் பேர் ஓடுவது தெரிந்தது. என்ன நடந்திருக்குமோ என்ற அச்சத்தில் பையன்களும் ஓட ஆரம்பித்தனர்.

அருணாச்சலம் உடையார் வீட்டுமுன் பெரிய கூட்டம் கூடியிருந்தது. சில பேர் வீட்டுக்குள் போவதும் வருவதுமாக இருந்தனர். நிறைய பேர் குசுகுசுவென்று பேசிக்கொண்டிருந்தனர். வியர்த்து ஓடுவதை, பிறர்மீது எச்சில் தெறிப்பதைக் கவனிக்காமல் பெரியசாமி கூட்டத்தைப் பார்த்துக் காட்டுக்கத்தலாகக் கத்திக்கொண்டிருந்தான். அவன் எதற்காகக் கத்திக்கொண்டிருக்கிறான் என்பது பையன்களுக்குப் புரியவில்லை. யாராவது செத்திருப்பார்கள் என்றுதான் அவர்கள் நினைத்தார்கள். யாராவது தங்களைத் தடுக்கிறார்களா என்று பார்த்துக்கொண்டே தயங்கித்தயங்கி வீட்டுக்குள் போனார்கள்.

நடுக்கூடத்திற்கு வந்த கதிரவனும் மணியும் திகைத்துப்போய் அப்படியே நின்றுவிட்டனர். வரிக் கயிற்றால் ஒரு தூணில் சின்னசாமி ஆசிரியரையும், மற்றொரு தூணில் குசலாம்பாளையும் கட்டிப்போட்டிருந்தனர். பையன்களுக்கு உடம்பு லேசாக நடுங்கியது. அழுகை வந்தது. என்ன நடந்தது, என்ன செய்வது என்று அவர்களுக்குப் புரியவில்லை. ஆசிரியர் இங்கு

எப்போது வந்தார், யார் கட்டிப்போட்டார்கள் என்பது தெரியாமல் குழம்பிப்போனார்கள். நேரமாகநேரமாகப் பதைபதைப்பும் பதட்டமும் கூடியது.

சின்னசாமி ஆசிரியருக்குச் சற்றுத் தொலைவில் கதிரவனும் மணியும் நின்று ஆசிரியரையே பார்த்தனர். தலையைத் தொங்கப் போட்ட நிலையில் கை, கால்களைக்கூட அசைக்காமல் பொறப்பாட்டுப் பிணம் மாதிரி அவர் நின்றுகொண்டிருந்தார். வழக்கமாக வகுப்புக்குள் நுழையும்போது அவருடைய முகத்தில் இருக்கும் சிரிப்பு, அலட்சியமான பார்வை எதுவுமே இல்லை. தலையைத் தூக்கிப் பார்க்கக்கூட இல்லை. அவருடைய உடம்பிலிருந்து வழிந்த வியர்வை கால் வழியாகத் தரையில் இறங்கியது. தூணோடு சேர்த்துக் கட்டப்பட்ட துண்டு மரம் மாதிரி நின்றுகொண்டிருந்தவரைப் பார்க்கப்பார்க்கப் பையன்களுக்கு நெஞ்சு நெருப்பாக எரிந்தது. ஏதாவது செய்ய வேண்டும் என்று விரும்பினர். அந்த ஆசை, தவிப்பு நெருப்பாக அவர்களைப் பொசுக்க ஆரம்பித்தது. அவருடைய கண் அசைவு கிடைத்தால் போதும், கயிற்றைப் பல்லால் கடித்தே அவிழ்த்துவிடுவார்கள். வேண்டுமென்றே பக்கத்தில் போய் நின்றனர். அவரைச் சுற்றிச்சுற்றி வந்தனர். ஒரு முறைகூட அவர் ஏறெடுத்துப் பார்க்கவில்லை. பார்த்தாலும், அவருடைய பார்வையில் உயிர் இருக்குமா என்பது சந்தேகம்தான்.

சத்தம் பெரிதாகக் கேட்கவே கதிரவனும் மணியும் வாசலுக்கு வந்தனர். பெரியசாமி 'போயிம்போயிம் ஒரு செக்காரப் பயகூடப் போயிருக்காளே. வாத்தியாரா ஆயிட்டா, அவன் செக்கான் இல்லன்னு ஆயிடுமா? இனிமே இந்த ஊருலெ எந்த ஒடயானால தலெ நிமிந்து நடக்க முடியும்? சாதி மானத்தக் கெடுத்திட்டாளே' என்று சொல்லிக் கத்திக்கொண்டிருந்தான். கூட்டத்தில் யாரோ ஒரு ஆள் 'செக்காரப் பயலுக்கெல்லாம் வாத்தி வேல போட்டுக்கொடுக்கிறதாலதான் இப்பிடியெல்லாம் நடக்குது' என்று சொன்னான். அந்த ஆள்மீது பையன்கள் இருவருக்கும் எரிச்சல் ஏற்பட்டது. வேறு ஒரு ஆள் 'உள்ளூரானுது புளிக்குது, வெளியூரானுது இனிக்குதா அவளுக்கு?' என்று சொல்லிக் குசலாம்பாளைத் திட்டினான். கூட்டத்தில் பலரும் பலவிதமாகப் பேசிக்கொண்டிருந்தனர். உடனே பஞ்சாயத்தைக் கூட்ட வேண்டும், அருணாச்சல உடையார் வந்த பிறகுதான் கூட்ட வேண்டும் என்று சிலரும், கட்டுப்பட்டு நிற்பவர்களை அவிழ்த்துவிடலாம் என்றும், அவிழ்த்துவிடக் கூடாது என்று சிலரும் எதிர்வாதம் செய்துகொண்டிருந்தனர். எதுவாக இருந்தாலும் உடையார் வந்துதான் முடிவு எடுக்க வேண்டும் என்று தொண்டங்குறிச்சிக்குக் களைவெட்டுவதற்காக ஆள் சொல்லப் போயிருந்தவரைக் கூப்பிட்டுவர ஆள் விட்டார்கள்.

பெரியசாமியால்தான் எல்லாக் காரியங்களும் நடப்பதாக மணியும் கதிரவனும் நினைத்து, அவனைக் கரித்துக்கொட்டினர். இவர்களுக்கு எப்

போதுமே அவன் என்றால் ஆகாது. கடைப் பக்கம் பாத்தால் 'இப்பியே கடெப் பொறுக்கியா ஆயிட்டியா?' என்று சொல்லி மிரட்டுவான். கிணற்றுக்குக் குளிக்கப் போனால் 'சின்னப் பசங்க குளிக்கிற எடமாடா இது? ஓடுங்கடா ஓடைக்கு' என்று துரத்துவான். பள்ளிக்கூட நேரத்தில் யாராவது மாட்டினால் இழுத்துக்கொண்டுபோய்த் தலைமை ஆசிரியரிடம் விட்டு உதை வாங்க வைப்பான். பையன்கள்தான் அவனிடம் பயந்தார்கள் என்றில்லை. ஆசிரியர்களும் பயப்படுவார்கள். காரணம், நினைத்ததெற்கெல்லாம் பெட்டிசன் போட்டுவிடுவான். ஊரில் எல்லாருமே அவனை பெட்டிசன் பெரியசாமி என்றுதான் சொல்வார்கள்.

'எல்லாம் பெரியசாமியாலதாண்டா நடக்குது' என்றான் மணி.

'இனிமே அவன் எந்த வேலெ வுட்டாலும் செய்யக் கூடாதுடா' என்றான் கதிரவன்.

'எங்கம்மா மேலெ சத்தியமா நான் இனிமே எந்த வேலெயும் செய்ய மாட்டன்' என்று மணி சத்தியம் செய்தான். கதிரவனும் தன் அம்மாமீது சத்தியம் செய்தான்.

கூட்டம் சேர்ந்துகொண்டேயிருந்தது. இரண்டு திண்ணை, வாசல்நிலை, தெருமுனை என்று எங்கு பார்த்தாலும் கூட்டமாக இருந்தது. திண்ணையில் உட்கார்ந்திருந்த ஆள் 'பஞ்சாயத்து இன்னிக்கா, நாளைக்கா?' என்று கேட்டான். 'ஒடயாரு வந்ததுமே கூட்ட வேண்டியதுதான்' என்றான் அவனுக்குப் பக்கத்தில் உட்கார்ந்திருந்தவன். 'பஞ்சாயத்த எப்படி நடத்துறது, என்ன முடுவு எடுக்கிறது?' என்று வாசலில் நின்றுகொண்டிருந்த ஒருத்தன் கேட்டான். அதற்குப் பெரியசாமி 'ராத்திரியே பஞ்சாயத்தக் கூட்டணும். வாத்தி சபயிலெ நூறு கும்புடு போடணும். அதோட அபராதம் ஐம்பதாயிரம் போடணும். பணத்தெ வாங்கி இடிஞ்சி கெடக்குற நம்ப ஊரு சாமி கோவுலக் கட்டணும்' என்று சொன்னான். அவன் சொன்னதை மொத்தக் கூட்டமும் ஏற்றுக்கொண்டது. கோவில் கட்டப் பணம் கிடைப்பதால் எல்லோருக்கும் மகிழ்ச்சியாக இருந்தது.

'அவன வேலெய வுட்டு எடுக்கிறதுக்கு வழி பாக்கணும்' என்றான் ஒரு ஆள். அவன் குரல் எடுபடாத அளவுக்கு, திண்ணையில் உட்கார்ந்திருந்த இன்னொருவன் 'அவளச் சும்மா வுடக் கூடாது. மசுர அறுக்கணும். பெத்தவங்களோட அனுப்பிவுட்டுடணும்' என்று சொல்லிக் கத்தினான்.

கதிரவனுக்கும் மணிக்கும் சின்னசாமி ஆசிரியருக்கு வேலை போய்விடுமோ என்ற கவலை வந்தது. அவசரம் போல உள்ளே வந்து நின்றுகொண்டனர். மணிக்குப் பக்கத்தில் நின்றுகொண்டிருந்த பெண் 'ஒடயாரு ரோசக்கார மனுசன். வந்ததும் அவள அடிச்சிக் கொல்லத்தான் போறாரு. அவுரு வந்ததும் இங்க ஒரு போர்க்களமே நடக்கபோவுது' என்று சொல்லிக்

கொண்டிருந்தாள்.

கதிரவனும் மணியும் ஆசிரியரையே வைத்த கண் வாங்காமல் பார்த்துக்கொண்டிருந்தனர். அவருக்கு வேலை போய்விடுமோ என்ற கவலை அவர்களை அரித்தெடுக்க ஆரம்பித்தது. இப்போது அவர் இருக்கும் நிலை பார்க்கச் சகிக்கவில்லை. பள்ளிக்கூடத்தில் இருக்கும் மிடுக்கில் ஒரு பங்குகூட இல்லை.

பள்ளிக்கூடத்திற்கு வரும்போது சலவை வேட்டி, சட்டையில்தான் வருவார். மடிப்பு கலையாது. சின்ன அழுக்கு இருக்காது. மற்ற ஆசிரியர்கள் மாதிரி முகச் சவரம் செய்யாமல், விரல்களின் நகத்தை வெட்டாமல், போட்ட சட்டையையே போட்டுக்கொண்டு வர மாட்டார். மேலதிகாரி வருவது மாதிரிதான் வருவார். சின்னசாமி ஆசிரியர் என்றாலே ஏழு, எட்டாம் வகுப்புப் பையன்களுக்கு ஆகாது. ஏழாம் வகுப்புக்கு வகுப்பாசிரியர் என்பதால் அந்த வகுப்புக்கு ஆங்கிலமும் கணக்கும் நடத்துவார். இரண்டு பீரியடும் பையன்கள் நெருப்பில் உட்கார்ந்திருப்பது மாதிரிதான் உட்கார்ந்திருப்பார்கள். ஏழாம் வகுப்பில் அடிவாங்காதவர்கள் மரகதமும் சாந்தியும்தான். மற்றவர்கள் நாள் தவறாமல் மாட்டு அடி வாங்குவார்கள். அவர் சீக்கிரம் மாறுதலாகிவிட்டால் போதும் என்று நினைக்காத பையன்களே இல்லை. அவர் அடிக்கடி மூக்கை உறிஞ்சுவதால் 'மூக்குறுஞ்சான்' என்று சொல்லித் திட்டுவார்கள். வகுப்புக்குள் நுழைந்ததுமே 'நோட்டெ எடுங்கடா' என்றுதான் சொல்வார். மூன்று நான்கு பேர்தான் நோட்டுடன் எழுந்து நிற்பார்கள். உட்கார்ந்திருப்பவர்களைப் பன்றிக் குட்டிகளைப் பார்ப்பதுபோல பார்ப்பார். அந்தப் பார்வையிலேயே பல பேருக்கு ஒண்ணுக்கு வந்துவிடும்.

மணிக்கும் கதிரவனுக்கும் உயிரே இருக்காது. இரண்டு பேரிடமும் ஐந்து பாடத்திற்கும் ஒரே நோட்டுதான் இருந்தது. தனித்தனி நோட்டு வேண்டும் என்று மணி கேட்டதற்கு 'ஒரு நோட்டெ எயிதி முடி. அப்பறம் பாக்கலாம்' என்று அவனுடைய அப்பா சொல்லிவிட்டார்.

மணி அப்பாவின் கொள்கையைத்தான் கதிரவனின் அப்பாவும் கடைப்பிடித்தார். மீறி, நோட்டு கிடைத்தாலும் இரண்டு பையன்களும் நோட்டை அப்படியேதான் வைத்திருப்பார்கள். ஆசிரியரைவிட அவர்களை அதிகம் பயமுறுத்தியது கணக்கும் ஆங்கிலப் பாடமும்தான். ஆசிரியர் வகுப்பறைக்குள் நுழைந்த சற்றைக்கெல்லாம் பீரியடு எப்போது முடியுமோ என்று கவலைப்பட ஆரம்பித்துவிடுவார்கள். ஆங்கில வகுப்பில் வாங்கிய அடியை மறப்பதற்குள்ளாக மூன்றாவது பீரியடில் கணக்குப் பாடம் வந்துவிடும். வகுக்க, பெருக்க மட்டுமல்ல, கூட்டக்கூடத் தெரியாமல் வகுப்பில் பாதிக்கு மேல் இருந்தார்கள். அதற்காக நாள் தவறாமல் அடிவாங்கு

வார்கள். எவ்வளவு அழுதாலும், புரண்டாலும் விட மாட்டார். 'கத்துக் கிறியா, கத்துக்கிறியா?' என்று கேட்டு அடிப்பார். முதல் பெஞ்சில் ஆரம் பித்துக் கடைசி பெஞ்சுக்கு வரும்போது அடித்துஅடித்தே களைத்துப் போயிருப்பார். கடைசி பெஞ்சுக்கு வந்ததும் 'எயிந்திருங்கடா, எண்ணெச் சட்டிகளா' என்பார். பையன்கள் எழுந்து நின்றதும் அடிக்கத் தொடங்கு வார். ஏழாம் வகுப்புக்கு வந்த புதிதில்தான் அவர் அடிக்கஅடிக்க மணி வாங்கிக்கொண்டிருந்தான். பிறகு ஒரு தந்திரம் செய்தான். இரண்டு மூன்று அடி வாங்கியதுமே மெல்லமெல்லக் குனிவது மாதிரி பெஞ்சுக் குள் பதுங்கிக்கொள்வான். ஆசிரியரும் அடிப்பதை நிறுத்திவிட்டு அடுத்த வனை அடிக்க ஆரம்பிப்பார். தன் தந்திரத்தைக் கதிரவனுக்கு மணி சொல் லித்தந்தான். அவர்களுடைய தந்திரம் ரொம்ப நாட்களுக்கு நீடிக்கவில்லை.

சின்னசாமி ஆசிரியரும் மற்ற ஆசிரியர்களைப் போல அடிக்கடி வகுப் புக்கு வராமல், பள்ளிக்கூடத்திற்கு வராமலிருக்க வேண்டும் என்று பையன் கள் ஆசைப்படுவார்கள். ஒருநாள்கூட அவர்களுடைய ஆசை நிறைவேறிய தில்லை. நாள் தவறாமல், நேரம் தவறாமல் வந்துவிடுவார். அவர் வரக்கூடிய பஸ்கூட ஒரு நாள்கூடப் பழுதாகி நின்றதில்லை. அவர் விடுமுறை எடுக் காமல் பள்ளிக்கூடத்திற்கு வருவதற்குக் குசலாம்பாள்தான் காரணம் என்று பையன்கள் பேசிக்கொள்வார்கள். பையன்கள் பேசுவது நிஜம் என்பது போலக் குசலாம்பாளின் மகள், எட்டு வயது கோசலை டிபன் பாக்ஸ், கேரியர் என்று வாரத்திற்கு ஒன்றிரண்டு முறை எடுத்துக்கொண்டு வரு வாள். அவளும் பேச மாட்டாள். அவரும் பேச மாட்டார். வகுப்பறை வாசலில் வந்து நிற்கும்போது அவளுடைய முகம் கூச்சத்தில் வெளிறிப் போயிருக்கும். அவள் எது கொண்டுவந்தாலும் பையன்கள்தான் ஓடிப் போய் வாங்கிக்கொண்டு வருவார்கள். கோசலை கொண்டுவரும் பொருளை வாங்க மொத்தப் பையன்களுமே போட்டிபோடுவார்கள். ஆனால், கடைசி பெஞ்சில் உட்கார்ந்திருக்கும் மக்குப் பையன்கள் என்கிற எண்ணெய்ச் சட்டிகளுக்குத்தான் அந்த அதிர்ஷ்டம் கிடைக்கும். சில நேரங் களில் மணிக்கும் கதிரவனுக்கும் பொருளை வாங்குகிற வாய்ப்பு கிடைக்கா விட்டாலும் வருத்தப்பட மாட்டார்கள். தங்கள் தெருவிலிருக்கும் பெண் ணுடன் தங்கள் ஆசிரியருக்குத் தொடர்பு இருந்ததே அவர்களுக்குப் பெரு மையாக இருந்தது. அந்தப் பெருமையைப் பல முறை மற்ற பையன் களிடமும் சொல்லிக்காட்டியிருக்கிறார்கள். ஆசிரியர் இப்படி வந்து வச மாக மாட்டிக்கொண்டு நிற்பது தெரிந்தால், ஆசிரியரையும் ஏழாம் வகுப் பையும் மட்டம்தட்டிப் பேசுவார்களே என்று மணியும் கதிரவனும் கவ லைப்பட்டனர். குசலாம்பாளையும் கோசலையையும் கரித்துக்கொட்டி னார்கள். அவர்களால்தான் சின்னசாமி ஆசிரியர் கட்டுப்பட்டு நிற்கிறார். மணிக்குப் பக்கத்தில் நின்றுகொண்டிருந்த பெண்களில் ஒருத்தி ரகசியம் போல, 'ஊரறிய, நாடறிய இப்பிடிக் கட்டுப்பட்டு நிக்குறாளே பாவி

முண்டெ. இனிமே எப்படித் தெருவுலெ நடப்பா?' என்றாள். அப்போது கூட்டமாக ஏழெட்டு பேர் உள்ளே வந்தனர். அதில் கதிரவனின் அம்மாவும் இருந்தாள். அவளைப் பார்த்ததும்தான் கதிரவனுக்குப் பூண்டு ஞாபகம் வந்தது. நழுவப்பார்த்தான். 'எங்கடா போற?' என்று சொல்லிப் பார்வதி அவனை மறித்து, வெளியே இழுத்துவந்து 'நான் ஒங்கிட்டெ என்னா சொல்லிடா காசி கொடுத்தன்? கடெக்கிப் போன பயலக் காணுமேன்னு கடகடெயாப் பாத்துட்டு, தெருத்தெருவாத் தேடி அலையறன். காசிய கீசிய இருட்டுல போட்டுப்புட்டு நிக்குறியோன்னு கொல பதறிப்போய் அலஞ்சி திரிஞ்சன். சாமான வாங்கியாந்து கொடுக்காம இங்க வந்து எதுக் குடா நிக்குற பயலெ? காசியத் தொலச்சிப்புட்டியாடா?' என்று கேட்டு அவனுடைய தலையில் கொட்டினாள். பொங்கிவந்த அழுகையை அடக்கிக் கொண்டு 'இந்தா ஒங் காசி' என்று பார்வதியிடம் காசை விட்டெறிந்தான். 'காசியவா வுட்டு எறியுற? ராத்திரி சோத்துக்கு வருவ இல்லெ, அப்பப் பேசிக்கிறன். ந்தா, அங்க நிக்குறானே கட்டுப்பட்டு, அவனெ மாரியேதான் நீயும் ஆவப்போற. அவன்கிட்டெ படிக்கிற பயதானெ, அவனெ மாரிதானெ ஒம் புத்தியும் போவும்' என்று சொல்லிக் கத்திவிட்டு, தரையில் கிடந்த காசை எடுத்துக்கொண்டு நடக்க ஆரம்பித்தாள். அதுவரை மறைந்து நின்று கொண்டிருந்த மணி வந்து 'யாண்டா ஒங்கம்மா அடிச்சிது?' என்று கேட் டான். கொட்டு வாங்கியபோது வந்த அழுகையைவிட, இப்போதுதான் அதிகமாக வந்தது. அதை மறைக்கத் தலையைத் தொங்கப் போட்டுக் கொண்டு 'சும்மாதான்' என்று சொன்னான். மறுநொடியே ஆசிரியரைப் பார்ப்பதற்காக வீட்டுக்குள் ஓடினான்.

மணியும் கதிரவனும் ஆசிரியர் கட்டப்பட்டிருந்த தூணுக்கு நேரெதிரில் சுவரில் சாய்ந்து நின்றுகொண்டனர். அவரை ஒட்டி நின்று வேடிக்கை பார்த்துக்கொண்டிருந்த பெண்கள் குசுகுசு என்று பேசிக்கொண்டிருந்தனர்.

'ஒடயாரு வந்ததும், அவ உசுரு போவத்தான் போவுது பாரன். மாட்டெ அடிக்கிறாப்ல அடிச்சிக் கொல்லத்தான் போறாரு. இவளுக்கு எதுக்கு இந் தத் தொயிலு? பத்து வயசில ஒரு பொட்டெ புள்ளெ இருக்கும்போது பிரிசன் சேக்கப் போயிருக்காளே.'

'பறச்சிகூட இப்பிடி செய்ய மாட்டா. அவன் ஆம்பள. அசலூர்க்காரன், ஓடிப்போயிடுவான். பொட்டச்சிக்குத் தெரிய வாணாம்? மூணு புள்ளெ பெத்தவன்கூட சேர்மானம் சேந்திருக்கா பாரு. ரெண்டு குடும்பத்தக் கலச்சிப்புட்டாளே.'

அருணாச்சல உடையாரின் அண்ணன் மகன் கண்ணுசாமி வேகமாக வீட்டுக்குள் வந்தான். வந்த வேகத்திலேயே குசலாம்பாளைச் செருப்பால் அடிக்க ஆரம்பித்தான். குறைந்தது இருபது முப்பது அடி அடித்திருப்பான். கடைசியில் 'போயி செத்துப்போடி, தேவிடியா' என்று சொல்லிக் காறி உமிழ்ந்தான். பிறகு பளாரென்று ஆசிரியரின் கன்னத்தில் அறைந்து 'எங்க

ஊரு பொம்பளதான் ஒனக்கு வேணுமாடா?' என்று கேட்டுவிட்டு, முகத்தில் காறி உமிழ்ந்துவிட்டு 'செக்காரத் தேவிடியா மவனே' என்று திட்டிக் கொண்டே வெளியே போனான். அப்போது திண்ணையில் உட்கார்ந்திருந்த ஆள் 'நம்ப சரக்கு நல்லாயில்லங்கிறப்ப அவனெக் குத்தம் சொல்லக் கூடாது. அவளோட பெத்தவங்களுக்கு ஆள் வுட்டிருக்கு. இன்னம் செத்த நேரத்திலெ வந்துடுவாங்க. வந்ததும் ஈவத்து வுட்டுடலாம். அப்பறமா அவ எங்க வேணுமின்னாலும் போயி மேயட்டும். அதுவரக்கும் அவ மேலெக் கைய வெக்காதீங்கடா' என்று சொன்னான்.

மணிக்கும் கதிரவனுக்கும் திகிலாகிவிட்டது. சின்னசாமி ஆசிரியரைக் கண்ணுசாமி அடித்ததிலிருந்து அடுத்து என்ன நடக்குமோ, அருணாச்சல உடையார் வந்ததும் என்ன நடக்குமோ என்ற கவலை அவர்களை வாட்டத் தொடங்கியது.

அருணாச்சல உடையார் சைக்கிளில் வந்து இறங்கியதும், மொத்தக் கூட்டமும் அவரைச் சூழ்ந்துகொண்டது. 'நம்ப குடும்ப மானத்தெக் கப்பலேத்திட்டாடா தம்பி, இனிமே நம்ப ஊட்டு ஆம்பளங்க எப்பிடிடா தெருவுல நடக்கிறது?' என்று சொல்லி உடையாரின் அக்கா அவரைக் கட்டிப்பிடித்து அழுதாள். உடையார் அவளை விலக்கிவிட்டுவிட்டு, வீட்டுக்குள் போனார். தூணில் கட்டப்பட்டிருக்கும் சின்னசாமி ஆசிரியரையும், குசலாம்பாளையும் பார்த்தார். பிறகு வெளியே வந்து கூட்டத்தைப் பார்த்து 'கூட்டம் கலஞ்சி எல்லாரும் போங்க' என்று காட்டுக் கத்தலாகக் கத்தினார். கூட்டம் லேசாகக் கலைவது மாதிரி இருந்தது. அதே நேரத்தில் உடையார் வந்துவிட்டார் என்ற செய்தியறிந்து ஊரிலிருந்த மொத்தச் சனமும் உடையார் வீட்டை நோக்கி ஓடிவந்துகொண்டிருந்தது. அருணாச்சல உடையார் மீண்டும் வீட்டுக்குள் வந்தார். அப்போது 'எங் குடும்பத்து மானத்தெக் கப்பலேத்திட்டாளே' என்று கத்திக்கொண்டே வந்த குசலாம்பாளின் அம்மா, வந்த வேகத்திலேயே குசலாம்பாளின் முகத்தில் அறைய ஆரம்பித்தாள். 'செத்துப்போடி, செத்துப்போடி' என்று திட்டினாள். 'வுடுங்க. இதுக்கெல்லாம் நீங்க வரணுமா? ஊட்டுக்குக் கிளம்புங்க' என்று சொல்லிக் குசலாம்பாளின் அம்மாவைச் சமாதானப்படுத்தினார் உடையார். திடீரென்று உடையாரின் காலில் விழுந்து கும்பிட்ட குசலாம்பாளின் அம்மா, 'பொறும பொறுத்த என் தங்கமே, தருமதொரயே, விடியறத்துக்குள்ளார எப்பிடியாச்சும் அவள சாம்பலாக்கிடு சாமி' என்று சொல்லி அழுதாள். அவளைச் சமாதானப்படுத்தி உடையார் வெளியே அனுப்பினார். குசலாம்பாளின் அப்பாவும் வந்தார். அவரையும் 'ஊட்டுக்குப் போங்க. ஒண்ணுமில்லெ' என்று சொல்லி அனுப்பிவிட்டு, கட்டிலிருந்து குசலாம்பாளையும் சின்னசாமி ஆசிரியரையும் உடையார் அவிழ்த்துவிட்டார். பிறகு, சாப்பாட்டுப் பையை எடுத்துவந்து ஆசிரியரின் கையில்

கொடுத்தபோது தாவியோடிப் போய்ப் பையைக் கதிரவன் வாங்கிக் கொண்டான். அந்த நேரத்தில் நிறைய பேர் உள்ளே வந்து ஆசிரியரை அவிழ்த்துவிட்டதற்காகச் சண்டை போட ஆரம்பித்தனர். 'பஞ்சாயத்த ஒடனே கூட்டணும்' என்று கத்தினர். பெரியசாமி குதிக்க ஆரம்பித்தான். உடையார் எதையும் காதுகொடுத்துக் கேட்கவில்லை. ஆசிரியரைப் பார்த்து 'நீங்க போங்க' என்று சொன்னார்.

முன்வாசல் வழியாக இல்லாமல் பின்வாசல் வழியாக சின்னசாமி ஆசிரியரை அழைத்துகொண்டு மணியும் கதிரவனும் நடந்தார்கள். தெருவுக்குள் போகாமல் இருட்டாக இருந்த சந்துகளின் வழியாகவே பையன்கள் நடந்தனர். இரண்டு பையன்களின் தோள்களிலும் கையைப் போட்டுக்கொண்டு ஆசிரியர் நடந்தார். பையன்களுக்கு ஆகாயத்தில் பறப்பது போல இருந்தது. பொக்கிசம்போல ஆசிரியரின் சோற்றுப் பையை வயிற்றோடு சேர்த்துப் பிடித்துக்கொண்டான் கதிரவன். 'கடைசி பஸ் வந்துடும் சார்' என்று மணி வேகமாக நடக்கச் சொன்னான். அவன் சொன்னதை அவரும் அப்படியே ஏற்றுக்கொண்டார். அவர்கள் ரோட்டுக்குச் சற்றுத் தொலைவில் வரும் போதே பஸ் நின்றுகொண்டிருப்பது தெரிந்ததும் ஆசிரியர் வேகமாக ஓடிப் போய் பஸ்ஸில் ஏறிக்கொண்டார். பஸ்ஸில் ஏறியதும் பையன்களைப் பார்த்துக் கையை அசைத்தார். பையன்களும் கையை ஆட்டினார்கள். பஸ் போன பிறகுதான் பெரிய மலையைப் புரட்டி வைத்த நிம்மதியில் பையன்களால் சீராக மூச்சுவிட முடிந்தது.

'குசலாம்பா ஊட்டுக்கு வாத்தியாரு எப்படா வந்தாரு? யாரு கட்டி வச்சிருப்பா? பெரியசாமிதான் செஞ்சிருப்பான்' என்று மணி சொன்னான். இரண்டு பேரும் கொஞ்ச நேரம் அந்த இடத்திலேயே நின்று பெரியசாமியைத் திட்டிக்கொண்டிருந்தனர். பிறகு வீட்டுக்கு நடக்க ஆரம்பித்தனர். பிள்ளையார் கோவிலுக்கு அருகில் வரும்போது ஆண்களும் பெண்களும் வயிற்றிலும் வாயிலும் அடித்துக்கொண்டு அருணாச்சலம் உடையார் வீட்டுப் பக்கம் ஓடுவது தெரிந்தது. 'குசலாம்பா செத்திருக்கும்ண்டா' என்று சொல்லிக்கொண்டே பையன்கள் ஓட ஆரம்பித்தனர்.

மணியும் கதிரவனும் அருணாச்சலம் உடையார் வீட்டுக்கு வந்து சேர்ந்தபோது, உடையாரின் பிணத்தைத் தூக்குக்கயிற்றிலிருந்து இறக்கி வைத்துக்கொண்டிருந்தார்கள். •

அம்மா

திண்ணையில் உட்கார்ந்திருந்த கருப்புசாமி, பெரிய சிக்கலில் மாட்டிக் கொண்டதுபோல முகம் வாடிப்போய்த் தலையைத் தொங்கப்போட்டுக் கொண்டு தரையையே பார்த்தவாறு உட்கார்ந்திருந்தான். அவனுக்கு மூன் றடி தூரம் தள்ளி அருகாலுக்குப் பக்கத்தில் உட்கார்ந்துகொண்டிருந்த செல்லம்மாள் கருப்புசாமியையே பார்த்தவாறு இருந்தாள். அவன் வாயைத் திறப்பது மாதிரியோ இவளைப் பார்ப்பது மாதிரியோ தெரியவில்லை. கடைசியில் செல்லம்மாள்தான் பேசினாள்.

'பெரிய பயலெ செத்தெக் கொண்டாந்து காட்டிட்டுப் போயன்; புள்ளேக் கண்ணுலியே நிக்குறாப்லெ இருக்கு. ஒம் பொண்டாட்டி புள்ளி வுளெ அயிச்சிக்கிட்டு வந்து இங்க ரெண்டு நாள் இருக்கச் சொல்லேன். புள்ளிவுளுக்குக் கூப்புடுற மாரியாப் பேரு வச்சியிருக்கிற, சுரேசு, மகே சுன்னுகிட்டு.'

'அனுப்புறன்.'

'என்னாத்தெ அனுப்புன? புள்ளிவோ இங்க வந்து வல்லிசா ஒரு வருசம் ஆவப்போவுது. இந்த வருசப் பொங்கத் தீவாளிக்குக்கூட வல்லெ.'

'லீவ் இருந்தாத்தான அனுப்புறதுக்கு?'

'ஒனக்குத்தான் வருசம் முன்னூத்தி அறுவது நாளும் மூச்சு வுட முடியாத அளவுக்கு வேலே. புள்ளிவுளுக்குமா லீவு இல்லெ?' என்று கேட்ட செல்லம் மாளுக்கு லேசாகக் கண்கள் கலங்கின. திடீரென்று அவளுடைய முகம் சிவந்தது. 'நீ இந்த ஊட்டுலெதான் பொறந்தங்கிறத மறந்துப்புடாத. ஒம் புள்ளிவுளுக்கு இந்த ஊருத் தண்ணீய குடிச்சா சளி புடிச்சிக்கும். இந்த ஊட்டுலெ படுத்தாக் கொசி கடிச்சி ஒம் புள்ளிவோ செத்துப்போயிடும், இல்லியா? எனக்கு என்னா ஆனாலும் ஒனக்கு சம்மதம். அப்படித்தான? நானும் ரெண்டு புள்ளெயப் பெத்து வளத்தவதாண்டா.'

கருப்புசாமி, செல்லம்மாளை முறைத்துப் பார்த்தான். லேசாகப் பல் லைக் கடித்தான். பிறகு தலையைத் தொங்கப்போட்டுக்கொண்டான். அவ னையே வைத்த கண் வாங்காமல் பார்த்தாள் செல்லம்மாள். அப்போது

வாசலில் கூட்டமாக நான்கைந்து பன்றிகள் வந்து தரையை முகர்ந்து பார்க்க ஆரம்பித்தன. 'சு,சூ' என்று சொல்லிச் சத்தம் போட்டுப் பன்றிகளை விரட்டினாள். பன்றிகள் செல்லம்மாள் போட்ட சத்தத்திற்கு அசைந்து கொடுக்காததால், 'இந்தச் சாண்டெ குடிச்சவன் ஊருலெ இதுவோ தொல் லெதான் பெரும் தொல்லெ. கொள்ளெ நோவு வந்து ஒண்ணும் சாவ மாட் டேங்குது பாரன்' என்று சொல்லித் திட்டிக்கொண்டே எழுந்து வந்து பன்றிகளை விரட்டிவிட்டாள். கொஞ்சம் நேரம் வாசலில் நின்று தெருவில் ஆள் நடமாட்டம் இருக்கிறதா என்று பார்த்தாள். 'என்னா வெயிலு அடிக் குது' என்று சொல்லிக்கொண்டே வந்து, முன்பு உட்கார்ந்திருந்த இடத்தி லேயே உட்கார்ந்துகொண்டாள். 'நம்ப எதிர் ஊட்டுக்காரனோட புள்ளெ செத்தப்ப எயவு வச்சப்பவும் நீ வந்து தலெயக் காட்டுலன்னு மனக் கொறப் பட்டுக்கிட்டான். எதிரு ஊட்டுலெ நடக்குற நல்லது கெட்டதுக்கே போவ லன்னா, அப்பறம் எப்படி ஒருத்தர் மூஞ்சியிலெ ஒருத்தர் மூச்சிக்கிறது? காசி பணம் 'வா'ன்னா வரும், 'போ'ன்னா போவும். மக்க மனுச அப்பிடியா? இந்தூர்ல நம்பளுக்குன்னு நாலு பேரு வாணாமா?' என்று சொன்னவள், கடுப்புடன் 'ஓம் மாமியா ஊட்டுச் சனங்களே போதுமின்னு இருக்கியா? ஆனவங்களோ, ஆவாதவங்களோ சொன்ன மொறமக்கிப் போயித் தலெய காட்டுறதுதானெ மருவாத. கோடிகோடியா பணமிருந்தாலும் கூட வராது தம்பி' என்று அவள் சொன்னதைக் காதில் வாங்காதவன் மாதிரி கைக்குட் டையால் புறங்கழுத்தைத் துடைக்க ஆரம்பித்தான்.

வலது காலின் பெருவிரல் நகத்திலிருந்து அழுக்கை எடுத்தவாறே விசும் பலான குரலில், 'ஓங்கப்பனாலயும் சரி, ஓங்கப்பன் ஊட்டுச் சனங்களால யும் சரி, எந்தக் காலத்திலியும் வா வாத்த ஆதரவுகூட எனக்கு இருந்தது இல்லெ. இப்பப் பெத்த புள்ளெயாலயும் இல்லன்னு ஆயிப்போச்சி. நடக்க முடியாத காலத்திலியும் நானே ஒயச்சி நானே திங்குறன்' என்று சொன்ன செல்லம்மாளுக்குக் கண்கள் கலங்கின. முந்தானையால் கண்க ளைத் துடைத்துக்கொண்டாள். இரண்டு மூன்று முறை மூக்கை உறிஞ்சி னாள். 'பேசாம அங்க வந்து இரு' என்றான் கருப்புசாமி.

'என்னாத்தெ வந்து இருக்கிறது? எந்த ஒறவுலெ இருக்கிறது? விடிஞ் சதும் பல்லெ விளக்கிக்கிட்டுப் போனா வெளக்கு வச்ச பெறவுதான் நீ வருவ. நேரா நேரத்துக்கு ஓம் பொண்டாட்டி சோத்தக் கொண்டாந்து எங்கிட்டெ நாயிக்கி வைக்கிறாப்பல வச்சிட்டுப் போயி மொடங்கிக்குவா. எங்கிட்டெ பேசுனா அவளோட அந்துசி கொறஞ்சிடும் பாரு. நாள் முயிக்க தனியாக் காட்டுல குந்திக் கெடக்குறாப்பல கெடக்கணும். இங்க இருந்தா லும், நாலு எடத்துக்குப் போனமா, நாலு பேரப் பாத்தமா, நாலு வாத்தெ வடிச்சமான்னு பொயிது போவும்.'

'நான் அவளெக் கேக்குறன்.'

'என்னாத்தெக் கேட்டெ? உள்பாவாடெ ஒண்ணு வாங்கியான்னு ஒங்கிட்டெ சொல்லி வருசம் ஒண்ணாச்சு. உடுத்துன துணிக்கி மாத்துத் துணி இல்லாமக் கெடக்குறன். பள்ளிக்கூடத்திலெ பொட்டே புள்ளிவுளுக்குக் கொடுத்த பாவாடெயில ஒண்ணு வாங்கித்தான் கட்டிக்கிட்டு கெடக்குறன்.'

'நேரமாச்சு. நான் கெளம்பட்டுமா?'

'நீ ஏயாவது படிக்கிறப்ப மரத்திலுருந்து கீய வியிந்து பீச்சக் கையி ஒடஞ்சிப்போச்சி. ஒன்னெத் தூக்கிக்கிட்டு நான் ஊர்ஊரா அலஞ்ச அலச்ச இருக்கே, அது அந்த ஆண்டவனுக்குக்கூட பொறுக்காதுடா. கை கூடிவரணுமேன்னு ராத் தூக்கமில்லாம, பவ தூக்கமில்லாம ஆறு மாசம் கெடந்தன் தம்பி' என்று சொல்லும்போதே செல்லம்மாளுக்கு அழுகை வந்துவிட்டது. அவள் அழ ஆரம்பித்ததும் கருப்புசாமிக்கு அந்த இடத்தில் உட்கார முடியாமல் போய்விட்டது. சங்கடமாக உணர்ந்தவன், கிளம்பி விடலாம் என்று நினைத்தான். ஏதோ சொல்ல வாயெடுத்தவன், ஒன்றும் சொல்லாமல் தலையைக் கவிழ்த்துக்கொண்டு உள்ளங்கைகளில் இருந்த ரேகைகளைப் பார்த்தான். அழுகையினூடே, 'இந்த வருசத் திருநாவுக்குக் கூட நீ வல்ல. இன்னிக்குகூட ஒம் பொண்டாட்டி ஊட்டுச் சொந்தக் காரங்க சாவுங்கிறதாலெ வந்த' என்று சொன்னாள்.

'எங்க முடியுது?'

'இப்ப எப்பிடி முடியும்? நான் சாவுற அன்னிக்காச்சும் வர முடியுமான்னு பாரு.' கருப்புசாமி வெடுக்கென்று தலையைத் தூக்கிக் கோபமாகச் செல்லம்மாளைப் பார்த்தான். அவள் அவனைப் பார்க்காமல் சளியைச் சிந்தித் தரையில் தேய்த்தாள். அப்போது தெருவில் போய்க்கொண்டிருந்த மூக்கன், கருப்புசாமியைப் பார்த்ததும் விசாரிக்க ஆரம்பித்தான்.

'எப்ப கருப்புசாமி வந்த? சாவுக்கு வந்தியா? ஒம் பொண்டாட்டி புள்ளெயெல்லாம் எப்பிடி இருக்கு? வயசான காலத்திலெ ஒங்கம்மாவத் தனியா வுட்டுவச்சிருக்கியே. அது இன்னம் எம்மாம் காலத்துக்குத்தான் பாடுபட்டு சாப்புடும்?' என்று மூக்கன் தொணதொணவென்று பேச ஆரம்பித்ததும், செல்லம்மாள் இடைமறித்து, 'அவன் பாக்காம வேற யாரு பாக்கப் போறா? வெயிலுல நிக்குறியே மாமா? வெயில் தார வாயன், பேசிக்கிட்டிருக்கலாம். தம்பி இன்னிக்கி ஊர்லதான் இருக்கப்போறான்' என்று சொல்லி மூக்கனைத் தொடர்ந்து பேசவிடாமல் அனுப்பிவைத்தாள். 'உள்ளார வந்து குந்துடா தம்பி. தெருவுலெ போறவங்க வர்றவங்களுக்கெல்லாம் வதிலு சொல்லி மாளாது. ஒருத்தங்க கண்ணு மாரி இருக்காது. அப்பறம் காச்ச தலவலின்னு வந்துடும். அந்தக் காலத்திலிருந்தே ஒனக்கு நோவு தாங்காத ஒடம்பு' என்று சொல்லி அவள் எவ்வளவோ கட்டாயப்படுத்தியும், கருப்புசாமி உட்கார்ந்த இடத்தை விட்டு நகரவில்லை.

'நான் போறன்' என்று சொன்னான் கருப்புசாமி.

'புளி ரெண்டு உருண்ட தர்றன், எடுத்துக்கிட்டு போ' என்று சொன்ன செல்லம்மாள், எழுந்து வீட்டுக்குள் போய் அடுக்குப்பானைகளை இறக்கி உருண்டைஉருண்டையாக உருட்டி வைத்திருந்த புளியை எடுத்து வந்து ஒரு பைக்குள் போட்டு அவனிடம் கொடுத்தாள். உட்காரப்போனவள், 'மொச்சப் பயிறு ஒரு படி ஆவும். இங்க யாரு இருக்கா திங்க. எடுத்துக்கிட்டுப் போயி புள்ளிவோகிட்டெ கொடுக்குறியா?' என்று கேட்டுவிட்டு, அவன் என்ன சொல்கிறான் என்பதைக்கூடக் கேட்காமல் மீண்டும் வீட்டுக்குள் போய் அடுக்குப் பானைகளை இறக்கி, மொச்சைப் பயிரைக் கொண்டு வந்து அவனிடம் கொடுத்தாள். முன்பு போலவே உட்கார்ந்து அவனிடம் பேச ஆரம்பித்தாள். சட்டென்று நினைவுக்கு வந்தது மாதிரி, 'நம்ப ஊரு ஏரியிலெ மீனு புடிக்கப் போனப்ப ரெண்டு கொயம்புக்கு ஆவுறாப்லெ மீனு ஆப்புட்டுது. ஒருத்திக்குப் போயி மீனு கொயம்பு வைக்கிறதான்னு காயப்போட்டுட்டன். கருவாடுன்னா புளிச்சிப்போன சோத்துலெ உப்பு போடாமக்கூட திங்கறவனாச்சே நீ! ஒனக்குன்னு வத்த போட்டு வச்சியிருக்கன், எடுத்தாரட்டுமா?' என்றாள்.

'சரி.'

சின்னப் பிள்ளை மாதிரி வேகமாக எழுந்து வீட்டுக்குள் போய், அடுக்குப் பானைகளை இறக்கி சவ்வுத்தாள் காகிதத்தில் முட்டணமாகக் கட்டிவைத்திருந்த கருவாட்டை எடுத்துவந்து கருப்புசாமி வைத்திருந்த பைக்குள் செருகிவைத்தாள்.

'விசயமிருந்தா ஆள் வுடு, வர்றன்' என்று சொல்லிவிட்டு எழுந்த கருப்புசாமியிடம், 'அக்காவ ஒரு எட்டு போயி பாத்துட்டு வாடா தம்பி' என்று சொன்ன செல்லம்மாளுக்கு லேசாகக் கண்கள் கலங்கின.

'பாக்குறன்.'

'படிச்சன் படிச்சன்'னு சொல்லிக்கிட்டு ஊர்க்காடு திரியிற பொறுக்கிப் பயலுக்கு எம் பொண்ணெக் கொடுக்க மாட்டன்னு சொன்ன ஒங்க மாமனாரு ஊட்டுச் சனங்க இப்ப ஒனக்கு ரொம்ப வேண்டப்பட்டவங்களாயிட்டாங்க! 'யாரப் பாத்துப் பொறுக்கிப் பயன்னு சொன்ன? என்னிக்கிருந்தாலும் எந் தம்பி கவுருமண்டு வேலெக்கிப் போவத்தான் போறான். ராசா மாரி கால ஆட்டிக்கிட்டு சாப்புடத்தான் போறான். அதெப் பாத்துட்டு இந்த ஊருப் பயலுவோ மூக்குமேல வெரல வக்கிறத நான் பாக்கத்தான் போறன்'னு சொல்லி ஊடேறிப் போயி சண்டெபோட்ட ஒத்தெ அக்காக்காரியப் பாக்க ஒனக்கு மனமில்லெ. கோயிக் குஞ்சியத் தூக்கிப் பறாந்துக்கு எற கொடுக்கிறாப்ல புருசன சாவக்கொடுத்துட்டு நாலு புள்ளிவுளெ வச்சிக்கிட்டு அவ படுற தவுசியப் பாத்து ஊரு சனங்களே வாயுருவிப்

போவுது. எங்கிட்டெ என்னா இருக்கு கொடுக்கிறதுக்கு?' என்று சொன்ன வளுக்கு அதற்கு மேல் பேச முடியவில்லை. அழ ஆரம்பித்துவிட்டாள். இடையில் 'காலக் கள, அந்திக் களன்னு வெட்டி அவதான் ஒன்னெப் படிக்கவச்சது' என்று சொன்னாள்.

'போயிப் பாக்குறன்.'

'செடிய வச்சித் தண்ணி ஊத்துனவங்களெ மறந்துப்புட்டு, பூத்ததப் பறிக்க வந்தவங்களெ நல்லவங்கன்னு நெனக்கிறது, செய்யுறதுதான ஒலக நடெமொற.'

'போறன், போறன்.'

'என்னாத்தெ போனெ? மூணு வருசமாத்தான் போற? கண்ணாலம் கட்டிப்போனாலும் புருசங்காரன் கண்ண மறச்சி, வருவாந்தோறும் ஒனக்கு அவ கையிலெ உள்ளத, 'இந்தாடா தம்பீன்னு' ஒனக்குக் கொடுக் கலெ? இன்னிக்கு அவ பீத்த மொறமாப் போயிட்டா, இல்லெ? நம்ப ஊட்டுக்கு அவ ஒரு பொண்ணு. அவ கண்ணுத் தண்ணீ வுட்டா ஒன்னெ அப்பிடியே கேட்டுடும்' என்று சொன்னவளுக்கு அழுகை வந்துவிட்டது. அழுகையினூடே, 'ஒனக்கு ஒங்க மாமனாரு ஊட்டுச் சனங்களெ பாக்கு றதுக்கேதான் நேரம் பத்தாது' என்று சொன்னாள்.

'செத்தே பேசாம இருக்கியா? இந்தச் சனியனுக்குத்தான் இங்க வர்ற தில்லெ' என்று சொல்லிக் கருப்புசாமி, செல்லம்மாளை முறைத்தான். அதே அளவுக்கு அவளும் திரும்பி முறைத்தாள். 'நீ வேலெக்கிப் போறதுக்கு மின் னாடி, இன்ட்ரிக்கிப் போவணுமின்னு சொன்னப்ப, இந்த ஊருல நம்பள நம்பி நூறு ரூவா கொடுக்க ஆளு இருந்துச்சா? கடங்கேட்டு நான் யாரு யாரு காலுல எல்லாம் விழிந்தன்னு ஒனக்குத் தெரியுமில்லெ? நைய்யா பைசா பேரலை. வேற வய்யி இல்லாத, 'புள்ளெயோட வேலெயவிட செத்துப் போனவன் கட்டுன தாலி பெருசா'ன்னு சொல்லித் தாலிய அடவு வச்சித்தான் அன்னிக்கி ஒன்னெ அனுப்புனன். ஒங்கப்பன் ஊட்டுப் பொருளுன்னு அது ஒண்ணுதான் எங்கிட்டெ இருந்துச்சி.'

'இதயே எத்தினி தடவ சொல்லுவ? இந்தச் சனியனுக்குத்தான் ஊருக்கு வர்றதே இல்ல.'

'எல்லாம் நடந்த கதெதானே! பொய்யாச் சொல்லுறன்? பெத்தவ ஒண்ணு நெனச்சா புள்ளெ ஒண்ணு நெனக்கிதுன்னு சும்மா சொல்லல தம்பி. எனக்கு எயிவது வயசாச்சி. இன்னம் களவெட்டித்தான் சோறு திங்கிறன்.'

'என்னா மசுருல நடந்த கதெ' என்று சொல்லி கருப்புசாமி கத்த ஆரம்பிக்கும்போது ராஜி வந்தான். 'நீ வந்தன்னு சொன்னாங்க, அதான் பாத்துட்டுப் போவலாமின்னுதான் வந்தன்' என்று சொன்னவனை முகத் திலடிப்பது மாதிரி 'நீ போயி ரோட்டுல நில்லு ராஜி. நான் வர்றன், அங்க

பேசிக்கலாம்' என்று சொல்லி ராஜியைப் போகச் சொன்னான். ராஜி மறுபேச்சுப் பேசாமல் திரும்பிப்போனான்.

'அவனும்தான் புள்ளென்னு இருக்கான். ஒத்தயா மூணு அக்கா, தங்கச்சி வுள ஒரு கொற இல்லாம சீர் செனத்தின்னு செஞ்சிக் கட்டிக்கொடுத்தான். மூணு பேரும் வந்தா இன்னிக்கும் நல்லதகெட்டதப் பாக்குறான். பெத்த தாயி தவப்பனக் குந்தவச்சி சோறு போடுறான்' என்று ராஜியைப் பற்றிச் செல்லம்மாள் சொல்லிக்கொண்டிருக்கும்போதே, விர்ரென்று பையை எடுத்துக்கொண்டு கிளம்பிவிட்டான் கருப்புசாமி. 'காரு வர நேரம் இருக்கும்போதே யாண்டா தம்பி பறக்குறவன்?' என்று கேட்டுவிட்டு, 'இரு வர்றன்' என்று சொல்லிவிட்டு வீட்டுக்குள் போனாள். பழைய பெட்டியில் எதையோ தேடி எடுத்துக்கொண்டு வந்து, நூறு ரூபாய் நோட்டு இரண்டை அவனிடம் கொடுத்தாள். கருப்புசாமி பணத்தை வாங்கிக்கொள்ளாமல் வீறாப்பாக அவளிடமே திருப்பித்தர முயன்றான். கட்டாயப்படுத்தி அவனுடைய கையில் பணத்தைத் திணித்துவிட்டு, சாதாரணமாக, 'ஒரு கோண மூஞ்சிக் குட்டிய வித்தன். 'இந்தா தர்றன், அந்தா தர்றன்'ன்னு சொல்லி ஒரு மாசம் இயிக்கப்போட்டு நேத்துதான் பணத்தெக் கொண்டாந்து கொடுத்தானுவோ. பணத்தெ வச்சிக்கிட்டு நான் என்னாப் பண்ணப் போறன்? இதெ வச்சி ஓம் மவளுக்கு என் நெனவா ஒரு காலு கொலுசி எடுத்துப்போடு' என்று சொல்லிவிட்டு அவனிடமிருந்து கைப்பையைக் கட்டாயப்படுத்தி வாங்கிக்கொண்டு வீட்டைச் சாத்திவிட்டு 'வாடா தம்பி, காரு ஓடிப்போயிடும்' என்று சொல்லிவிட்டு முன்னே நடக்க ஆரம்பித்தாள்.

ஏதோ சொல்ல வாயெடுத்த செல்லம்மாளிடம், 'பேசாம வாம்மா' என்று கருப்புசாமி சொன்னதைக் காதில் வாங்காதவள் மாதிரி சொன்னாள்: 'பொண்டாட்டின்னு ஒங்கப்பங்காரன்கிட்டே தாலி கட்டிக்க வந்த நாளுல இருந்து ஒங்கக் கூட்டத்திலெ இந்த வாத்தயத்தான் நான் கண்டன். என்னோட ஆவி போனாத்தான் ஒனக்கு நல்லதுகெட்டது தெரியும் தம்பி. எனக்கு நீ முந்தியா, ஒனக்கு நான் முந்தியா? ஒன்னெ நம்பியாடா நான் பொறந்தன், போடா.' •

நாளை

'யே குட்டி அங்கப் போற ஆடுவுள வளச்சி ஓட்டியாடி' என்று செல்லம்மாள் சொன்னதைக் காதில் வாங்காமல் மாலதி சில்லு விளையாடிக் கொண்டிருந்தாள். 'பயிருல மேஞ்சிப்புடும், போடி' என்று சொல்லிக் கத்திய பிறகுதான் அரைமனதுடன் போனாள் மாலதி. 'வேகமாப் போடி' என்று கத்தியதோடு எழுந்து நின்று பயிர்நிலத்தில் ஆடுமாடு ஏதும் மேய்கிறதா என்று பார்த்தாள். ரொம்ப தூரத்தில் ஏழெட்டு ஆடுகள் மேய்ந்து கொண்டிருப்பது மங்கலாகத் தெரிந்தது. அதோடு யாரோ ஒரு ஆள் வருவது மாதிரியும் தெரிந்தது. திரும்பவும் பயிர்நிலத்துப் பக்கம் பார்த்தாள். எங்கு பார்த்தாலும் ஒரே பசுமையாக இருந்தது. ஆட்களோ ஆடுமாடுகளோ கண்ணில் படாததால் முன்பு போலவே உட்கார்ந்துகொண்டாள். மூன்று பெரிய ஆடுகளையும், ஐந்து குட்டிகளையும் ஓட்டிவந்து மாமரத்தின் நிழலில் விட்டுவிட்டு வந்து செல்லம்மாளுக்குப் பக்கத்தில் உட்கார்ந்தாள் மாலதி. 'யாண்டி நிழல்ல கொண்டாந்து அடயப் போட்டுட்டெ? செத்த நேரம் வாரி வரப்புல மேச்சா என்ன?' என்று செல்லம்மாள் கேட்டாள். மாலதி பதில் பேசவில்லை. 'ஒரு ஆளு வந்த மாரி தெரிஞ்சிதே, யாருடி?' என்று கேட்டாள். அதற்குப் பட்டும்படாமலும் 'வெங்கனூர் தாத்தாதான்' என்று மாலதி சொன்னாள். 'அப்பிடியா?' என்று ஆச்சரியப்பட்ட செல்லம்மாள் 'அந்தாளு இந்த நேரத்துக்கு யாண்டி இங்க வராரு?' என்று சொல்லிக்கொண்டே தெற்குப் பக்கமாகப் பார்த்தாள். சின்னசாமி உடையார் கடலை நிலத்தின் வழியே வந்துகொண்டிருப்பது நன்றாகத் தெரிந்தது. குச்சியை ஊன்றி எழுந்து நின்றாள்.

'நேரா காட்டுக்கே வந்திட்டீங்களா?' என்று செல்லம்மாள் கேட்டாள். சின்னசாமி உடையார் பதில் பேசவில்லை. சுற்றுமுற்றும் பார்த்தவாறு இருந்தார். 'எதுக்கு நிக்குறீங்க? குந்துங்க' என்று இரண்டு மூன்று முறை சொன்ன பிறகுதான் வேண்டாத இடத்திற்கு வந்துவிட்ட மாதிரி சலிப்புடன் உட்கார்ந்தார். பக்கத்தில் வந்த ஆட்டுக்குட்டியை ஒரு நெட்டு நெட்டினார். அது கத்திக்கொண்டே மாலதியிடம் வந்தது.

'நடந்தா வந்தீங்க?'

‘பின்னெ எப்பிடி வர்றது?’

செல்லம்மாள் குழம்பிப்போனாள். ஏன் உடையார் எரிந்துவிழுகிறார் என்று யோசித்தாள். நடந்து வந்த களைப்பில் கடுகடுவென்று இருக்கலாம் என்று நினைத்துக்கொண்டாள். அவரைக் கூர்ந்து பார்த்தாள். பஞ்சத்தில் அடிபட்ட ஆள் மாதிரி, மாதக் கணக்கில் சோற்றையே காணாத ஆள் மாதிரி தெரிந்தார். ஏதாவது பேச வேண்டுமே என்று ‘ஊருல என்னா சேதி? பசங்க, புள்ளிவோ எல்லாம் நல்லா இருக்கா?’ என்று கேட்டாள். உடையார் எதுவும் பேசாமல் உட்கார்ந்திருந்தார். அவர் இருந்த நிலையைப் பார்த்துவிட்டு ‘எப்ப சாப்புட்டது?’ என்று கேட்டதும் வெடுக்கென்று திரும்பிப் பார்த்த உடையார் ஒன்றும் பேசாமல் வெறுமனே செல்லம்மாளையே உற்றுப் பார்த்தார்.

‘என்னாச்சி?’ என்று கேட்டாள்.

‘எனக்கு ஒரு முழம் கவுறு பஞ்சமாப் போச்சி’ என்று சொன்ன உடையார் பட்டென்று தலையைக் கவிழ்த்துக்கொண்டார். செல்லம்மாளுக்கு என்ன சொல்வதென்று தெரியவில்லை. உடையார் பேசுகிற விதமும், உட்கார்ந்திருந்த விதமும் பெரிய சிக்கலில் அவர் மாட்டிக்கொண்டு தவிப்பது மாதிரி தெரிந்தது. என்ன நடந்தது என்று தெரிந்தாலாவது ஏதாவது பேசலாம் என்று நினைத்து ‘எதுக்காக அப்பிடிச் சொல்லுறீங்க?’ என்று கேட்டாள். அதற்கு மனம் உடைந்து போன மாதிரி ‘பரதேசம் போவ வேண்டியதுதான் பாக்கி’ என்று தரையைப் பார்த்தவாறே சொன்னார்.

‘சுடுகாட்டுக்குப் போவயிலெதான் பரதேசம் போவாங்களா?’

‘சுடுகாட்டுக்குப் போவத்தான் நாளு வல்லியே.’

‘வராம எங்கப் போயிடப்போவுது? இன்னிக்கி இல்லன்னா நாளக்கி வரப்போவுது. தேசாந்தரம் போனா மட்டும் சுடுகாட்டுக்குப் போவாம இருக்க முடியுமா?’

‘பொறந்த அன்னிக்கே முடுவானதுதான அது? இன்னிக்கி மாறுன்னா மாறிடுமா?’

‘சாவுறதப் பத்தி இப்ப எதுக்குப் பேச்சு? சாவு வரும்போது அதெப் பத்திப் பேசிக்கலாம். ஊருல என்ன சேதி? மய மாரி உண்டா?’

‘ஊரு அது பாட்டுக்கும் எப்பவும்போல இருக்கு.’

‘எதுக்கு இந்த வேவாத வெயில்லெ வந்தீங்க?’

‘ஒன்னெக் கையோட கூப்புட்டுக்கிட்டு போவத்தான்.’

செல்லம்மாளுக்கு அடுத்த வார்த்தை பேச வாய் வரவில்லை. சிறிது நேரம் உடையார் என்ன சொன்னார் என்று தனக்குள்ளேயே கேட்டுக் கொண்டாள். விசயத்தை எளிதில் போட்டு உடைக்கக் கூடிய ஆளில்

லையே என்று யோசித்தாள். உடையார் பேசுவதிலிருந்து ஊரில் ஏதோ நடக்கக் கூடாத விபரீதம் நடந்திருக்கிறது என்று நினைத்தாள். பிறகு லேசாக சிரித்துக்கொண்டே 'ஒலகத்திலெ இல்லாத புது அதிசயம்தான்' என்று சொன்னாள்.

மாலதியினுடைய முகத்தை முகர்ந்துபார்க்கவும், நக்கிப்பார்க்கவும் நான்கைந்து மாத ஆட்டுக்குட்டி ஒன்று முயன்றுகொண்டிருந்தது. அவளால் முடிந்தவரை தள்ளித்தள்ளிப்பார்த்தாள். கடைசியில் ஒரு அடி அடித்தாள். அப்படியும் அந்தக் குட்டி ஆடு எங்கேயும் போகாமல் அவளையே சுற்றிச்சுற்றி வந்துகொண்டிருந்தது. 'பசியிலெதான் அப்பிடிச் செய்யுது. ரெண்டு பில்லக்கில்லப் புடுங்கியாந்து போடண்டி' என்று செல்லம்மாள் சொன்னதும் மறுவார்த்தை பேசாமல் எழுந்து கரும்பு வயல் பக்கம் நடக்க ஆரம்பித்தாள் மாலதி. அவளைப் பின்தொடர்ந்து ஆடுகள் ஓடின.

'இம்மாம் தூரம் நடந்தா வந்தீங்க?' என்று உடையாரிடம் செல்லம்மாள் கேட்டாள். அதற்கு ஒரு தினுசாக 'காசிக்கி எங்கப் போறது?' என்று கேட்டார்.

'பெரியவன்கிட்டயாவது வாங்கிக்கிட்டு வரக் கூடாதா?'

'அவனே நாலஞ்சி புள்ளிவுள வச்சிக்கிட்டுப் படாத செரும படுறான். அவங்கிட்டப் போயி எப்பிடிக் கேக்குறது? இதென்ன நடக்காத காலா?'

'இப்பிடிப் பாத்துப்பாத்துத்தான் ரோட்டுல வுட்டுட்டானுவோ.'

'ரோட்டுல மட்டுமா வுட்டானுவோ' என்று சொன்ன உடையாருக்கு அதற்கு மேல் பேச முடியவில்லை. செல்லம்மாளைப் பார்ப்பதைத் தவிர்த்தார். அவர் ஏதோ சொல்ல வந்து, சொல்லாமல் மறைக்கிறார் என்பது அவளுக்கு நன்றாகத் தெரிந்தது. 'ஊட்டுல சண்ட ஏதும் நடந்துபோச்சா?' என்று திரும்பத்திரும்பக் கேட்டாள். உடையார் வாயைத் திறக்கவில்லை. தலையைக் கவிழ்த்தவர், கவிழ்த்தவர்தான். செல்லம்மாள் சிறிது நேரம் பேசாமல் இருந்துவிட்டுப் பிறகு 'இன்னதுதான் நடந்ததுன்னு சொன்னாத்தான தெரியும்' என்று சொன்னாள். திடீரென்று கோபம் வந்தது மாதிரி சத்தமாகக் கேட்டார்: 'புள்ளெப் பெக்குறது நொட்டச் சொல்லு கேக்கவா? இல்லெ கேக்காத பேச்செல்லாம் கேக்கவா? வீத சோத்துக்குக் காவ காக்கவா?'

'இதுதான் ஒலக நடெமுற. நம்பளுக்கு மட்டும் மாறிடுமா? நாம்ப மட்டும் தனிப் பொறவியா?'

'மாமனாரு மூஞ்சியிலெ செருப்பத் தூக்கி கெடாவுறதுதான் ஒலக நடெமுறயா?' என்று சொல்லும்போதே உடையாருடைய கண்கள் கலங்கின. அதைப் பார்த்துச் செல்லம்மாள் பதறிப்போனாள். ஆத்திரத்தில் 'அந்தச் சின்னப் பயலோட பொண்டாட்டிதான் அப்பிடிச் செய்வா. எங்கிருந்து

தான் இப்பிடி வந்து சேந்துதோ. நாதேறி. நம்ப சாதியிலெ இப்பிடியொரு கொணம்கெட்டெ முண்டெய நான் பாத்தது இல்லெ. சாதி மானத்தயே கெடுக்குறா. பெரியவுங்க சின்னவங்கன்னு இல்லியா? அவளச் சும்மாவா வுட்டீங்க?' என்று கேட்டாள். உடையார் பதில் பேசவில்லை. கரும்பு வயல் பக்கம் பார்த்தவாறு இருந்தார். அளவுக்கு மீறி உடையார் மீது பச்சதாபப் பட்டாள். 'வயசானா படாத செரும பட வேண்டியதுதான். வேறென்ன பண்ண முடியும்? சாவுற முட்டும் படாத தொவந்தனயெல்லாம் பட்டுத் தான் தீரணும்' என்று சொல்லிச் செல்லம்மாள் பெருமூச்சு விட்டாள்.

ஊருக்குள் ஒரு வம்புதும்புக்கும் போகாதவர். இரவும் பகலும் 'காடு காடு' என்று கிடப்பவர், கெட்ட சகவாசம் இல்லாதவர், பிள்ளைகளுக்குக் காலத் தில் நல்லதுகெட்டது செய்து முடித்தவர் என்று ஊருக்குள் பெயரெடுத்த சின்னசாமி உடையார்தான் ஒரு வாய்ச்சோற்றுக்காக இருபது மைல் தூரம் நடந்தே வந்திருக்கிறார் என்பதைச் செல்லம்மாளால் நம்ப முடியவில்லை. எத்தனையோ முறை இந்த மாதிரி வந்திருக்கிறார். ஆனால், இந்த முறை வந்த மாதிரி முன் எப்போதும் வந்ததில்லை. அவளுடைய மனம் நிலை கொள்ளாமல் தவித்தது. ஆனாலும், உடையாரைச் சமாதானப்படுத்த நினைத்து 'சனங்க இப்ப ரொம்பத்தான் மாறிப்போயிட்டாங்க. வயசானா பெத்தவங்களே வாணாம்ங்கிற காலமா இருக்கு' என்று சொன்னாள்.

'ஒரு நாளக்கி நான் ஒரு ஆளு ஒரு மூட்டெ அரிசி சோத்தயா தின்னுப் புடுவன்?' என்று கோபமாகக் கேட்டார் உடையார்.

'ஒங்களுக்குச் சோறு போட முடியாதுன்னு சொன்னவ யாரு? பேரச் சொல்லுங்க. அவள உண்டா இல்லியான்னு பாத்துடறன். '

'சோறு போடலியா, சோறு போடலியான்னு கேக்குறியே. சோறு மட் டும் தின்னா போதுமா? நாயிக்கி வைக்கிற மாரி சோத்தக் கொண்டாந்து வாசப்படியிலெ வச்சிட்டாப் போதுமா?'

'சாவப்போறவங்களுக்கு வேற என்னா வேணும்? இது எங்கியும் உள் ளதுதான். கெயவன் கெயவி எல்லாம் இப்ப யாருக்கு வேணும்?'

'சாமத்திலெ ஏமத்திலெ ஒரு காச்ச, தலவலின்னா யாருகிட்டெப் போயி நான் சொல்லுறது? ஒரு சொம்புத் தண்ணி வேணும்னா நான் அந்த நேரத்திலெ யாருகிட்டெப் போயி கேக்குறது? வவுத்தால வாயால போனா என்னாப் பண்றது?' என்று வேகவேகமாக உடையார் கேட்டார். சிறிது நேரம் பேசாமல் இருந்தார். பிறகு கோபம் தணிந்தது மாதிரி 'என்னோட கிரக வாட்டம் சரியில்லெ. அதனாலதான் தெருவே போற நாயிவோ கிட்டெயெல்லாம் செருப்படி பட வேண்டியிருக்கு.'

'இனிமேதான் கிரகம் சரியாப்போயி ஏரு ஓட்டப் போறீங்களா? பேசாம மவளுவோ ஊட்டுலெப் போயி இருங்க.'

'ஒறமறயான் ஊட்டுல போயி என்னெ சங்கக்கெட்டெ சோறு திங்கச் சொல்லுறியா? யான எளச்சதுங்கிறதுக்காகத் தொயுவத்திலே கொண்டு போயா கட்டெ முடியும்?'

'இல்லன்னா இங்கியே இருந்திடுங்க.'

'என்னால இனிமே இன்னொருத்தங்க ஊட்டுல போயி வெக்கம் கெட்டெ சோறு திங்க முடியாது. அதனால, நான் ஒரு முடுவுக்கு வந்துட்டன். ஒன்னெ அயச்சிக்கிட்டுப் போயி மாட்டுக் கொட்டாயிலியோ, மோட்டார் கொட்டாயிலியோ தங்க வைக்கிறதுன்னு முடுவு எடுத்தாச்சி. இப்பத்தான் ஒரு கிலோ அரிசி ஒரு ரூவாயிக்கிப் போடுறானே. ஒரு கிலோ அரிசி பத்தாதா? இல்லெ நம்பளால ஒரு ரூவாதான் சம்பாரிக்க முடியாதா? நானும் மத்தவங்க மின்னாடி உசுரோட இருந்து காட்டுறன்.'

'இத்தினி காலமா இல்லாம இன்னிக்கென்ன புதுசாக் கூப்புடறது? அதுவும் பீ, மூத்திரம் பேள முடியாதவள?'

'இந்தப் பேச்சு அந்தப் பேச்செல்லாம் வாணாம். நான் முடுவு எடுத்தாச்சி. வர்றன், வல்லெ இதுதான் வேணும். ரெண்டுல ஒன்னு.'

'இன்னிக்கிச் சோறு போடல. அதனால கூப்புடுறீங்க. நாளக்கிப் போட்டாங்கன்னா என்னாப் பண்றது?' என்று செல்லம்மாள் கேட்டதும் உடையாருக்கு எங்கிருந்துதான் அவ்வளவு கோபம் வந்ததோ, சட்டென்று எழுந்து எங்கோ பார்த்தவாறு நின்றார்.

செல்லம்மாளுக்குக் கண்மண் தெரியாத அளவுக்குக் கோபம் உண்டாயிற்று. எரிச்சலில் மோசமாகப் பேசிவிடலாமா என்றுகூட நினைத்தாள். இந்த வார்த்தையைச் சொல்ல உடையாருக்கு எப்படி வாய் வந்தது என்பது தான் அவளுக்குப் புரியவில்லை. அவளுக்கும் உடையாருக்கும் உறவு ஏற்பட்டுப் பதினெட்டு வருசம் இருக்கும். அவளுடைய புருசன் செத்த ஆறாவது வருசம்தான் உறவு ஏற்பட்டது. அதிலிருந்து இன்றுவரை ஒரு படி தானியமோ ஒரு ரூபாய்ப் பணமோ கொடுத்தவர் இல்லை. இவளும் அது வேண்டும், இது வேண்டும் என்று இதுவரை வாயைத் திறந்து கேட்டதில்லை. அந்த விசயத்தில் கோடு கிழித்தது மாதிரிதான் இருப்பார், எப்போதுமே அவர் அப்படித்தான் இருந்தார். இவளுக்கும் உடையாருக்கும் இடையில் ஏற்பட்ட உறவு தெரிந்ததும் பார்வதி ஒரு வார்த்தைகூட இவளிடம் கேட்கவில்லை. விசயம் தெரிந்தமாதிரிகூட அவள் காட்டிக் கொண்டதில்லை. அதற்குக் காரணம், பார்வதியினுடைய சித்தப்பா மகள் தான் செல்லம்மாள். அவள்தான் மாப்பிள்ளை பார்த்து செல்லம்மாளைக் கட்டி வைத்தாள். கல்யாணமான இரண்டாவது வருசமே செல்லம்மாளினுடைய புருசன் மஞ்சள் காமாலையில் செத்துவிட்டான். அதனால், பார்வதி வாயைத் திறக்கவில்லை. ஆனால், ஊர் வாயை அவளால் மூட

முடியவில்லை. செல்லம்மாளின் விசயம் தெரிந்த நாளிலிருந்து சாகும் வரை உடையாரைத் தன் பக்கத்தில் பார்வதி அண்ட விடவில்லை. அவள் உயிரோடு இருந்தவரைதான் என்றில்லை, செத்த பிறகும் ஒரு நாள்கூட இப்படிப்பட்ட வார்த்தையை உடையார் ஒருபோதும் சொன்னதில்லை. ஒரு வருசத்திற்கு முன்பு செல்லம்மாள் வரப்பில் நடக்கும்போது தடுக்கி விழுந்து இடுப்பெலும்பு ஒடிந்து கிடந்தபோதும் உடையார் இந்த வார்த் தையைச் சொல்லவில்லை. இனிமேல் முன்புபோல் நடக்க முடியாது, குச்சி வைத்துக்கொண்டுதான் நடக்க முடியும் என்ற நிலையில் அவளுடைய மகள் வள்ளியும் அவளுடைய புருசனும் வந்து 'இனிமே இங்க இருக்க வாணாம். தனியா இருந்து என்னாப் பண்ணப் போற? எல்லாத்தயும் வித் துட்டு எங்கூடவே வந்துடு' என்று சொல்லி, கட்டாயப்படுத்தி, வீடு, நிலம் என்று எல்லாவற்றையும் விற்றுவிட்டு அழைத்துக்கொண்டு போனபோதும் தடுக்கவில்லை. காரணமும் கேட்கவில்லை. பார்வதி செத்த மறுவருசம் தான் மகன்களுக்குப் பங்கு பிரித்துக் கொடுத்தார். மகள்களுக்கும் தலைக்கு ஒரு காணி கொடுத்தார். ஆனால் செல்லம்மாளுக்கு ஒரு துரும்புகூடத் தரவில்லை. தர வேண்டும் என்ற எண்ணம்கூட அவருடைய மனதில் வந்த தில்லை. அப்போது 'சொத்தப் பாத்தா ஒறவு இருக்காது' என்று சொல்லிச் செல்லம்மாள் எதுவும் பேசவில்லை. பங்கு பிரித்த மூன்றாவது மாதமே உடையாருக்கு யார் சோறு போடுவது என்ற பிரச்சினை வந்துவிட்டது. ஊர் அடங்கும்வரை யாராவது சோறு போடுகிறார்களா என்று பார்ப்பார். யாரும் சாப்பிடக் கூப்பிடவில்லை என்றால் நேரே செல்லம்மாள் வீட் டுக்கு வருவார். சாப்பிட்ட மறுநொடியே கிளம்பிப் போய் மகன்கள் ஆடு மாடுகளைச் சரியாகக் கட்டியிருக்கிறார்களா, தீனி போட்டிருக்கிறார்களா என்று பார்ப்பதற்குப் போய்விடுவார். இந்தக் கூத்து வாரத்தில் இரண்டு மூன்று நாட்கள் நடக்கும். இவளுடைய வீட்டில் சாப்பிட்ட மறுநாள் 'நடக்க முடியலன்னாலும் கூத்தியாளுக்குக் கொறவில்லெ. அம்பது அறு வது வயசுக் கெயவிகிட்டெ அப்பிடி என்னதான் இருக்குமோ' என்று அவருடைய மருமகள்கள் பேசுவார்கள். அந்த வார்த்தைகளையெல்லாம் செல்லம்மாள் காதில் வாங்க மாட்டாள். 'சோறு போட்டா புண்ணியம்' என்று ஒரே வார்த்தையில் சொல்லி முடித்துவிடுவாள். எல்லாவற்றுக்கும் மேலாக, வள்ளி வீட்டுக்கே நிரந்தரமாகத் தங்க வந்த பிறகு இவளைப் பார்ப்பதற்கென்று ஒருமுறைகூட அவர் வந்ததில்லை. ஆனால், மாதத் திற்கு ஒருமுறை மருமகள் சோறு போடவில்லை என்று சொல்லிக்கொண்டு வருவார். வந்தாலும் இரண்டு நாள்தான் இருப்பார். பேரப் பிள்ளைகளைப் பார்க்க வேண்டும், ஆடு மாடுகளை, காட்டைப் பார்க்க வேண்டும் என்று சொல்லிவிட்டுக் கிளம்பிவிடுவார். தடுத்தாலும் நிற்க மாட்டார். மீறித் தடுத்து நிறுத்தினால் யாரிடமும் சொல்லாமலேயே போய்விடுவார். அவர்

அவ்வாறு போகும்போதெல்லாம் செல்லம்மாளிடம் வள்ளி சண்டை பிடிக்க ஆரம்பித்துவிடுவாள். 'சோறு போடலன்னாலும், சூத்துத் துணிய அலசித் தரலன்னாலும் அந்தாளுக்குப் பாசமெல்லாம் அங்கதான். பெத்த தோசத்துக்கு ஒனக்குத்தான் சோறு போடலாம். அந்தாளுக்கு நான் ஏன் போடணும்? அந்தாளு எனக்கா பங்குபிரிச்சி ரகம்ரகமாக கொடுத்தான்? அந்த ஆளால அந்த ஊருல எனக்குக் கெடச்ச அவப் பேரெல்லாம் பட்டப்பேரெல்லாம் போதாதா? இந்த ஊருலயுமா எனக்குப் பட்டப்பேரு வேணும்? இனிமே அந்த ஆள இங்க வரச் சொல்லாத' என்று சொல்லிக் கத்துவாள். ஆனால், உடையார் வரும்போது ஒரு வார்த்தைகூடப் பேச மாட்டாள். அவள் மட்டுமல்ல, அவளுடைய புருசனும் மரியாதையாகத் தான் நடந்துகொள்வான். யார் என்ன செய்தாலும் உடையாரால் இந்த ஊரில் இரண்டு நாளுக்கு மேல் இருக்க முடியாது. பத்து நாட்களுக்கு முன் உடம்பு சரியில்லை என்று வந்தார். ஊசி, மருந்தெல்லாம் போட்டதும், உடம்பு லேசாகச் சரியானதும் ஊருக்குப் போகிறேன் என்று அடம்பிடிக்க ஆரம்பித்துவிட்டார். உடம்பு சரியானதும் போகலாம் என்று சொல்லி விட்டு வள்ளி காட்டுக்குப் போய்விட்டாள். சாயங்காலம் வந்து பார்த்தால், உடையார் இல்லை. அப்போது அவளுக்கு வந்த கோபத்திற்கு அளவே இல்லை. காட்டுக்கத்தலாகச் செல்லம்மாளிடம் வந்து கத்தினாள்.

'அந்தாளு இனிமே இந்த ஊட்டுக்குள்ளார வரக் கூடாது. அந்தாளு என்னெ என்ன பெத்தவனா, இல்லெ வளத்தவனா? சொத்த யாரு பங்கு போட்டுக்கிறது? பீ, மூத்தரத்த யாரு அள்ளுறது?'

'அந்தாளு கொணம்தான் ஒனக்குத் தெரியுமே. அந்தாளுக்குச் சோறு தான போடச் சொன்னன், மருந்தா வைக்கச் சொன்னேன்? சோறு போட்டாப் புண்ணியம்' என்று செல்லம்மாள் சொன்னது வள்ளியினுடைய காதில் ஏறவில்லை.

சின்னசாமி உடையார் மீது செல்லம்மாளுக்குக் கோபமும் எரிச்சலும் உண்டாயிற்று. எந்தக் காலத்தில் தான் உடையாரால் சுகப்பட்டோம் என்று நினைத்தாள். இரண்டு ஊரிலும் பெயர் கெட்டதுதான் மிச்சம் என்று நினைத்துக்கொண்டே உடையாரைப் பார்த்தாள். முன்பைவிட இப்போது கூடுதலான வெறுப்பும் கசப்பும்தான் உண்டாயிற்று. அதை வெளியே காட்டிக்கொள்ளாமல் 'எதுக்கு நிக்குறீங்க? குந்துங்களன்' என்று சொன்னாள். உடையார் வேண்டாவெறுப்புடன் உட்கார்ந்தார். அவர் பேசுவார் என்று எதிர்பார்த்தாள். அவர் இப்போதைக்கு வாயைத் திறக்க மாட்டார் என்பதுபோல இருக்கவே, தானாகவே 'அப்புறம் என்னா சேதி?' என்று கேட்டாள். அவளை ஒரு மாதிரியாக ஏறஇறங்கப் பார்த்த உடையார் 'முடிவச் சொல்லு. ஒன்னெத்தான் மலபோல நம்பிக்கிட்டு இருக்கன்' என்று சொன்னார்.

'பெத்த புள்ளெங்க சோறு போடலங்கிறதுக்காக ஒலகத்திலெ இல்லா தப் புதுப் பயக்கமா செய்ய முடியுமா?' என்று கேட்டாள்.

'ஒனக்கு யாரு முக்கியம்?'

'எல்லாரும்தான்.'

'எல்லாருமின்னா யாரு?'

'எல்லாருமின்னா எல்லாரும்தான். எய பிரிச்சி சொல்ல முடியாது.'

'எல்லார்கூடயும்தான் நீ படுத்தியா?'

'சித்தம் போனபடி பேசுறது எந்த ஊரு நாயம்? மானம்போன பின் னால என்னால சீவனம் பண்ண முடியாது. நீங்க சொல்றபடி ஒங்க அண் ணாக்கவுத்தப் புடிச்சிக்கிட்டு என்னால வர முடியாது. அப்பிடி வர்றது நாயமுமில்லெ. அதுக்கான காலமுமில்லெ. பெத்த புள்ளிவுள ஒதறித் தள் ளிட முடியுமா? இல்லெ ஒலகத்ததான் ஒதறித் தள்ளிட முடியுமா?'

'முடுவச் சொல்லு.'

'கங்கணம் கட்டிக்கிட்டு வந்துட்டாப்ல இருக்கு. ஒரே முடுவுதான். எங் கதெதான் கடன் வாங்கியும் பட்டினி, கண்ணாலம் கட்டியும் சந் நியாசமாச்சே.'

'எதுக்கு மூஞ்சியிலெ அடிக்கிற மாரி பேசுற?' என்று கேட்ட உடை யாரால் கோபத்தில் அதற்கு மேல் பேச முடியாமல் போய்விட்டது. வெல வெலத்துப் போய்த் தரையைப் பார்த்தவாறு உட்கார்ந்திருந்தார். முன்பு அவரிடமிருந்த இறுமாப்பு, அகங்காரம் எல்லாம் போன இடம் தெரிய வில்லை. ஒடுங்கிப்போய் உட்கார்ந்திருந்தார். அவரைப் பார்ப்பதற்குப் பாவமாக இருந்தது. அதனால், 'இங்கியே இருந்தா என்ன?' என்று கேட் டாள். அதற்கு வெடுக்கென்று 'சோறு கண்ட எடம் சொர்க்கம், கஞ்சி கண்ட எடம் கைலாசமின்னு என்னால இருக்க முடியாது' என்று சொன் னார். இவர் திருந்தப்போவதில்லை என்று நினைத்த செல்லம்மாள் அலுப் புடன் திரும்பிப் பார்த்தாள். கரும்புக் கொல்லை, எள், கடலை நிலம் என்று ஒவ்வொன்றாகப் பார்த்தாள். ஆடு மாடுகள் ஒன்றும் கண்ணில் பட வில்லை. அப்போது நுணா மரத்தில் ஏறியிருந்த மாலதியைப் பார்த்தாள். 'யே குட்டி, மரத்த வுட்டுக் கீய எறங்குடி. பொட்டெக் குட்டி மரம் ஏற லாமா?' என்று சொல்லிச் சத்தம்போட்ட பிறகுதான் மாலதி மரத்தை விட்டு இறங்கினாள், நுணாப் பழத்தைத் தின்ன முடியவில்லையே என்ற ஆத்திரத்தில் வேகமாக வந்து 'வா ஊட்டுக்குப் போவலாம்' என்று சொன் னாள். அவள் சொன்னதைக் காதில் வாங்காமல் 'அங்க யாரோ வர்ற மாரி இருக்குப் பாருடி. கரும்பு மறவுல நின்னுக்கிட்டுக் கல்லச் செடிய யாராச் சும் புடுங்கப்போறங்க பாரு' என்று சொன்னதற்கு 'கண்ணு தெரியலன்னா

பேசாம இரு. 'அங்க யாரோ வர்றாங்க, இங்க யாரோ போறாங்க'ன்னுக் கிட்டு' என்று சொல்லி மாலதி பதிலுக்குக் கத்தினாள். 'பத்து வயசுக்கூட முடியல. வாயப் பாரு ரவக் குட்டிக்கு' என்று சொல்லிவிட்டுச் செல்லம் மாள் மாலதியை இழுத்துப் பக்கத்தில் உட்கார வைத்துக்கொண்டு பேன் பார்க்க ஆரம்பித்தாள். அப்போது ஒரு ஆட்டுக்குட்டி ஒன்று ஓடிவந்து செல்லம்மாளினுடைய கையை நக்க ஆரம்பித்தது. 'சீ சனியன' என்று சொல்லிக் குட்டியை நெட்டித்தள்ளினாள்.

'ஊட்டுப் போவலாம் ஆயா' என்று மாலதி சொன்னாள். அவளுக்குப் பதில் சொல்லாமல் எதிரில் உட்கார்ந்திருந்த உடையாரிடம் 'அப்புறம் என்னா?' என்று செல்லம்மாள் கேட்டாள்.

'நீதான் சொல்லணும்.'

'குந்துன எடத்த வுட்டு நவுர முடியாதவளப் புடிச்சிக்கிட்டு வம்பு பண்றது என்னா ஊரு நாயம்? நீங்க சொல்றதக் கேட்டா ஊரு ஒலகமே என்னெப் பாத்துச் சிரிக்கும்.'

'ஊரு ஒலகத்துக்காக இதுவர வாயிந்தது போதாதா? புள்ளயாரப் புடிச்சச் சனியன் அரச மரத்தயும் சேத்துப் புடிச்சாப்பல இருக்குன்னு நெனக்கிறியா?'

'நீங்க ஆயிரம் சொல்லுங்க, கோடிகோடியாக் கொட்டிக் கொடுத்தா லும் சரி, இதுக்கு எம் மனசு ஒருக்காது.'

'இதான் ஒன்னோட கடேசி முடுவா?'

'பின்னெ என்னா சொல்றது?'

'அவுங்களும் அடிச்சித் துரத்துறாங்க. இங்க நீயும் இப்பிடிச் சொல்ற? அப்பிடின்னா நான் என்னா ஆவுறது?'

'கர்ம வென போன்னா போவுமா?'

செல்லம்மாளுக்கு எப்போதும் இல்லாத அளவுக்கு உடையார் மீது கோபமும் எரிச்சலும் உண்டாயிற்று. கோபத்தில் அவரைப் பார்ப்பதையே தவிர்க்க நினைத்தாள். வீட்டுக்குப் போக வேண்டும் என்று மாலதி அடம் பிடிக்க ஆரம்பித்தாள். அவளுக்கு ஏற்ற மாதிரி ஆடுகளும் மேய்வதற்குப் போகாமல் அவளையே சுற்றிச்சுற்றி வந்துகொண்டிருந்தன. மாலதியி னுடைய தொந்தரவு அதிகரித்துக்கொண்டேயிருந்தது. நேரமும் ஆகிக் கொண்டேயிருந்தது. செல்லம்மாளுக்கும் வீட்டுக்குப் போய்விடலாம் என்ற எண்ணம் உண்டாயிற்று. அதனால், 'எதா இருந்தாலும் ஊட்டுல போயி பேசிக்கலாம், கௌம்புங்க' என்று சொன்னாள். அதற்கு உடை யார் பட்டென்று 'நான் வல்லெ' என்று சொன்னார். முகத்தில் அடிப்பது மாதிரி உடையார் பேசியது கோபத்தை உண்டாக்கினாலும், கோபத்தை

வெளியே காட்டிக்கொள்ளாமல் ‘இதென்ன கோபப்படுற வயசா? சாவுற காலத்திலெ கோபப்பட்டு என்னா பண்ணப் போறம்?’

‘ஒங்கிட்டெ பஞ்சாயத்துபண்ண நான் வல்லெ. வர்றன், வல்லன்னு மட்டும் சொல்லிடு. உண்டு, இல்லெ. இதுதான் எனக்கு வேணும்’ என்று சொன்னார்.

மாலதி, செல்லம்மாளின் முகத்தையும் உடையாருடைய முகத்தையும் மாறிமாறிப் பார்த்தாள். ஒன்றும் சொல்லாமல் ஆடுகளை ஓட்டிக்கொண்டு போய் வாய்க்காலில் தண்ணீர் காட்டினாள். பிறகு வரப்பில் உட்கார்ந்து கொண்டு ஆடுகளை மேயவிட்டாள். மாலதியினுடைய முகவாட்டத்தைப் பார்த்த செல்லம்மாள் ‘அறியாப்புள்ளெ பசிய எப்பிடித் தாங்கும்’ என்று நினைத்தாள். பிறகு உடையாரிடம் ‘பொயிது ஆவலியா?’ என்று கேட்டாள். உடையார் ‘நீ போ’ என்று சொன்னார்.

‘இந்த எடத்திலெ இருக்கிற ஊட்டுக்கு எப்பப் போனா என்ன?’

‘சரி, நான் கெளம்புறன்.’

‘எதுக்கு வந்த வேகத்திலேயே போவணும்? நாளக்கிப் போவலாம்.’

‘நீ எங்கூட வரல, அப்பிடித்தான?’

‘இப்பிடிக் கேட்டா எப்பிடி?’

‘பின்னெ எப்பிடிக் கேக்கணும்?’

‘இதெல்லாம் கோபத்திலெ பேசுற பேச்சு. நின்னு நெலச்சி ஒரு எடத்திலெ இருந்தாத்தான் கால சீவனத்த ஓட்டலாம். பேசாம ஊட்டுக்கு வாங்க’ என்று செல்லம்மாள் சொன்னாள். அப்படிச் சொல்லிவிட்டாளே தவிர, உள்ளுக்குள் பதைபதைப்பு இருக்கவே செய்தது. அதோடு வள்ளி என்ன சொல்வாளோ என்ற கவலையும் வந்தது. போன முறை உடையார் வந்திருந்தபோதே ‘யாரு? அவுரு யாரு?’ என்று பல பேர் கேட்டதாக வள்ளி சொன்னாள். இரண்டு நாள், மூன்று நாள் தங்கும் போதே இந்த நிலை என்றால் நிலையாகத் தங்கினால் என்னவாகும் என்று நினைக்கும்போதே பகீரென்றிருந்தது. அவளுடைய கவலையையும் பயத்தையும் அறியாமல் ‘நான் என்னா ஆவுறது?’ என்று உடையார் கேட்டார்.

‘இதுக்கு நான் என்னா சொல்ல முடியும்? நானே வவுத்துச் சோத்துக்கு வந்து இந்தக் காட்டெக் காவ காத்துக்கிட்டு கெடக்குறன். ஊரு வுட்டு ஊரு வந்து கெடக்குறது தெரியாதா?’ என்று சொன்னாள். பிறகு, அதற்கு மேல் பேச வேண்டாம் என்பதுபோல எழுந்து நின்று சுற்றிலும் பார்த்தாள். என்ன தோன்றியதோ, கடலை நிலம்வரை போனாள். குனிந்து ஒரு செடியைப் பிடுங்கிப் பார்த்தாள். செடியில் ஏழெட்டுக் கடலைதான் இருந்தது. அதைப் பார்த்து பெருமூச்சு விட்டாள். அடுத்து என்ன செய்வதென்று

யோசித்தாள். சலிப்புடன் திரும்பி மாமரத்து நிழலுக்கு வந்தாள். அப்போது அங்கே வந்த மாலதி 'ஊட்டுக்குப் போவலாம் ஆயா. காட்டுல யாருமே இல்லெ' என்று சொன்னாள். 'செத்த இரும்மா' என்று சொன்னாள். பிறகு உடையாரைப் பார்த்தாள். அடுத்து மேற்கில் பார்த்தாள். சூரியன் நன்றாக இறங்க ஆரம்பித்துவிட்டது தெரிந்தது. சூரியன் மேற்கில் சாயச்சாய, மாமரத்தின் நிழல் கிழக்கில் வேகமாக நகர்ந்துகொண்டிருந்தது.

'நான் மின்னாடி ஆடுவுள ஓட்டிக்கிட்டுப் போவட்டுமா ஆயா?' என்று மாலதி கேட்டாள். 'நடக்க முடியாதவளத் தனியாக் காட்டுல வுட்டுட்டுப் போவலாமின்னு பாக்குறியாடி? செத்த இரு, சேந்தே போவலாம்' என்று செல்லம்மாள் சொன்னதும், மாலதி லேசாக சிணுங்கிக்கொண்டே ஆடுகள் மேய்ந்துகொண்டிருந்த இடத்திற்குப் போனாள். உள்ளே எரிச்சல் இருந்தாலும் அதை வெளியே காட்டிக்கொள்ளாமல் செல்லம்மாள் 'அப்புறம் என்னா?' என்று உடையாரிடம் கேட்டாள்.

'இப்ப ஊட்டுக்கு ஊடு டி.வி. பொட்டியக் கொண்டாந்து கொடுத்துட்டான். இப்ப சனங்க அந்தப் பொட்டியில பேசுற மாரிதான் பேசுறாங்க. என்னால அப்பிடிப் பேச முடியாது' என்று சொன்ன உடையார் சிறிது நேரம் பேசாமல் இருந்துவிட்டுத் தனக்குத் தானே சொல்லிக்கொள்வது மாதிரி 'கடேசி காலத்திலியாவுது ஒண்ணா இருக்கக் கூடாதா?' என்று கேட்டார்.

'ஊரு ஒலகம் காறித் துப்புற மாரி என்னால இருக்க முடியாது' என்று சத்தமாகச் சொன்னாள் செல்லம்மாள். அவளிடமிருந்து இப்படிப்பட்ட பதிலை எதிர்ப்பார்க்கவில்லை என்பது உடையாருடைய முகத்தில் அப்பட்டமாகத் தெரிந்தது. அதிர்ந்துபோய் உட்கார்ந்திருந்தவர் கேட்டார்: 'நான் என்னா செய்யுறது?'

'ஒண்ணு இங்க இருங்க. இல்லன்னா மவளூவோ ஊட்டுக்குப் போயி இருங்க.'

'இதான் ஒன்னோட முடுவா?'

'நல்லதுக்குத்தான் நான் சொல்றன்.'

'ஒன்னோட நல்லது ஒன்னோடவே இருக்கட்டும். நீ ஒன்னோட பாட்டயப் பாத்துப் போயிக்கிட்டே இரு.'

'நாளக்கிப் பேசிக்கலாம். இப்ப வாங்க ஊட்டுக்கு.'

'நீ என்கூட வரலதான?'

'. . . . .'

'ஒனக்கு நீ பத்தரமா இருக்கணும், அதான?' என்று சொன்னவர், சிறிது நேரம் பேசாமல் இருந்தார். பிறகு என்ன தோன்றியதோ சட்டென்று

எழுந்து நின்றார். வாய்க்குள்ளாகவே ஏதோ சொல்லிக்கொண்ட மாதிரி இருந்தது. ஆனால் என்ன சொன்னார் என்று தெரியவில்லை. சுற்றுமுற்றம் பார்த்தார் 'அவுங்க அவுங்களுக்கு அவுங்க அவுங்க வாய் வயிறுதான் முக்கியம்' என்று சொன்னவர், பிறகு குரலை மாற்றி வேகமாக 'நான் போறன்' என்று சொல்லிவிட்டு மடமடவென்று நடக்க ஆரம்பித்தார்.

நெல் வயல் வரப்பின் மீது உடையார் தளர்ந்து நடந்து போய்க்கொண்டிருப்பதைப் பார்த்தாள் செல்லம்மாள். அவளுக்குச் சட்டென்று எப்படி இப்படியொரு தைரியம் வந்ததோ, மாலதியைக் கூப்பிட்டு வேகமாக 'ஆடுவுள ஓட்டுடி. சாவு வந்தா தனித்தனியாத்தான் வரும்' என்று சொன்னாள். அப்போது சூரியன் மறைய ஆரம்பித்திருந்தது. ●

நிஜமும் பொய்யும்

1

ராகவன் ஒரு சூட்கேசுடன் ரயில் பெட்டிக்குள் ஏறினான். இடது கையில் வைத்திருந்த பயணச் சீட்டை ஒரு முறை பார்த்தான். பிறகு தனக்கென ஒதுக்கப்பட்டிருந்த இடத்தை நோக்கி வந்தான். பெட்டிகள் வைப்பதற் கென்று இருந்த இடத்தில் சூட்கேசை வைத்துவிட்டுத் தனக்குரிய இடத்தில் உட்கார்ந்துகொண்டான். தலையைத் தூக்கி அந்தப் பெட்டி முழுவதும் பார்த்தான். ஏழெட்டு பேர் மட்டுமே உட்கார்ந்துகொண்டிருப்பது தெரிந் தது. ஆட்கள் குறைவாக இருப்பதே அவனுக்குச் சலிப்பை உண்டாக்கிற்று. ஜன்னல் வழியாக வெளியே பார்த்தான். நடைபாதையில் குறுக்கும் நெடுக்குமாக ஆட்கள் நடந்துகொண்டிருப்பது தெரிந்தது. கூட்டம் அதிக மில்லை. கடிகாரத்தைப் பார்த்தான். ரயில் புறப்படுவதற்கு இன்னும் நேரம் இருப்பது தெரிந்தது, இவ்வளவு முன்னதாக வந்திருக்க வேண்டாம் என்று நினைத்தான். நடைபாதையில் போவதும் வருவதுமாக இருந்த கூட்டத்தை மீண்டும் பார்க்க ஆரம்பித்தவனின் கண்ணில் எதிரில் தபால் பெட்டி தொங்கிக்கொண்டிருப்பது தெரிந்தது. தபால் பெட்டியையே பார்த்துக் கொண்டிருந்தவன், சட்டென்று எழுந்து சூட்கேசைக் கீழே இறக்கி, மடி யில் வைத்துக்கொண்டு சூட்கேசை மூடி, அதன்மீது நோட்டை வைத்து எழுத ஆரம்பித்தான்.

‘அன்புள்ள அம்மாவுக்கு ராகவன் எழுதிக்கொண்டது. இங்கு நான் நல்லமுறையில் இருக்கிறேன். காய்ச்சல், தலைவலி என்று உடம்புக்கு ஒன்று மில்லை. நீ எப்படி இருக்கிறாய்? உடம்புக்கு ஒன்றுமில்லையே? மூன்று, நான்கு மாதங்களாகக் கடிதம் போடவில்லை என்று நீ வருத்தப்பட்டு எழுதியிருந்த கடிதம் கிடைத்தது. எழுத வேண்டுமென்று தினமும்தான் நினைக்கிறேன். கடிதம் எழுத நேரமே கிடைக்கவில்லை. காலையில் கம் பெனிக்குப் போனால் திரும்பி வர ராத்திரியாகிவிடுகிறது. ரூமுக்கு வந்த மறுநிமிசமே படுத்தால் போதுமென்றிருக்கிறது. மீறி எழுதலாம் என்றா லும், இங்கு போனில் பேசிப்பேசியே பழக்கமாகிவிட்டதால் எழுதுகிற பழக்கமே போய்விட்டது. எழுதுவதற்குக் கைவர மாட்டேனென்கிறது. அதோடு, இரண்டு மூன்று மாதமாகவே கம்பெனியில் ஒரே பிரச்சினை.

ஆள்குறைப்பு செய்ததற்காகப் போராட்டம், ஸ்ட்ரைக், ஊர்வலம் என்று நடந்துகொண்டிருக்கிறது. எந்த நேரத்தில் என்ன நடக்கும் என்று தெரிய வில்லை. ஒரே குழப்பமாக இருக்கிறது. இதனால்தான் அப்பாவோட திவ சத்திற்கும், மகத்தில் அரிசி கொடுப்பதற்கும் வர முடியவில்லை. முக்கிய மாக, கம்பெனியில் லீவே கொடுக்க மாட்டேன் என்கிறார்கள். மீறிப் போனால் அதையே காரணமாக வைத்து வெளியே தள்ளிவிடுவார்களோ என்று பயமாக இருக்கிறது. இதென்ன கவர்மண்ட் வேலையா, நம் இஷ்டத் திற்குப் போக, வர? தனியார் வேலை என்றால் பலதும் இருக்கும்தான். இதையெல்லாம் நினைத்து நீ கவலைப்பட்டுக்கொண்டிருக்க வேண்டாம்' என்று எழுதிவிட்டு, எழுதியதை ஒரு முறை படித்துப்பார்த்தான். பிறகு கைக்கடிகாரத்தைப் பார்த்தான். நேரமாகிவிட்டதை உணர்ந்து அவசர மாகக் கிறுக்க ஆரம்பித்தான். ‘குழம்புச் செலவுக்கு எங்கப் போவன்னு சொல்லிக்கிட்டு பண்ணக் கீரய, பசலக்கீரய, புளிச்சக்கீரயக் கடஞ்சி தின்னுக் கிட்டுதான் கிடக்குறியா? ஒண்ணும் செலவு ஆயிடாது. நெல் சோறு ஆக்கி நல்ல குழம்பா வச்சிச் சாப்புடு. கத்திரிக்காயெ வாங்காத. செட்டிக் கடயில கூறுகட்டி வச்சியிருக்கிற சொத்தெக் கத்திரிக்காயே வாங்கித்தொலைக்காத. நான் இங்க மூணு வேளையும் நெல் சோறுதான் சாப்புடுறன். காசு போட் டாலும் மெட்ராசில சோளச் சோறு கிடைக்காது, தெரிஞ்சிக்க. போன மாசத்துக்கு முந்தின மாசம் அனுப்புன பணத்தில சோத்துக்கு வாங்காம ‘பேரன் பொறந்தா வெள்ளி அர்ணாக்கொடி வேணுமே’ன்னு எடுத்து வச்சி யிருக்கியாமே? இன்னம் கல்யாணமே நடக்கல. அதுக்குள்ளார கொடிக் கென்ன அவசரம்? இன்னும் செட்டிக் கடயிலபோயி ஓசி வெத்தல, பிசுக்கு வெத்தலக்கிக் கையேந்திக்கிட்டுத்தான் நிக்குறியா? காசுபோட்டு வெத்தல வாங்கு. என்னோட மானத்த வாங்காத. எழுதினா அவன் பாட்டுக்கும் எழுதிக்கிட்டு இருக்கட்டும், எனக்கு என்னான்னு சொன்னியாமே? திட் டக்குடி செட்டி என்னப் பத்தி என்னா நெனைப்பான்?'

‘எல்லாத்தையும்விட முக்கியமா ஊர்ல இருக்கிற முறைக்காரப் பொண் ணுங்ககிட்டப் போயி ‘எம்மவனக் கட்டிக்கிறியா’ன்னு கேக்குறியாமே? இது உனக்குத் தேவையா? அதோட ஒண்ணு, ரெண்டு பேரோட ஜாதகத்த எல்லாம் வாங்கிப் பொருத்தம் பாத்தியாமே? கொஞ்ச நாளக்கிப் பேசாம இரு. இந்த ஜாதகம் பாக்கிறது, பொருத்தம் பாக்குறத எல்லாம் நிறுத்திவை. வீட்டுக்குள்ளார கோழி வந்தது, ஆடு வந்ததுன்னு சொல்லி அக்கத்துப் பக்கத்து வீட்டுக்காரங்ககிட்ட எல்லாம் சண்ட வாங்கிக்கிட்டு இருக்காத. ஒரு சண்டயில பக்கத்து வீட்டுக்காரன் ‘வேலயில இருந்தா உம் மவன் என்ன பெரிய இவனா?’ன்னு கேட்டானாமே? நீ அவன்கிட்ட வாயக் கொடுக்காத. நான்வந்து பேசிக்கிறேன். வீட்டுல இருக்கிற எல்லாக் கோழிங் களையும் வித்துத் தொலச்சிடு. கல்யாணச் செலவுக்கு வேணுமின்னு வளத்

துக்கிட்டிருக்கிற கால் உருப்படி ஆடுவுளையும் சந்தக்கி ஓட்டிக்கிட்டுப் போயி தள்ளி வுட்டுடு. நிம்மதியா இருக்கக் கத்துக்க.'

'அடுப்புக்கட்டிக்கி நேரா ஒழுகுதுன்னு எழுதியிருந்தியே, அது என்னாச்சி? அதில் செத்தயக்கித்தயப் போட்டு அடச்சியா? இல்லன்னா, மேய்ச்சக்கார மாமன்கிட்ட நான் சொன்னன்னு சொல்லிக் கூட்டியாந்து ஒழுகுற எடத்துலெ செத்தயப் போட்டு அடெ. ஊருக்கு வர்றப்போ அவருக்கு நான் சாராயம் வாங்கிப் போடுறன்னு சொல்லு. ஊர்ல வேற என்னா விசயம்? மழை எதாவது பெஞ்சுதா? போன வருசம் மாதிரி இந்த வருசமும் ஆச்சாம்போச்சாம் மழைதானா? சாமிக்கு எப்போ காப்புக் கட்டுறாங்க? திருவிழா போட்டா என்னோட பேர்ல ஒரு மல்லு வேட்டியும் மாலையும் வாங்கிப் போடு. வரி கேட்டா கொடுத்துடு. கம்மனாட்டிக் கயிசரகிட்ட வந்து வரி கேக்குறீங்களேன்னு சண்டக்கிப் போவாத.'

'வேல கிடச்சி என் கைக்குப் பணம் வந்ததும் உன்ன மறந்துட்டன்னு எப்பவும்போல போன லெட்டர்லயும் எழுதியிருக்க. நான் ஒண்ணயும் மறக்கல. நான் செத்தாதான் நம்ப பழய கதயெல்லாம் மறக்கும். அப்பா செத்துக்கிடந்தப்பப் பிணத்துக்கு வழி விடக்கூட ஒருத்தரும் வரல. எழவு சொல்லக்கூட யாரும் போவலங்கிறத மறந்துட முடியுமா? தண்ணீ எடுக்கப் போன சாந்தியோட சடயப் புடிச்சி இழுத்தேன்னு சொல்லி மாரியாயி கோவில் முன்னால என்ன நிக்கவச்சி அபராதம் போட்டப்ப 'இந்தத் தடவ மன்னிப்பு தாங்கன்னு பஞ்சாயத்தில வியிந்துவியிந்து நீ கும்புட்டதயும் பாக்காமப் போனாங்களே, அத மறக்கச் சொல்லுறியா? எத நான் மறப்பன்? நான் பத்தாவது படிக்கறப்போ வந்த தீபாவளிக்குக் கறி எடுக்கப் பணமில்லாம, கடனுக்கும் கறி எடுக்க முடியாம இருந்த. கேட்டவங்ககிட்ட எல்லாம் வெள்ளிக்கிழமை எப்பிடிக் கவுச்சி ஆக்குறதுன்னுதான் கறி எடுக்கலன்னு நீ சொல்வ. ஆனா, அந்தப் பயதான் வெம்மாறிப் போவான்னு சொல்லித் தெருவுல ஒவ்வொரு வீடா சொல்லிக்கிட்டே போயி, ஒவ்வொரு வீட்டிலயும் கறிக் குழம்பு வாங்கியாந்து ஒரு சட்டிக் கொழம்பு சேத்து, மூணு நாளு சூடுபண்ணி, சூடுபண்ணி எனக்கு மட்டும் போட்ட. நான் எதயும் மறக்கல, எல்லாம் மனசுல இருக்கு.'

'இப்ப நான் எழுதப்போற விசயத்த அவசரப்பட்டு ஊருல யாருகிட்டயும் சொல்ல வேணாம். நான் வேல பாக்குற கம்பெனியில எங்கூட வேல பாக்குற ஒருத்தரோட பொண்ணு காலெஜ்வர படிச்சிட்டு இப்ப எங்க கம்பெனியிலதான் வேலக்கி சேந்திருக்கு, அந்தப் பொண்ண என்னெக் கட்டிக்கச் சொல்றாங்க. ஒண்ணும் அவசரமில்ல, நீ வந்து பொண்ணப் பாத்த பெறவு மத்த விசயங்களைப் பேசிக்கலாம். இதை ஏன் எழுதுறேன்னா, இன்னிக்கி மெட்ராசில ஒரு ஆள் சம்பளத்த வச்சிக்கிட்டுக் காலத்த ஓட்ட

முடியாது. ஒண்ணுக்குப் போவனுமின்னாக்கூட இங்கக் காசு வேணும். பச்சத் தண்ணீயக்கூட இப்பக் காசு போட்டுதான் வாங்கிக் குடிக்கிறாங்க. நம்ப ஊருல விக்கிற ஒரு லிட்டரு பசும்பாலக்காட்டிலும் மெட்ராசில தண்ணீ வெலை அதிகம்' என்று எழுதிக்கொண்டிருக்கும்போது ஒரே குடும் பத்தைச் சேர்ந்த ஏழெட்டு பேர் வந்து உட்கார்ந்துகொண்டு ராகவனையும் இடம்மாறி உட்காரச் சொன்னார்கள். அவனுக்கு என்ன செய்வதென்றே தெரியவில்லை. ஒரு நிமிட நேரம் தலையில் கையை வைத்துக்கொண்டு உட் கார்ந்திருந்தான். தொடர்ந்து கடிதத்தை எழுத முடியும் என்று அவனுக்குத் தோன்றவில்லை. தலையைத் தூக்கிப் பார்த்தான். அந்தப் பெட்டிக்குள் ஒரே கூட்டமாகவும் இரைச்சலாகவும் இருந்தது. குழம்பிப் போனவன், கடிதத்தை வேகமாக முடிக்க வேண்டும் என்று அவசரஅவசரமாக எழுத ஆரம்பித்தான்.

'திடீரென்று என்னை பம்பாயில் இருக்கிற கம்பெனிக்கு மாற்றிவிட் டார்கள். இந்த லெட்டரைக்கூட ரயிலில் உட்கார்ந்துகொண்டுதான் எழுது கிறேன். நான் பம்பாய்க்குப் போய்ச் சேர்ந்ததும் உனக்கு லெட்டர் எழுது கிறேன்' என்று எழுதி முடித்தவன், தனக்குப் பக்கத்தில் உட்கார்ந்துகொண் டிருந்த தடித்த ஆளை ஓரக்கண்ணால் பார்த்தான். மேலும் ஒடுங்கிய நிலையில் சன்னலோரமாக நகர்ந்து உட்கார்ந்து, எழுதியதை ஒரு முறை படித்துப்பார்த்தான். சூட்கேசைத் திறந்து கவரை எடுத்துக் கடிதத்தை மடித்து உள்ளே போட்டு ஒட்டப்போனவன், மீண்டும் கடிதத்தை எடுத் துப் படித்தான். திடீரென்று அவனுக்கு என்ன தோன்றியதோ, அதை அப்படியே மடித்துச் சட்டைப் பையில் வைத்துக்கொண்டு நோட்டில் மற்றொரு தாளைக் கிழித்து மீண்டும் எழுத ஆரம்பித்தான்.

'அன்புள்ள அம்மாவுக்கு ராகவன் எழுதிக்கொண்டது. திடீரென்று என்னை பம்பாய்க்கு மாற்றிவிட்டார்கள். இன்று நான் பம்பாய்க்குப் போய்க்கொண்டிருக்கிறேன். போன பிறகு என்ன ஏதென்று தெரிந்து கொண்டு எழுதுகிறேன். இனி நீ மெட்ராஸ் அட்ரசுக்குக் கடிதம் எழுத வேண்டாம்' என்று சரசரவென்று எழுதிமுடித்துவிட்டு, எழுதிய வேகத்தி லேயே திரும்பிக்கூடப் படித்துப்பார்க்காமல் மடித்து கவருக்குள் போட்டு நாக்கில் தடவி கவரை ஒட்டினான். சூட்கேசைத் தூக்கி மேலே வைத்தான், பக்கத்தில் உட்கார்ந்திருந்தவரிடம் சூட்கேசைப் பார்த்துக்கொள்ளச் சொல்லிவிட்டு ரயில் பெட்டியை விட்டுக் கீழே இறங்கித் தபால் பெட்டி தொங்கிக்கொண்டிருந்த இடத்தை நோக்கி வேகமாக ஓட ஆரம்பித்தான்.

2

'நீ மொதல்லெ எயிதுறத எயிதன். அப்பறமா நான் சொல்றன்.'

'நீ விசயத்தைப் பூராத்தயும் ஒரே முட்டா சொல்லிப்புடு. நான் எல்லாத்தயும் எயிதிப்புட்டு படிச்சிக்காட்டுறன். ஏதாச்சும் வுட்டுப்போயி ருந்தா படிச்சிக்காட்டறப்போ சொல்லு, சேத்து எயிதிப்புடுறன்.'

'இல்லெ தம்பி. மொதல்லெ 'என்னோட ஆச மவனுக்கு, ஒன்னோட அம்மா எயிதிக்கொண்டது, நான் ஊருலே நல்ல சொவமா இருக்கன். அங்கே ஒன்னோட சொவம் எப்பிடி, ஒடம்பு எப்பிடி'ன்னு எயிதுவ இல்லெ? அதெ எயிதிப்புடு. நான் பொறத்தாலெ சொல்றன்.'

எதிரில் பித்துக்குளி மாதிரி உட்கார்ந்திருந்த மொட்டையம்மாளை வெறுப்புடன் பார்த்த சேகர், கீழே கிடந்த காலண்டர் அட்டையை எடுத்து மடியில் வைத்துக்கொண்டு, அதன்மீது நான்கு பக்கம் கொண்ட வெள்ளை முழுக் காகிதத்தை எடுத்துவைத்து எழுத ஆரம்பித்தான். ஆர் வம் பொங்க அவன் எழுதுவதையே அவள் பார்த்துக்கொண்டிருந்தாள். அவளுடைய முகத்தில் மலர்ச்சி உண்டாயிற்று. இரண்டு வரிகளை எழுதி முடித்த சேகர், தலையைத் தூக்கிப் பார்க்காமலேயே அசட்டையாக 'சொல்லு' என்றான்.

'நான் சொல்லுறத செத்தெ ஒண்ணு வுடாம எயிது சாமி. ஒனக்குப் புண்ணியமா இருக்கும்.'

'சொல்லு.'

'நடுப்புற நடுப்புற வுட்டுட்டு எயிதிப்புடாத.'

'இதனாலதான் மனுசனுக்கு வேகோலம் வரது. எத்தனெ வாட்டி ஒனக்கு நான் லெட்டர் எயிதிருப்பன்? ஒரு வாட்டியாச்சும் அப்பிடி செஞ்சி யிருக்கனா?'

'கோவிச்சுக்காதடா தம்பி. வுட்டுப்போயிடக் கூடாது பாரு, அதுக் காவச் சொன்னேன். ஒன்னெக் குத்தம் சொல்லலெ.'

'சீக்கிரம் சொல்லு, கட்டு எடுத்துடுவாங்க. திருநாச் செலவுக்கு ஐநூறு கேட்டதயும் மறந்துப்புடாத.'

'என்னாத்தெ சொல்லுறது? மனங்கெட்ட கேடு, நான் சொல்லுறன். 'நான் நல்ல சொவமா இருக்கன். நீ எப்பிடி இருக்கன்னு எனக்கு ஒரு சேதி பாதியும் தெரியலெ. மெட்ராசியிலெ இருந்து வந்த நம்ம ஊரு ஆளுவளும் ரெண்டு மூணு மாசமா ஒன்னெக் கண்ணாலக் கண்டதில்லன்னு சொல் றாங்க. அதனால எனக்கு ராத்தூக்கமில்லெ. இப்பிடி இருக்கன், அப்பிடி இருக்கன்னுகூடமா எயிதக் கூடாது? அதிலியா காசி செலவாப்பூடும்?

ஓங்கிட்டேயிருந்து ஒரு நமோதும் இல்லங்கிற கொறதான் எனக்கு. மத்தது ஒண்ணுமில்லெ' என்று சொன்ன மொட்டையம்மாள் எழுதாமல் உட்கார்ந்துகொண்டிருந்த சேகரைச் சந்தேகமாகப் பார்த்தாள். எதுவுமில்லை என்பதுபோல் சாதாரணமாக, 'மேக்கொண்டு சொல்றதயும் சொல்லிப்புடு. மொத்தமா எயிதிப்புடுறன்' என்று அவன் சொன்னான். அதற்கு அவள் கெஞ்சுவது மாதிரி முகத்தை வைத்துக்கொண்டு, உடைந்துபோன குரலில் 'தவறிப்போவும் தம்பி. செத்த சொல்லச்சொல்ல எயிதிப்புடன்' என்று சொல்லிக் கட்டாயப்படுத்த ஆரம்பித்ததும் சேகருக்கு வேறு வழியின்றிப் போயிற்று. வேகவேகமாக இரண்டு மூன்று வரிகளை எழுதிவிட்டு வெறுப்புடன் 'அப்புறம்?' என்று கேட்டான்.

'அப்பாவோட தெவசத்துக்கு நீ ஏன் வல்லெ? மகத்துலெ பொட்டச்சி அரிசி கொடுக்கக் கூடாது, நீதான் வரணும்ன்னு எத்தன வாட்டி ஒனக்கு எயிதிப் போட்டன்? பெத்தவனுக்காக ஒன்னாலே ஒரு நாளு மெனக்கிட முடியலெ. அம்மாம் பெரிய வேலெயா, நீ பாக்குற வேலெ? நாளக்கி நான் செத்தாலும் நீ இப்படித்தானெ செய்வ? நான் ஒரு ஆத்துமா இருந்ததாலெ இன்னிக்கி காரியம் முடிஞ்சிபோச்சி. இல்லன்னா என்னா ஆவும்? மகத்துலெ அரிசி கொடுக்கிறது, பாப்பான்கிட்டெ நம்ப கருமத்தெத் தொலக்கத்தான். இதுகூடத் தெரியாம என்னாப் படுப்புப் படிச்செ? இதுக்கு மெட்ராசியிலெ வேற வேலெ பாக்குறவன்' என்று சொல்லிவிட்டு சேகர் முகத்தைப் பார்த்தாள். அவன் எழுதிக்கொண்டிருந்தான். அவன் எழுதி முடிக்கும்வரை பேசாமல் இருந்துவிட்டு, அவன் எழுதி முடித்தது தெரிந்ததும் தானாகவே சொல்ல ஆரம்பித்தாள்.

'நேத்துத்தான் நம்ப ஊரு சாமிக்கிக் காப்புக் கட்டுனாங்க. முடிஞ்சா நாலு, அஞ்சி நாளு இருக்கிற மாரி வா. முடியாட்டி தேர் போடுற அன்னிக்காச்சும் வா. ஊருலெ தேரும் திருநாளுமா இருக்கிறப்ப, சொந்தம்பந்தமின்னு மக்கெ மனுச ஒண்ணாக் கூடுற நாளயிலே நீ வல்லன்னா எம் மனசு என்னா பாடு படும்? ஊரு சனங்கதான் ஒனக்கு வாண்டாம். சாமிகூடமா வாண்டாம்? ஊருலெ இருக்கிறவங்க எல்லாரும் சத்ராவிங்கதான். அதுக்காக ஊர வுட்டா ஓடிட முடியும்?' என்று சொன்னவள், சேகரைப் பார்த்தாள். அவன் எழுத ஆரம்பித்தான்.

'ஊட்டோட மேக்காலெ பக்கச் செவுரு சரிஞ்சிக்கிட்டு நிக்குது. முட்டுக்கயி கொடுத்திருக்கன். விட்டமும் லேசா மக்குனாப்லெ இருக்கு. பயய காலத்து ஊடு. ஊட்ட மேஞ்சா தேவலாம். இந்த வருசக் கோடக் காத்துக்குத் தாங்காது. நான் ஆம்பளயா, நாலு எடத்துக்கு ஓடி நாலு பேரக் கொண்டாந்து வேலெய முடிக்க? ஊட்டுலெக் கைய வச்சா வல்லிசா ரெண்டாயிரமாவது புடிக்கும். நான் கெய்வி. என்னாலெ என்னா முடியும்? ஆளு இல்லாதவன் பொயப்பு அர பொயப்புதான்.

'காசிய மிச்சப்படுத்தறன்னு சொல்லி வவுத்தக் கட்டாத. புடிச்சாப் பாரு, இல்லன்னா வந்துடு. வேலெ போனா செருப்பாச்சி. ஒப்பன், பாட்டனெல்லாம் காட்டு வேலெ செஞ்சி இந்த ஊருலெ பொயிக்கிலியா? செத்தாப்போயிட்டாங்க? வவுத்தக் காயப்போட்டு சம்பாரிச்சி என்னா செய்யப் போற? அப்பிடித்தான் மெத்த மாளி கட்டலாமின்னா அப்பிடிப்பட்ட மெத்த மாளி நம்பளுக்கு வாண்டாம். நல்லா சாப்புடு. வவுத்துக்கு வஞ்சன வெக்காதெ. ஒடம்ப எளக்க வுடாத. ஒடம்புதான் சொத்து. அது இருந்தா நாலு எடத்துக்கு ஓடிப்போயி பொயிச்சிக்கலாம். காசி பத்தலன்னா சொல்லு, இங்க இருக்கிற ரெண்டு பயிர் ஆட்டெயும் வித்து அனுப்புறன்.

'சொல்ல மறந்துட்டன் பாரு. போன ஒரு மாசத்திலியே ஒண்ணு வுட்டு ஒண்ணுன்னு மூணு ஆடுவோ குட்டிப் போட்டிச்சி. அதுலெ மூணு கொறா, ரெண்டு கெடா. ஒரு ஆடு மட்டும் சாவுக் குட்டியாப் போச்சி. அதுவோதான் இப்ப என்னெப் புள்ளிவுளாட்டம் சுத்திச்சுத்தி வருதுவோ. குடும்பத்தோட குலதெய்வத்துக்கு மொட்டபோட்டுப் பூசப்போடுறன், ஒரு குட்டிக் கொடுன்னு ஒரு குடித்தெரு ஆளு வந்து கேட்டான், முடியாதுன்னுட்டன். எயிதறியா தம்பி?'

'எயிதிக்கிட்டுத்தான் இருக்கன், சொல்லு.'

'எம் மவனுக்கு ஒரு கண்ணாலம் காச்சி நடக்கலியேன்னு சொல்லி நம்ப பொயனப்பாடி ஆண்டவர் கோவுலுக்கு ரெண்டு மூணு வரிசத்துக்கு மின்னாடி ஒரு கெடாவ நேந்துவுட்டன். அது இப்ப என்னடான்னா மாடாட்டம் வளந்துபோயி நிக்குது. பாக்குற சனமெல்லாம் வித்துப் புடுன்னு சொல்லுதுவோ. நானு வாய் பேச முடியாம கெடக்குறன். ஆட்டேக் கொண்டுபோயி கோவுல்லெ வுட்டுடலாமின்னு இருக்கிறன். நீ என்னா சொல்ற?'

சேகர் தன்னையே பார்த்துக்கொண்டிருப்பதைக் கண்ட மொட்டையம்மாள், 'என்னா தம்பி என்னியே பாக்குற? நான் சொல்றத எல்லாம் ஊகமா எயிதறியா?' என்று லேசாகச் சிரித்துக்கொண்டே கேட்டாள்.

'எயிதிக்கிட்டுத்தான் வர்றன். மேலெ சொல்லு... நான் கேட்ட ஐநூறு எப்பக் கெடெக்கும்?' என்றான் சேகர்.

'ஒனக்கு இல்லாமியா?' என்றவள், கசந்துபோன குரலில் சொன்னாள், 'ஒரு காச்ச, தலவலின்னாகூடக் கேக்கறதுக்கு நாதி பிராதி கெடயாது. தனிப் பொணமா கெடக்குறன். நான் இன்னிக்கி செத்தன்னா எம் பொணத்தோடத் தலமோட்டுலெ குந்தி அயுவறதுக்கு ஒரு ஆளு இல்லெ. பொட்டெப் புள்ளையா இருந்தாலும் நான் செத்தாக்கா ஐயோ என்னெ பெத்த தாயாரேன்னு சொல்லி மாரடிச்சிக்கிட்டு அயுவும். எனக்கு அந்தக் கொடுப்பன இல்லெ. தாலி கட்டிக்கிட்டு ஓங்கப்பன்காரன்கூட வந்ததுலேருந்து எனக்கு

எந்தக் கொடுப்பனதான் இருந்துச்சு? அதுக்குத்தான் சொல்றன், என் மூச் சிருக்கயிலே ஒரு குட்டிக்கி தாலியக் கட்டிக் கொண்டாந்துடு. ஒப்பன் பேரச் சொல்லலன்னாலும் ஒம் பேர சொல்லவாச்சும் ஒரு நாதி வாணாமா? எம்மாங் காலத்துக்கு இப்பிடி? ஒரு நாளக்காச்சும் ஊரு நாடுன்னு வந்து சேர வாணாமா? ஆடு திருடற, மாடு திருடற ஊரா இருந்தாலும் நம்ப ளுக்கின்னு நாலு மக்கெ மனுச இல்லாமியா போயிடுவாங்க? ஆதியிலெ நடந்ததியே நெனச்சிக்கிட்டிருந்தா முடியுமா? மருந்த முயிங்குறாப்ல போவணும். இல்லாட்டி நாளு ஓடாது. ஊருன்னு இருந்தா நாலு வித மாத்தான் இருக்கும். மின்னாலெ ஒண்ணும், பின்னாலெ ஒண்ணும், சொல் வாங்கதான் சனங்கன்னு இருந்தா இப்பிடித்தான். காது கேக்கல, கண்ணு பாக்கலென்னு நாமதான் ஒதுங்கிக் கால சீவனத்த ஓட்டிக்கிட்டுப் போவ ணும். யாரப் பாத்தாலும் ஒங்களெப் போல உண்டான்னுட்டுப் போவ ணும். தண்ணீக்கிப் போன சாந்திக் குட்டியோடச் சடய நீ புடிச்சி இயித் தன்னு சொல்லி நாலு குள்ளேறிப் பயலுவோ பஞ்சாயத்துக் கூட்டுனதுக்கு ஊரு என்னாப் பண்ணும்? ஊருலெ இருக்கிற நாலு நாதேறிவோ கட்டி வச்ச கங்காட்சியாலெ இன்னாப் பொயிதின்னு இல்லாம, ராவோட ராவா ஊட்ட வுட்டுப் போன புள்ளெய ஒரு வரிசமா காணலியேன்னு எங் கட்டெக் காத்தாப் பறக்குது. ஒரு வேளெக்கி மறுவேளெ சோத்தக் கண்டா 'ஆ'ன்னு அமுட்டிக்கிட்டு வருது. ராத்திரியிலெ கண்ணெ மூட முடியலெ. ராவும் பவலும் ஒங் கவலெதான் எனக்கு. புள்ளெ இந்நாரம் எங்கெ நிக் குதோ, சோறுதண்ணீ குடிச்சிச்சோ இல்லியோன்னு எங்கொல பதறிப் போவுது. நீ என்னெப் பத்தி ஒண்ணும் நெனக்காத. காடு வா வாங்குது, ஊடு போ போங்குது. இனிமே என்னா கெடக்கு? இருந்த முட்டும் இருந் தோம் வேளெ வந்தாப் போவ வேண்டியதுதானெ. முடியாது இன்னா முடி யுமா? காயப் பூவத் தின்னு இனுமே எத்தன காலத்துக்கு சம்பத்தா வாயிந் திடப்போறன். அதனால, என்னெ நெனச்சிக்கிட்டு நீ மனசத் தளர வுடாத.' மொட்டையம்மாள் பேசுவதை நிறுத்திவிட்டுத் தலையைக் குனிந்துகொண்டு சிறிது நேரம் உட்கார்ந்திருந்தாள். சேகர் எழுதுகிறானா, இல்லையா என்றுகூட அவள் பார்க்கவில்லை. 'அப்பறம்... அப்பறம்' என்று சேகர் கேட்ட பிறகுதான் தலையைத் தூக்கிப் பார்த்தாள். முந் தானையால் கண்களையும் முகத்தையும் துடைத்துக்கொண்டு கம்மலான குரலில் தொடர்ந்தாள்.

'செத்துப்போன ஒப்பங்காரன் நாள் தவறாம எஞ் சொப்பனத்திலெ வந்துட்டுவந்துட்டுப் போறான். செத்தவங்க சொப்பனத்திலெ வர்றது குடும்பத்துக்கு நல்லதில்லெ. குடும்பத்துக்கு ஆவாது. குடும்பம் விருத்திக்கி வராது. நம் குடும்பத்திலெ என்னா இருக்கு, யார் இருக்கான்னு சொல்லி நீ யோசிக்காத. நான் கெய்வி. நான் சுடுகாட்டுக்குப் போவலாம். ஒன்னெ

நெனச்சாத்தான் எம் மனசு ஆற மாட்டங்குது. அதனால், சட்டு சடுக்குன்னு ஒரு குட்டியப் பாத்து முடிச்சிடலாமின்னு இருக்கன். ஒனக்குன்னு ஒருத்தி வந்துட்டா எங் கவல வுட்டுடும். எங் கட்ட சீக்கிரமா மசானக்கரயிலெ வெந்துடும். மனக்கொறயோட ஆவியா அலயாது. எனக்கு என்னா இருக்கு? ஆனமுட்டும் பாக்குறன், ஆவாட்டி சாவறன். ஒரு கவலயுமில்லெ. பாலு குடிக்கிற புள்ளெய வுட்டுட்டுச் சாவறமேன்னு கவலயா, இல்லெ நண்டும் சிண்டுமா இருக்கிற புள்ளிவுளெ வுட்டுட்டுச் சாவறேன்னு கவலயா? ஒண்ணும் கெடயாது. சாவு வல்லியேங்கிற கவலதான். அது ஒண்ணுதான் மனக் கொறயா இருக்கு... என்ன, எயிதிக்கிட்டு வரியா தம்பி?'

'பின்னே, கொஞ்சம் பொறுமயாச் சொல்லு.'

'எம் மனசுல இருக்கிற கொறயெல்லாம் சொன்னா எயிதுறதுக்கு இந்த மாரி ரெண்டு மாட்டு வண்டிக் காயிதம் பத்தாது. என்னாப் பண்றது? சரி, நீ எயிது.' 'எம் மனசுல ஒரு கோரிக்கப் பண்ணிக்கிட்டு இருக்கன். அது சரி வந்தா சொல்லு, இல்லன்னா வுட்டுடு. நம்ப ஊருலெ இருக்கிறானே கஞ்சி காச்சி, அவனோட பெரிய மவன் மூக்கன் இருக்கானில்லே, அவனுக்கு நாலும் பொட்டெ. அதுலெ மூணு குட்டிக்கிக் கண்ணாலமாயிப் போயிட் டாளுவ, கடேசிக் குட்டி இருக்கிறா. அவ பேரு என்னா தம்பி? ம், வன மயிலு. பாக்குறதுக்கு வள்ளமாட்டம் இருந்தாலும் பதக்கமாட்டம் இருப்பா. நம்ப ஊருலெ அவ ஒருத்தித்தான் எடுப்பா கண்ணுக்குப் பொருத்தமா இருக்கிறா. வெகு நாளா மனசிலெ ஆச இருந்தாலும் போன எட்டாம் நாளுதான் கேட்டன். ஆட்டுக்குத் தவ ஒடிக்க வந்தவகிட்டெ 'சம்மதமாடி'ன்னு நேராவே கேட்டன். படிச்சவரு. மெட்ராசிலெ வேலெ பாக்குறவருக்கு கள வெட்டுற, கரும்புக் கட்டு தூக்குற என்னெயெல்லாம் புடிக்குமான்னு திலுப்பிக் கேட்டுப்புட்டா. என்னாலெ வதுலு பேச முடி யலெ. அவ மனசிலயும் ஆச இருக்குமாட்டம் இருக்கு. அவ ருதுவான சாதகத்தயும் ஒன்னோட சாதகத்தயும் போட்டுப் பாத்தன். இந்த மாரி சாதகப் பொருத்தம் நூத்திலெ ஒண்ணுதான் அமயுமின்னு அய்யரு அடிச் சிச் சொல்றான். எல்லாப் பொருத்தத்தயும்விட மொகப் பொருத்தம் இருந்தா சரிதான். மொக வாட்டமான குட்டிதான் அவ.

'உள்ளூர்னா பாடுனாலும் பேசுனாலும் எடுத்து வச்சிப் பாக்கும். நான் நாளக்கி செத்தா நாலு சனம் கூட்டமா வந்து எம் பொணத்தெ எடுத்துப் போடும். இந்த ஊருலெ நம்பிளுக்குன்னு நாலு சனம் வாணாமா? பெரிய கூட்டமுள்ள குடும்பம் அது. மேக்காலத் தெருவே அவ கூட்டம்தான். காசி ஆப்புடுதின்னு பட்டணத்தோட போயிட முடியுமா? பட்டணத்துக் காரனுவோ பகரா வெள்ளச் சட்டத்தான் போட்டிருப்பானுவோ. நெயலு வாட்டத்திலே குந்தி இருக்கிறதாலெ பொட்டச்சிவுளும் கொஞ்சம் வெளுப்பாத்தான் இருப்பாளுவோ. மத்தது ஒண்ணுமில்லே. ரெண்டு

நாளக்கி ஆடுவோகூட நடந்தாளுவோன்னா கூர மேலெ காயப் போட்ட கருவாடு மாரி ஆயிப் போயிடுவாளுவோ. நான் சொல்லுறது நெசம்தான். வெளுத்தத் தோலுக்காகப் பொண்ணு கட்ட முடியுமா? காசிப் பணம் என்னா செய்யும்? சனங்களெ சம்பாரிக்கிறதுதான் கஷ்டம். நாளக்கி நான் செத்தா காசிப் பணமா வந்து மாரடிச்சி அயிவப்போவுது? உத்தெ மனுசாள் தான் ரெண்டு சொட்டுக் கண்ணு தண்ணீ வுடும். காசிப் பணம் நம்பளுக்கு வாணாம். காசிப் பணத்தப் பாத்தா நான் ஒங்கப்பனுக்குப் புள்ளெ பெத் தன்? காசிப் பணம் இருந்தா ஊரு மெச்சத் துணி கட்டலாம், நாலு நகயப் போட்டுப் பாக்கலாம். வேறென்ன? எல்லா ஆட்டமும் இந்தக் கட்டயிலெ உசுரு இருக்க மட்டும்தான? அப்புறம் ஒண்ணும் இல்லெ.

'காசிப் பணத்துக்கு ஆசப்பட்டா ஒன்னெப் படிக்க வச்சன்? அப்பிடி இருந்தா அப்பறமென்ன? நீ எட்டாவதோ ஒம்பதாவதோ படிக்கிறப்ப, ஒப் பன் காயிலாவுலக் கெடந்தப்ப, ஒங்க பெரியப்பங்காரன் வந்து இனிமே பள்ளிக்கூடத்துக்கு அனுப்ப வாணாம். எங்கூட அனுப்பு, மோளம் கத்துக் கிட்டான்னா ரெண்டு காசி வரும்ன்னு சொல்லி ஒங் கையப் புடிச்சி அயிச்சிக்கிட்டுப் போனான். ஒப்பன்காரன் மரமாட்டம் பாத்துக்கிட்டு நின்னான். அண்ணங்காரனெ எதுத்துப் பேச அவனுக்கு வாய் வல்லெ. 'என் னடா இது, நம்ப வச்சியிருக்கிறதே ஒரு புள்ளெ, அதெயும் மோளமடிக்கக் கூப்புட்டுக்கிட்டுப் போறன்னு போறானேன்'னு சொல்லி, பாதி தெரு வுக்கு ஓட்டமா ஓடிப்போயி ஒங்கப் பெரியப்பங்காரன் கால்ல வியிந்து கும்புட்டு, 'எம் புள்ளெய வுட்டுடு, அது செத்தாலும் சாவட்டும், இந்த வயிசியிலே ஓயச்சித் திங்க வாணாம், அதிலயும் சாவு மோளமடிச்சி திங்க வாணாம்'ன்னு சொல்லி அயிதன். அவன் என்னெ எட்டி ஓதச்சிப்புட்டு எப்பிடியாச்சும் போடின்னு சொல்லிப்புட்டுப் போனான். அப்ப நான் ஒங் கால்ல வியிந்து பள்ளிக்கூடத்துக்குப் போ சாமின்னு கும்புட்டன். மத்த சனங்க மாரி நான் ஒன்னெ அதெச் செய், இதெச் செய், மாடு மேய்க்க, ஆடு மேய்க்கப் போன்னு சொன்னது கெடயாது. அதெல்லாம் ஒனக்கு நெனவுல இருக்கோ இல்லியோ. என்னால மறக்க முடியுமா? பெத்தவளாச்சே' என்று சொல்லும் போதே மொட்டையம்மாளுக்கு அழுகை வந்துவிட்டது. முகத் தைக் கவிழ்த்துக்கொண்டாள். அவளுடைய உடம்பு குலுங்கியது. சேகர் எழுதுவதை நிறுத்திவிட்டு அழுதுகொண்டிருந்தவளையே பார்த்தவாறு இருந்தான். கொஞ்ச நேரத்திற்கு மேல் அவனுக்குப் பொறுமை இல்லை. 'அப்பறஞ் சொல்லு' என்று முறைத்தான். அதன் பிறகுதான் முகத்தை நிமிர்த்திக்கொண்டு மொட்டையம்மாள் மீண்டும் சொல்ல ஆரம்பித்தாள்.

'நான் சொல்றன்ங்கிறதுக்காக நீ ஒருத்தியயும் கட்ட வாணாம். எனக்கு இவளத்தான் புடிச்சியிருக்குன்னு சொல்லி நீ ஒரு நரிகொறத்தியக் கொண் டாந்தாலும் எனக்குப் பரிபூரண சம்மதம்தான். எனக்கென்னா? நானா

அவகூடக் குடும்பம் நடத்தப்போறன்? நான் கண்ணெ மூடிட்டப் பின்னாலெ இந்த ஊடு இருளடஞ்சி கெடக்கக் கூடாது. அதத்தான் ஒங்கிட்டெ வேண்டுறன். நல்லது நடந்துச்சோ கெட்டது நடத்துச்சோ, எப்பிடியோ எங் காலம் ஓடிப்போயிடிச்சி. இனி ஒங் காலம்தான. எப்பிடியோ எங் காலமா இருந்தா ஒரு கைப்புடி சோள நொய்யும் ரெண்டு கொத்து முருங்க தவயும் இருந்தாப் போதும். ஒரு நாப் பொயிது ஓடிடும். இன்னிக்கி அப்பிடியா?' என்று சொன்னவள், நிராசையுடன் சேகரிடம் கேட்டாள்: 'என்னா தம்பி, நாலே நாலு வரிதான் எயிதிருக்க? நான் சொன்னத எல்லாத்தயும் எயிதலியா?'

'நீ சொன்னதுல ஒண்ணுகூட வுடலெ. வேணுமின்னா படிச்சிக்காட்டட்டா?' என்று சட்டென்று கேட்டதும், 'படி' என்று சொல்லத்தான் நினைத்தாள். என்மேல் நம்பிக்கை இல்லையா என்று கேட்டுப் பாதியிலேயே போட்டுவிட்டுப் போய்விட்டால் என்ன செய்வதென்ற கவலையில் லேசாகப் பசப்புச் சிரிப்பு சிரித்து, 'ஓம் பேர்ல நம்பிக்க இல்லாமியா...? இம்புட்டு நேரத்துக்கும் நாலே வரி எயிதிருக்கியே, கனமா இல்லியேன்னு கேட்டன்' என்று சொல்லிப் பசப்பினாள்.

'எல்லாம் சரியாத்தான் இருக்கு. கடேசிலே படிச்சிக்காட்டுறன். மேலெ சொல்லு' என்று வெறுப்புடன் சொல்லிவிட்டு எழுதுவதற்குத் தயாரானான்.

'எந்த எடத்திலெ வுட்டன்?' என்று மொட்டையம்மாள் கேட்டதும், 'வனமயில் கண்ணாலம் கட்டுறதப் பத்தி' என்று சேகர் எடுத்துக்கொடுத்தான். அவன் சொன்னதைக் காதில் வாங்காதவள் போல உட்கார்ந்திருந்தவள், திடீரென்று நினைவுக்கு வந்ததைச் சொல்வது மாதிரி சொன்னாள்.

'தம்பி, ஒன்னோட பேர் நாமத்துக்கு பாத்தன். இன்னம் மூணு மாசத்துக்குள்ளார வெரயச் செலவு வரும்ன்னு இருக்காம். அதோடவும் நாடு வுட்டு நாடு போவணும்ன்னும் இருக்காம். கேடு காலம் வந்தா மணியடிச்சிக்கிட்டு வராது. போற, வர எடத்திலெ வாய்ப் பதனமா, கைப் பதனமா இரு. காரு, ரயிலு ஏறயிலெ பாத்து ஏறு, பாத்து எறங்கு. ஒனக்கு ஒண்ணு ஆச்சின்னா அவ்வளவுதான். என் உசுரு தங்காது. ராவும் பவலும் ஒங் கவலதான் எனக்கு. ஒங்கூடப் பொறந்ததெல்லாம் உசுரோட இருந்திருந்தா எனக்கு இம்மாம் மனக்கவல இருக்காது. ஒங்கூடப் பொறந்தது மொத்தம் ஆறு புள்ளிவோ. மொத ரெண்டும் செத்துசெத்துப் பொறந்துச்சி. சாவு புள்ளெயாப் பெக்குறன்னு சொல்லி என் மாமியாக்காரி, அதாம் ஒப்பனப் பெத்த பாட்டியா, என்னெ ஒதுக்கிவச்சிட்டா. ஒப்பன் ஊட்டுச் சனங்களும் எங்கிட்டெ மொவம் கொடுத்துப் பேசாதுவோ. அந்தக் கெய்வி அம்மாம் கட்டுமானம் பண்ணிவச்சியிருந்தா. மூணாவதா நீ பொறந்த. புள்ளெ பெத்துக் கிடந்தவள என்னா ஏதுன்னு யாரும் வந்து எட்டிப் பாக்கலெ.

நானேதான் பச்ச ஒடம்போட காயம் அரச்சித் தின்னன். அப்பறம் பொண்ணு ரெண்டு, ஆணு ஒண்ணு பொறந்துச்சி. வரிசியா புள்ளிவோ பொறந்தாலும் ஒண்ணும் நெலச்சித் தரிச்சி வாயல. அவசரஅவசரமின்னு ஆறு மாசம் ஒரு வருசமின்னு ஒவ்வொன்னும் மண்ணுக்குள்ளாரப் போயி டிச்சிவோ. எல்லாத்தயும் வாரிக் கொடுத்துட்டன். ஒப்பனும் போயி சேந்துட்டான். இப்ப நீ ஒருத்தன்தான் இருக்க. நீதான் எனக்கு குலகுருவா இருக்க. அப்பிடித்தான் நான் எண்ணிக்கிட்டிருக்கன். நீயும் எனக்குக் காம்பக் காட்டிப்புடாத.’

எழுதிக்கொண்டே, ‘இன்னம் இருக்கா?’ என்று சேகர் கேட்டான். அவன் கேட்ட விதத்தைப் புரிந்துகொள்ளாமல் கண்கள் கலங்க, உடைந்து போன குரலில் மொட்டையம்மாள் தரையைப் பார்த்தவாறு சொன்னாள்.

‘ஒண்ணெ ஒண்ணுதான் எம் மனசிலெ இருக்கு. நான் செத்தா எம் பொணத்த ஊரு மெச்ச எடுக்கணும். தேர்ப் பாடெ கட்டு. ஒப்பனுக்குக் கட்டுனாப்ல. உள்ளூர்ப் பற மோளத்தோட, பாசாரு தம்ரு மோளமும் வை. பாடெ மத்தியிலெ கொல்லுக் காசி பிரிக்கயிலெ கைகூசாம தோட்டி, தொம்பன், வண்ணான், கூத்தாடின்னு ஒருவரும் மனங்கோணக் கூடாது. கேட்ட காசியக் கொடுத்துப்புடு. கசம்பன்னு பேரு எடுக்காத. நம்ப ஊட்டுலெ எஞ் சாவுதான் கடேசி சாவு. அதனால வாணவெடி வுடு. கயிதூரு ஆட்டக்காரி செடலோட ஆட்டம் வை. ராத்திரிக்குக் கர்ணமோட்சம் கூத்து வைக்காம வுட்டுப்புடாத. இதுக்கெல்லாம் நீ கையறுத்துக்க வேண்டியதில்லெ. ரெண்டு பயிர் ஆடு இருக்கு. இன்னிக்கி வித்தாக்கூட இருவதனாயிரம், முப்பதனாயிரம் போவும். அப்பப்ப ஆடு வித்தது, குட்டி வித்தது, சாவு ஆடு வித்ததுன்னு வந்த காசியில, ரெண்டு ஊட்டுக்குண்டான சாமான வாங்கி வச்சிருக்கன். ஒரு கூண்டுக் கோயி இருக்கு. அதெ வித்துக் காசாக்கிப்புடு. வாரத்துக்கு ஆறு பன்னிக்குட்டிவுளெப் புடிச்சிவுட்டிருக் கன். அதுவுளயும் காசாக்கிப்புடு. அதோட வடக்குத் தெரு காசியம்மா வல்லிசா மூணாயிரம் தரணும். வாங்கி ரெண்டு வருசமாச்சி. பாண்டு பத்திரமின்னு ஒண்ணுமில்லெ. பக்கத்து ஊட்டு வேலாயி மவ வயசிக்கு வந்தப்ப நானூறு வாங்குனா. கேட்டா ‘இந்தா இந்தா’ங்கிறா. காசி கையிக்கு வரல. இந்த மாரி இன்னம் ரெண்டு ஒருத்தர் தரணும். தோட்டி மவன் பெரிய பய கண்ணாலத்துக்கு ஒரு மரக்கா அரிசியும், ஒரு தூக்குப் புளியும், ரெண்டு பரங்கிக்காயும் வச்சன். இப்பிடி ஊரு மூச்சூடும் செய்வின செஞ்சி வச்சிருக்கன். நாளக்கி நம்ப புள்ளெக்கி நாலு சனம் வரணுமே, செய்யணு மேன்னு, எல்லாத்தயும் ஊகமா ஒரு சீட்டுலெ எயிதி வச்சியிருக்கன். யாரும் திலுப்பி செய்யலன்னாக் கேக்கணுமில்லெ. அதுக்காக நாளு கெயமயோட விகரமா எயிதிவச்சிருக்கன்.’

‘சீட்டு ஆவப்போவுது. சீக்கிரமா சொல்லு.’

'ஒரு சீட்டுதான் கொண்டாந்தியா?'

'ஆமாம், ஆமாம்.'

'அப்ப இதெ மட்டும் எயிதிப்புடு' என்று சொன்னவள், சந்தேகத்துடன் 'இன்னம் ரவ எடந்தான் இருக்கா?' என்று கேட்டாள். ஆமாம் என்பது போல் சலிப்புடன் தலையை மட்டும் ஆட்டினான் சேகர்.

'ரெண்டே ரெண்டு வாத்தத்தான். எயிதிப்புடு' என்றவள், சிறிது நேரம் யோசித்துவிட்டுச் சொன்னாள்.

'அம்மா ஏதாச்சும் நெனச்சுக்குவான்னு பணம் காசி அனுப்பாத. சீலத் துணியும் வாணாம். நான் என்ன, எளங்குட்டியா புதுத் துணி கட்டிப்பாக்க, ஆசப்பட. எனக்காக நீ ஒன் ஒயலெ செலுவுபண்ணாத. ரத்த ஓட்டம் இருக்கமுட்டும் நானே பாத்துக்கிறன்' என்று சொன்ன மொட்டையம்மாள் சிறுபிள்ளை மாதிரி ஏக்கத்துடன் 'இன்னம் ரவ எடமிருக்குமா?' என்று கேட்டாள். இல்லை என்பதற்கு சேகர் உதட்டை மட்டுமே பிதுக்கிக் காட்டினான்.

சேகர் எழுதிக்கொண்டிருந்தான். அவன் எழுதுவதை ஆசையுடன் பார்த்துக்கொண்டிருந்தாள் மொட்டையம்மாள். அவன் எழுதி முடித்துக் காகிதத்தை மடித்து உறைக்குள் போடப்போனபோது ரொம்ப ஆவலாக, 'செத்த படிச்சிக்காட்டன்' என்று கேட்டாள், 'எல்லாம் சரியாத்தான் எயிதிருக்கு. மனுசனுக்கு வேற வேலெ இல்லியா?' என்று வெடுக்கென்று சொன்னவன், காகிதத்தை உறைக்குள் போட்டு ஒட்டி, விலாசம் எழுதினான். அப்போது மொட்டையம்மாளின் முகம் மாறிற்று. வெறுப்புடன் அவனைப் பார்த்து 'என்னாத்தெ எல்லாத்தயும் எயிதினெ? நான் இங்க சொவம். நீ அங்க சொவமா? ஊருலெ திருநாப் போட்டிருக்கு. அவசியம் வா. ஒங்கிட்டே நெறயா பேசணும். நேர்ல வா. எல்லாத்தயும் பேசிக்கலாமின்னு எயிதிருக்க. அதான? எனக்கு எல்லாமும் தெரியும்டா தம்பி' என்று சொல்லிவிட்டு அவனிடமிருந்து பிடுங்காத குறையாகக் கடித உறையை வாங்கிக்கொண்டாள். உண்மை வெளிப்பட்டுவிட்ட வெட்கத்தில் சேகர் ஒன்றும் சொல்லாமல் அவசரமாக எழுந்து வெளியே போனான். •

எழுத்துக்காரன்

வட்டாட்சியர் அலுவலகத்திற்கு நேரெதிரில் சற்றுத் தொலைவில் பெரிய வேப்பமரம் நின்றுகொண்டிருந்தது. அதனுடைய நிழலில் ஐந்தாறு பேர் தனித்தனி ஈச்சம்பாய்களை விரித்துப்போட்டுக் கிழக்குமுகமாக உட்கார்ந் திருந்தனர். ஒவ்வொருவரின் முன்னும் மரத்தாலான எழுதுபலகை இருந் தது. வரிசையின் முதல் ஆளாக உட்கார்ந்திருந்தவன் அன்றைய செய்தித் தாளில் லாட்டரி சீட்டுப் பகுதியில் மூழ்கியிருந்தான். அவனுக்கு வலது கைப் பக்கமாக உட்கார்ந்திருந்த சிவராமன் பட்டைபட்டையாக நெற்றி யில் விபூதியை அப்பியிருந்தான். அவனுடைய முகம் எதையோ பறி கொடுத்ததுபோல் வாடிப்போய்க் கிடந்தது. மற்ற எழுத்துக்காரர்களைப் போலவே அவனும் வட்டாட்சியர் அலுவலகத்திற்கு, சார்பதிவாளர் அலு வலகத்திற்குப் போய்க்கொண்டிருந்த ஒன்றிரண்டு ஆட்களைப் பார்த்து 'பெட்டிசன் எழுதணுமா?' என்று வலியக் கேட்டவாறு இருந்தான்.

சிவராமன், வட்டாட்சியர் அலுவலகத்தைப் பார்த்தான். பதினோரு மணிக்கு மேலாகியும் அதிகக் கூட்டமில்லாமல் இருந்தது. சார்பதிவாளர் அலுவலகத்திலும் இன்று அதிகக் கூட்டம் இல்லை. அந்த அலுவலகத்திற்கு முன் நின்றுகொண்டிருந்த வேப்பமரத்தின் கீழ் உட்கார்ந்திருந்த எழுத்துக் காரர்களின் முன் ஒரு ஆள்கூட இல்லை. காலையிலிருந்து ஒரு மனுகூட எழுத வாய்க்கவில்லையே என்று சிவராமனுக்கு ஆத்திரமாக இருந்தது. திங்கள்கிழமையே இப்படி இருந்தால் என்ன செய்வது என்று அலுத்துக் கொண்டான். ஒரு பீடியோ சிகரெட்டோ குடித்தால் தேவலை போலிருந் தது. அவனுக்கு இடதுகைப் பக்கம் உட்கார்ந்திருந்த சின்னசாமியிடம் 'சிக ரெட் இருக்குமா?' என்று கேட்டான். இல்லை என்று அவன் வாயைத் திறந்துகூடச் சொல்லாமல் வெறுமனே உதட்டை மட்டும் பிதுக்கிக் காட்டிவிட்டு, முன்பு போலவே மனு எழுதித்தரக் கேட்டு யாராவது வருகிறார்களா என்று பார்க்க ஆரம்பித்தான்.

'காலையிலேருந்து டீக்கு, பீடிக்குக்கூட வயிமானம் பொறக்கலியே' என்று சொன்ன சிவராமனுக்கு, சுரத்தில்லாமல் 'வெரப்புக் காலத்திலே அப்படித்தான் இருக்கும்' என்று சொன்ன சின்னசாமி, பாயின் மீது விழுந் திருந்த வேப்ப இலைகளை எடுத்து விட்டெறிந்தான்.

வட்டாட்சியர் அலுவலகத்தை நோக்கிப் போய்க்கொண்டிருந்த அந்தப் பெண்ணை ஒரே நேரத்தில் ஐந்தாறு பேருமே 'இங்க வாம்மா' என்று கூப்பிட்டனர். அவள் ஒன்றும் புரியாமல் திகைத்துப்போய் எழுத்துக்காரர்களைப் பார்த்ததுதான் தாமதம், அந்தப் பெண் தங்களுடைய பக்கம் நின்று பார்த்ததையே சாக்காகவும், பிடிமானமாகவும் வைத்துக்கொண்டு 'என்னம்மா வேணும்? மனுகினு எழுதணுமா? இங்க வாம்மா. வந்து பாயிலே குந்து' என்று ஐந்தாறு பேருமே கூப்பிட்டனர். யாரிடம் கேட்பது, எப்படிக் கேட்பது என்று யோசித்த அந்தப் பெண், தனக்கு நேராக உட்கார்ந்திருந்த சிவராமனை நோக்கி இரண்டு மூன்று அடிகளை எடுத்துவைத்து நடக்க ஆரம்பித்ததுமே மற்றவர்கள் மறித்துக் கூப்பிட்டுவிடுவார்களோ என்ற பயத்தில் 'வாம்மா, வாம்மா' என்று சிவராமன் அவசரமாகக் கூப்பிட்டான். அதோடு ரொம்பவும் வேண்டியவர்களுக்கு, பெரிய மனிதர்களுக்குச் செய்வது மாதிரி பாயை ஒரு முறை துண்டால் விசிறிவிட்டு 'குந்தும்மா குந்து. என்னா வேணும் சொல்லு. எதுக்கு நிக்குற? வந்து குந்தும்மா' என்று ரொம்பவும் உரிமையுடன் கூப்பிட்டான்.

ஒன்றும் புரியாமல் குழம்பிப்போன அந்தப் பெண் சற்றுத் தயங்கித் தயங்கி மேலும் சில தப்படிகள் முன்னே வந்து நின்றாள். அந்தப் பெண் தயங்கி நிற்பதைப் பார்த்த சிவராமன் 'வாம்மா. நான் கரடியா புலியா? பயப்படுறதுக்கு? மொதல்லெ பாயிலே வந்து குந்து' என்று கட்டாயப்படுத்திக் கூப்பிட்டான்.

'எம் மவனெ கவுருமெண்டு ஆஸ்டல்ல சேக்கறதுக்கு இந்தப் பாரத்திலெ இன்னா சாதி, இன்னா எனம்னு சொல்லி எயிதி ஒரு கையெயித்து வாங்கியாரச் சொன்னாங்க' என்று அந்தப் பெண் சொல்லி முடிப்பதற்குள்ளாகவே 'அவ்வளவுதான, அதுக்கு ஏன் தயங்குற, வந்து குந்து' என்று சொல்லி லேசாக சிவராமன் சிரித்தான். அந்தப் பெண் அவனை நோக்கி ஒன்றிரண்டு அடிகள் முன்னே வந்தாள்.

'எடுத்த எடுப்புலெ நேரடியா விண்ணப்பத்திலெ கையெயித்துப் போட்டுத் தர மாட்டாங்க. அதுக்கு மொதல்லெ ஒரு மனு கொடுக்கணும். அந்த மனுவுலெ கையெயித்துப் போட்டுத் தருவாங்க. அதெ எடுத்துக்கிட்டுப் போயி மணியாரு, ஆர்.ஐன்னு இருக்கிறவங்ககிட்டெ கையெயித்து வாங்கியாந்த பின்னாலெதான் தாசில்தார் கையெயித்துப் போடுவாரு' என்று சொன்ன சிவராமன், எங்கே அந்தப் பெண் நழுவிப் போய்விடப் போகிறாளோ என்ற கவலையில் மீண்டும் பேச ஆரம்பித்தான்.

அந்தப் பெண் சிறு பிள்ளை மாதிரி 'அந்தக் கையெயித்த நீ வாங்கித் தர்றியா?' என்று கேட்டாள். அதற்கு லேசாகச் சிரித்துக்கொண்டே 'வாங்கிக்கலாம் வாம்மா. மொதல்லெ நீ வந்து பாயிலெ குந்து. ஒரு நாளு ரெண்டு நாளு அலையணும். அவ்வளவுதான். இதுக்கு எதுக்குக் கவலப்படுற?'

என்று சொன்னவன், சாதிச் சான்று, வருமானச் சான்று, நிரந்தரக் குடியிருப்புச் சான்று பெறுவதற்கான வழிமுறைகளை விளக்கமாகச் சொல்லிவிட்டுக் கடைசியில் 'மனு எயிதித் தரட்டுமா?' என்று கேட்டான்.

'ரொம்பப் புண்ணியமா இருக்கும் சாமி. செத்தே எயிதித் தாங்க. எங்க ஊருக்குள்ளக் கருப்பன்தான் ஒங்களெக் கொண்டாந்து இங்க வுட்டுருக்கான். நீங்க இல்லன்னா வய்யி வாயிக்கா தெரியாம அலஞ்சி திரிஞ்சி போயிருப்பன். ஒங்கெப் புள்ளெ மக்கெ நல்லாயிருக்க' என்று சொன்ன அந்தப் பெண், வானத்தை நோக்கிக் கையெடுத்துக் கும்பிட்டாள். பிறகு முன்னே வந்து சிவராமன் எவ்வளவு சொல்லியும் கேட்காமல் பாயை ஒட்டித் தரையிலேயே உட்கார்ந்துகொண்டாள். அவன் கேட்காமலேயே 'எனக்கு நாலு புள்ளீங்க. தலெச்சன் பொட்டெ. அடுத்தது ஆணு. கடேசியும் பொட்டக் குட்டி. மொதப் பயல நானும் என்னால ஆனமுட்டும் அடிச்சி ஒதச்சிப் பாத்தங்க. பள்ளிக்கூடத்துப் பக்கமெ தலெ வச்சிப் படுக்க மாட்டனுட்டான். ஆனா ரெண்டாவது பயதான் கொஞ்சம் கருத்தா, வெகரமா இருக்கான். அவன்தாங்க 'என்னெக் காட்டு வேலெக்கிக் கூப்புடாதடி, நான் பள்ளிக்கூடத்துக்குத்தான் போவன்'னு போறாங்க. இப்படி இருக்கிற புள்ளய நாம்ப கெடுக்கலாமுங்களா? அதாங்க இந்தப் பாரத்தெத் தூக்கிக்கிட்டு வந்தன்' என்றாள்.

அந்தப் பெண்ணிடம், அவளுடைய ஊர், சாதி, வருமானம் போன்ற விபரங்களைக் கேட்டுக்கொண்டு, ஒரு பேப்பரை எடுத்து எழுதுபலகையின் மீது வைத்து சிவராமன் எழுத ஆரம்பித்தான். அப்போது அவனுடைய உதட்டில் லேசாகச் சிரிப்பு மலர்ந்தது. ஓரக்கண்ணால் பக்கத்துப் பாயில் உட்கார்ந்திருந்த சின்னசாமியைப் பார்த்து ஒரு நமுட்டுச் சிரிப்பு சிரித்தான். அதே நேரத்தில் சின்னசாமியின் முகத்திலிருந்த வெறுப்பைப் பார்த்தும் பார்க்காதவன் மாதிரி இருந்தான். விண்ணப்பத்தை எழுத ஆரம்பித்ததுமே அவனுடைய மனம் கணக்குப்போட ஆரம்பித்துவிட்டது. முதலில் டீக் குடிக்க வேண்டும். ஒரு கட்டு பீடி வாங்க வேண்டும் என்ற எண்ணம் திரும்பத்திரும்ப வந்துகொண்டிருந்தது. அதோடு காலையில் வீட்டை விட்டுக் கிளம்பும்போது 'சாயங்காலம் நேரத்திலியே வாங்க. நீங்க வந்துதான் ஒலக்கி அரிசி வாங்கணும்' என்று வள்ளி சொன்னது நினைவுக்கு வந்ததும், அவள்மீது கோபப்பட்டான். கோபத்தில் விண்ணப்பத்தை வேகமாக எழுத ஆரம்பித்தான்.

அந்தப் பெண் சிவராமனையே பார்த்தவாறு இருந்தாள். அவளால் ஒன்றையும் நம்ப முடியவில்லை. தானாகவே கூப்பிட்டுத் தன்னுடைய சொந்த காகிதத்தைப் போட்டுப் பொறுப்பாக எழுதிக்கொண்டிருக்கிறானே என்று ஆச்சரியப்பட்டாள். விசயம் இப்படி எளிதில் முடியும் என்று தெரிந்திருந்தால் மூன்று நாட்களுக்கு முன் விண்ணப்பத்தைக் கொண்டு

வந்து பையன் கொடுத்த அன்றே வந்திருக்கலாம் என்று எண்ணினாள். மூன்று நாட்களாக முயன்றும் அவளால் வர முடியவில்லை.

பஸ்ஸுக்குக் காசு, யாருக்காவது ஐந்து ரூபாய், பத்து ரூபாய் கொடுக்க வேண்டியிருக்குமோ என்று ஒரு இருபது ரூபாய்க்காக ஊரில் கேட்கா தவர்களிடம் எல்லாம் கேட்டுப்பார்த்துவிட்டாள். இரண்டு நாட்களாக அலைந்துவிட்டுக் கடைசியில் இன்று வீட்டிலிருந்த ஒரே ஒரு சின்ன குத்துவிளக்கை அடகுவைத்துவிட்டுதான் வந்தாள். குத்துவிளக்கை அடகு வைக்க அலைந்த அலைச்சலில் காலையில் கஞ்சி குடிக்கக்கூட அவளுக்கு நேரமில்லை. சிவராமன் எழுதிக்கொண்டிருப்பதைப் பார்க்கும்போது அவ ளுக்கு விளக்கை அடகுவைத்தது. நடந்து வந்த களைப்பு, காலையில் நீரா காரம் குடிக்காதது என்று எல்லாமும் மறந்துபோய்விட்டது. சந்தோசத்தில் அவளுடைய முகம் மலர்ந்திருந்தது. சிவராமன் எழுதுவதையே ஆர்வம் பொங்கப் பார்த்தாள். அவனுடைய பேனா எப்படியெல்லாம் வளைந்து நெளிந்து எழுதுகிறது என்பதைப் பார்த்து வியந்தாள். எழுதுவதற்காக ஏதாவது காசு பணம் கேட்பானோ என்ற சந்தேகம் திடீரென்று வந்தது. முகத்தைப் பார்த்தால் கேட்க மாட்டான் என்பதுபோல்தான் தெரிந்தது. மீறிக் கேட்டால் டீ சாப்பிடச் சொல்லிக் காசு தரலாம் என்று நினைத்தாள்.

ரொம்பவும் கவனத்துடன் எழுதுவது மாதிரி சிவராமன் முகத்தை வைத்துக்கொண்டிருந்தான். ஒரு முறை தலையைத் தூக்கி அந்தப் பெண் ணைப் பார்த்தான். அவளுடைய தோற்றமும் 'சாமி, சாமி' என்று சொல் கிற வார்த்தையும் அவனுடைய நம்பிக்கையை வளர்ப்பதாக இருந்தன. ஒன்றிரண்டு ரூபாய் கூட்டிக் கேட்கலாமா என்று யோசித்தவன், பார்ப் பதற்குப் பிச்சைக்காரி மாதிரி இருக்கிறவளிடம் கூடுதலாகக் கேட்டால் பாவம் என்று நினைத்துக்கொண்டான். அந்த நேரத்தில் மரத்தில் உட் கார்ந்துகொண்டிருந்த காகம் எச்சமிட, அது சரியாக வந்து அவனுடைய தோள்பட்டையில் விழுந்தது. எச்சத்தைத் துடைத்துவிட்டுக் காகத்தைத் திட்டிக்கொண்டே, எழுதி முடித்ததை ஒரு முறை படித்துப்பார்த்தான். பிறகு அந்தப் பெண்ணிடம் 'ரேகயா, கையெயித்தா?' என்று கேட்டான். 'கைவெரலுதான் சாமி' என்று சொன்னதும் அவளுடைய இடதுகைப் பெருவிரலைப் பிடித்து மை டப்பாவில் தேய்த்து எடுத்து, விண்ணப்பத்தில் ரேகையைப் பதித்தான். மீண்டும் ஒரு முறை விண்ணப்பத்தைப் படித்தான். பிறகு விண்ணப்பத்தை அவளிடம் கொடுத்தவன், மற்றொரு காகிதத்தை எடுத்து வேகமாக இரண்டு வரி எழுதியவன், தலையை நிமிர்த்தி 'இதெ எடுத்துக்கிட்டு நேரா ஆபீஸ்குள்ளாரப் போ. டி.டின்னு ஒருத்தர் இருப் பாரு. இதெ அவருகிட்டெக் கொடு. அவுரு மனுவுலெ கையெயித்துப் போட்டுத் தருவாரு. அதெ எடுத்துக்கிட்டுப் போயி ஒங்க ஊரு மணியாரு கிட்டெக் கொடு. மத்ததெல்லாம் அவுரு பாத்துக்குவாரு' என்று சொல்லி விட்டு மீண்டும் எழுத ஆரம்பித்தான்.

பூரித்துப்போன அந்தப் பெண் ‘கடவுளூ மாரி நீ இருந்த சாமி. நீ இல்லன்னா ஒரு வெகரமும் தெரியாமத் தெவச்சித் தெகயோடிப்போயிருப்பன். ஒன்னோட நல்ல மனசுக்கு ஆண்டவன் ஒனக்கு ஒரு கொறயும் வுட மாட்டான்’ என்று சொல்லிக் கையெடுத்துக் கும்பிட்டுவிட்டு எழுந்தாள். அந்தப் பெண்ணிடம் சாதாரணமாக சிவராமன் ‘அஞ்சி ரூவா கொடும்மா’ என்று கேட்டான். தன்னிடம்தான் கேட்டானா என்று சந்தேகப்பட்டவளாக ‘என்னியவா சாமி கேட்டெ?’ என்று அந்தப் பெண் கேட்டாள்.

‘ம்’ என்று தலையை ஆட்டிவிட்டு அவன் தொடர்ந்து எழுதிக் கொண்டே இருந்தான்.

‘எதுக்கு சாமி பணம் கேக்குற?’ என்று அந்தப் பெண் கேட்டாள்.

‘எதுக்கா? எயித்துக் கூலிம்மா’’

‘எயித்துக் கூலியா? இதுக்கா எயித்துக் கூலி கேக்குற? அதுவும் புக்காம கொள்ளாம அஞ்சி ரூவா.’ ஒரு காகிதத்திலெ எழுதியதற்கு இவனே ஐந்து ரூபாய் கேட்டால் மற்றவர்கள் எவ்வளவு கேட்பார்களோ என்று பயந்து போனாள்.

‘வளவளன்னு பேசாம, எடும்மா ரூவாய.’

‘என்னாத்த எயிதிப்புட்டன்னு வடயாட்டம் அஞ்சி ரூவா கேக்குறவன்? இன்னா ஊரு, இன்னாரு மவன்னு எயிதினதுக்காக் கூலி? அடக் கடவுளே, இது எந்தூர்லெ அடுக்கும்?’

‘காசெ கொடுத்திட்டுப் பேசாம போம்மா.’

‘இப்பிடிக் கேக்குறியே, இது ஒனக்கே நாயமாப் படுதா? அவன் என்னோட மவன்ங்கிறது பொய்யா, இல்லே நான்தான் அவனோட அம்மாங்கிறது பொய்யா? தலெமொற தலெமொறயா நாங்க அந்தூர்லதானெ குடியிருக்கம். இதுக்கே நானு அந்தூர்லியே பொறந்து அந்தூர்லியே வாக்கப்பட்டு நாலு புள்ளெக்கித் தாயானவ. மூணு ஊரு எல்லெயிலெ வாயிதாக் கட்டிக்கிட்டு வர்றம். உள்ளெத எயிதினதுக்கா பணம் கேக்குற? இந்தக் கொள்ளெப்பிறிக் கூத்தெ நான் எங்க போயி சொல்லுவன்? எங்க ஊரு பள்ளிக்கூடத்து வாத்தியாருகிட்டெப் போயிருந்தா, ஓசியிலெ, வா வாத்தெயிலியே இந்த மாரி நூறாயிரம் சீட்டு எயிதிக்கிட்டு வந்திருப்பன். பாக்குறதுக்குப் பகரா இல்லாமப் பித்திச்சி வெறிச்சி மாரி இருக்காளேன்னு நெனச்சிக்கிட்டுப் பேசுறியா?’

‘எங்கிட்ட வசனமா பேசுற? இதெத் தூக்கிட்டு மணியாரு ஆர்.ஐ. தாசில்தார்ன்னு அலைவ இல்லெ? அங்க அவுங்கக்கிட்டெ பேசு ஒன்னோட வசனத்தையெல்லாம். பேசாமக் காசெக் கொடுத்துட்டு வாய மூடிக்கிட்டு போ.’

‘நாலே நாலு எயித்து, அதுவும் நல்லா எயிதினியோ இல்லியோ. அதுக்குப் போயி நெஞ்சுக்கு நீதியாத்தான் அஞ்சி ரூவா பணம் கேக்குறியே,

இந்த நாயத்தெ கிராமத்தான்கிட்டெ சொல்லிப்பாரு தெரியும். படிக்கிற புள்ளெக்கி அதுவும் நாலு எயித்தெக் காயிதத்திலெ கிறுக்குனதுக்குப் பணம் கேக்குற ஆளெ இப்பத்தான் நான் பாக்குறன். ஓங்களெ மாரி ஆளுவுளாலதான் மானம் மய பெய்ய மாட்டேங்குது. நீ என்னாப் பண்ணுவ? ஒலகம் அப்பிடிப் போயிடிச்சி. யாரு ஏமாறுவா, புடுங்கித் திங்கிலாமின்னு அலையுற ஒலகமா மாறிடிச்சிடாப்பா கடவுளே. தெரியாத எடத்துக்கு ஒருத்தி வந்துட்டாப்லெ என்னா வேணுமின்னாலும் பேசிப்புடுறதா?'

'சும்மா, பேசக் கூடாது. பணத்தெ எடு. காலையிலியே வந்திருக்குது பாரு, சனியன்' என்று சிவராமன் சொன்னதுதான் தாமதம், மள்ளென்று அந்தப் பெண் அவனிடம் சண்டை போட ஆரம்பித்தாள். அவளுடைய முகம் நிறம் மாறிப்போயிற்று. பேய் பிடித்தவள் மாதிரி கத்த ஆரம்பித்தாள். 'யாரப் பாத்து சனியன்னு சொன்ன?' என்று கேட்டதையே திரும்பத்திரும்பக் கேட்டாள். அவளுக்கு ஈடுகொடுத்து சிவராமனும் கத்திப் பார்த்தான். ஆனால், அவனுடைய குரல் எடுபடவில்லை. அவனுக்கு ஆதரவாக மற்ற எழுத்துக்காரர்களும் அந்தப் பெண்ணிடம் சண்டை போட ஆரம்பித்தனர். எழுத்துக் கூலி தந்துதான் தீர வேண்டும் என்று வாதிட்டார்கள். அந்தப் பெண் ஒரே நேரத்தில் பலருக்கும் பதில் சொல்ல முயன்றாள். அந்த இடத்தில் கூட்டம் சேரத் தொடங்கியது.

'யாரப் பாத்து சனியன்னு சொன்னவன்? இன்னொருத்தங்க ஒயலு எனக்கு வாண்டாம். பாப்பான் சம்பாரிச்சது பிண்டத்துக்கு, துலுக்கன் சம்பாரிச்சது துண்டத்துக்கு, ஏர் ஓட்டுறவன் சம்பாரிச்சது தெண்டத்துக்குங்குற கதயாத்தான் இருக்கு. வாயத் தொறந்து கேட்டுப்புட்டெ. இல்லன்னு சொன்னா ஏயி ஊரு பாவம் என்னெ சுத்திக்கும். இந்தா, நீ எயிதுனதுக்கு இதுதான் தகும்' என்று சொல்லி இடுப்பில் செருகியிருந்த வெற்றிலை பாக்குப் பையிலிருந்து ஒரு ரூபாய் நாணயத்தை எடுத்து சிவராமனிடம் நீட்டினாள்.

அந்தப் பெண்ணையும் தன்னையும் மற்றவர்கள் வேடிக்கையாகப் பார்த்துக்கொண்டிருப்பதைப் பார்த்தவனுக்கு அவமானத்தில் உயிரே போய்விடும்போலிருந்தது. அருவருப்புடன் முகத்தைக் கோணிக்கொண்டு 'போம்மா எட்டெ போ' என்று சொல்லிக் கத்தினான். அவனுடைய கத்தலை அந்தப் பெண் கொஞ்சமும் பொருட்படுத்தாமல் 'ஐயோன்னா எனக்குப் பாவம் புடிச்சிக்கும். இந்தா ஒங் காசி' என்று சொல்லிப் பாயில் நாணயத்தைப் போட்டுவிட்டு வட்டாட்சியர் அலுவலகத்தை நோக்கி வேகமாக நடக்க ஆரம்பித்தாள்.

சிவராமன் மற்ற எழுத்துக்காரர்களைப் பார்த்தான். 'ஐயோ பாவம்' என்று அவர்கள் இவனைப் பார்ப்பது தெரிந்ததும் அப்படியே குறுகிப் போனான். தலையைக் கவிழ்த்துக்கொண்டான். ●

குடும்பம்

பள்ளிக்கூட மணி அடித்ததும் பையன்கள் போட்டி போட்டுக்கொண்டு வெளியே ஓடிவந்தனர். ஆறாம் வகுப்புப் பையன்களிலேயே கண்ணன் தான் எல்லோருக்கும் முதலில் ஓடிவந்தான். முதல் ஆளாக ஓடிவந்தது அவனுக்கு சந்தோசத்தைத் தந்தது. கால்களுக்குப் புதுத் தெம்பு வந்ததுபோல் இருந்தது. வேகமாக வீட்டுக்கு ஓட ஆரம்பித்தான். தெருமுனைக்கு வந்த போது தன் வீட்டின் முன் சிறு கூட்டம் நிற்பதைக் கண்டு திடுக்கிட்டுப் போய்ப் பாம்பைக் கண்டதுபோல் பயந்து நடுங்கி அடிமேல் அடி வைத்து நடக்க ஆரம்பித்தான்.

'என்னடி சொன்ன, என்னடி சொன்ன, இப்ப சொல்லு பாக்கலாம்' என்று திரும்பத்திரும்பக் கேட்டு மஞ்சாயியை முருகன் மத்துக்கழியால் வெறிபிடித்த மிருகம் மாதிரி அடித்துக்கொண்டிருந்தான். உயிர் போவது போலக் கத்தி அழுதுகொண்டே, 'நான் ஒன்னுஞ் சொல்லல. என்னெ வுட்டுடு சாமி' என்று சொல்லிக் கெஞ்சிக்கொண்டே இரண்டு கைகளா லும் மத்துக்கழியை மறிக்க முயன்றாள் மஞ்சாயி. அவளுடைய கடை வாயிலிருந்து லேசாக நுரை வழிந்துகொண்டிருந்தது. அவளுடைய குரல் தடித்துக் கரகரத்திருந்தது. அவள் ரொம்ப நேரமாக அடிவாங்கிக்கொண் டிருந்திருக்க வேண்டும் என்று நினைத்த கண்ணனுக்கு அடிவயிற்றிலிருந்து ஆத்திரமும் அழுகையும் பீறிட்டுக்கொண்டு வந்தது. சத்தம் போட்டு அழ வும் அவனால் முடியவில்லை.

மஞ்சாயியின் உடம்பில் சீலையே இல்லை. வெறும் பாவாடையோடு நெருப்பில் மாட்டிக்கொண்டவள் மாதிரி அலங்கோலமாக அலறிக்கொண் டிருந்தாள். அவளுடைய தலைமயிரைக் கொத்தாக இடதுகையால் பிடித் துக்கொண்டு மாட்டை அடிப்பதைவிட மோசமாக அடித்துக்கொண்டிருந் தான் முருகன். பிறகு படல் இழுப்பது மாதிரி தலைமயிரைப் பிடித்து வீட் டுக்குள் ஒரு சுற்று இழுத்து வந்து அவளுடைய அடிவயிற்றில் எட்டிஎட்டி உதைத்தான். மீண்டும் மத்துக்கழியால் அடிக்க ஆரம்பித்தான். இரண்டு கைகளாலும் மத்துக்கழியைப் பிடிக்க முயன்றபோது அவளுடைய தொடையில் அடித்தான். அடி தாங்க முடியாமல் அவள் கால்களை உதறிய

போது அடுப்பில் வெந்துகொண்டிருந்த கீரைச்சட்டியில் கால் பட்டு, சட்டி உடைந்து அடுப்பு நெருப்பிலேயே விழுந்தது. அதைப் பார்த்த முருகனுக்கு முன்பைவிட ஆத்திரம் கூடியது. மத்துக்கழியில் அதிக பலத்தைக் கொடுத்து மஞ்சாயியை அடித்தான். அடுப்பில் உடைந்து கிடந்த கீரைச்சட்டியில் கீரையோடு ஒரு பகுதியைச் சட்டென்று எடுத்து அவளுடைய முகத்தில் கொட்டினான். 'யே சாமி, யே கொலகாரப் பாவி' என்று சொல்லி மஞ்சாயி அலறினாள். கீரையின் சூட்டால் துடித்துப்போனவள், முருகன் கீரைச் சட்டியின் அடுத்த பகுதியை எடுக்கக் குனிந்தபோது, தரையில் கிடந்த சீலையை எடுத்துக்கொண்டு அலங்கோலமாகப் பேய் பிடித்தவள் மாதிரி கத்திக்கொண்டே வெளியே ஓடினாள்.

கீரைச்சட்டி நெருப்பாகச் சுட்டதால் அதை அப்படியே போட்டுவிட்டு மத்துக்கழியை எடுத்துக்கொண்டு முருகன் வெளியே ஓடிவந்தான். மஞ்சாயியைக் காணவில்லை. 'எந்தப் பிரிசன் ஊட்டுக்கிடி போயிட்டே தேவிடியா. திரும்பி வருவ இல்லெ. அப்பப் பேசிக்கிறன் ஒன்னெ' என்று சொல்லிக் கத்தினான். பிறகு வாசலில் நின்றுகொண்டிருந்த ஏழெட்டுப் பெண்களை இன்னதுதான் என்றில்லாமல் கெட்ட வார்த்தை சொல்லி மோசமாகப் பேச ஆரம்பித்தான். கோபத்தில் அக்கா, தங்கை முறை என்றுகூடப் பார்க்காமல் 'இங்க எவனப் போட்டுத் தூங்க வந்தீங்கடி?' என்று கேட்கக்கூடிய ஆள் என்பதால்தான் ஒருத்தியும் வீட்டுக்குள் போய் அவனை மறிக்கவில்லை. வாசலில் நின்றதற்கே அவ்வளவு பேச்சுப் பேசினான்.

திண்ணைக்கு மறைப்பாகக் கட்டியிருந்த படல் சந்தில் ஒடுங்கிப்போய் நடுங்கிக்கொண்டிருந்த கண்ணனை முருகன் அப்போதுதான் பார்த்தான். ஆத்திரம் பொங்கப் பையனின் முகத்தில் காறித் துப்பிவிட்டு வேகமாக வீட்டுக்குள் போனான். எச்சிலைத் துடைத்த போதுதான் கண்ணனுக்கு அழுகை பொங்கிக்கொண்டு வந்தது. வாய்விட்டு அழுதுகொண்டே வாசலுக்கு வந்தான். வாசலில் நின்றுகொண்டிருந்த பெண்கள், 'அழுவாதடா' என்று சொல்லி அவனுடைய அழுகையை நிறுத்த முயன்றனர். எதிர் வீட்டுச் செல்லம்மாள் கண்கலங்கியபடியே 'கோவம் வந்தாலே அந்த மனுசனுக்குப் பேய் புடிச்சாப்பலதான்' என்று சொன்னாள். கண்ணனை இழுத்துத் தன் அடிவயிற்றோடு சேர்த்து அணைத்துக்கொண்டு அவனுடைய கண்களைத் துடைத்துவிட்டு 'அழுவாதப்பா' என்று சொல்லித் தேற்ற ஆரம்பித்தாள்.

கண்ணன் அழுதுகொண்டிருந்தான். மஞ்சாயியை முருகன் எதற்காக அடித்தான் என்பது அவனுக்குப் புரியவில்லை. அவ்வளவு அடிகளை வாங்கிக்கொண்டு ஒருத்தி உயிரோடு இருக்கவே முடியாது என்று அவன் நினைத்தான். மஞ்சாயியை உடனே பார்க்க வேண்டும் என்று நினைத்தான். மஞ்சாயி செத்துவிடுவாளோ என்ற எண்ணம் சட்டென்று வந்ததும் அவ

னுடைய நெஞ்சுத் துடிப்பு அதிகரித்தது. லேசாக உடம்பு நடுங்கியது. பெண்கள் சொல்லும் ஆறுதல் வார்த்தைகள் எதுவும் அவனுடைய காதில் ஏறவில்லை. உடனே தன் அம்மாவைப் பார்த்தாக வேண்டும் என்ற எண் ணம் உண்டாயிற்று. செல்லம்மாவின் பிடியிலிருந்து விலகித் தெருமுனை வரை ஓடினான். திரும்பிவந்து 'எங்கம்மாவைக் காணும்' என்று சொல்லும் போதே அவனுக்கு அழுகை பீறிட்டுக்கொண்டு வந்தது. 'இங்கதான் யாரு ஊட்டுலியாவது குந்தியிருக்கும். நீ அயிவாதடா பயலெ' என்று செல்லம் மாள் சொன்னதை அவனுடைய மனம் ஒரு நொடிதான் நம்பியது. மஞ்சா யியை முருகன் அடித்து நொறுக்கியது நினைவுக்கு வந்ததும் அவனு டைய கால்கள் தாமாகவே பற வண்ணான் தொரப்பாட்டை நோக்கி ஓட ஆரம்பித்தன.

காலனியில் உள்ள பெண்கள் யாராக இருந்தாலும் புருசன் அடித்தான் என்று, மாமனார் மாமியார் சண்டை போட்டனர் என்று, குடும்பப் பிரச் சினை என்று கோபித்துக்கொண்டு தாய் வீட்டுக்குப் போக மாட்டார்கள். எடுத்ததுமே பற வண்ணான் தொரப் பாட்டுக்குத்தான் போவார்கள். அந்த இடத்தில்தான் பெரிய காடு மாதிரி அரளிச் செடி வளர்ந்து நிற்கும். அந்த இடத்திற்குப் போனவர்களில் பெரும்பாலானவர்களைப் பிணமாகத்தான் தூக்கிக்கொண்டு வருவதைக் கண்ணன் நிறையவே பார்த்திருக்கிறான்.

சூரியன் மறைய ஆரம்பித்திருந்தது. சுற்றுப்புறமெங்கும் வெளிச்சம் குறையத் தொடங்கியிருந்தது. பகல் நேரத்தில்கூடப் பற வண்ணான் தொரப்பாட்டுப் பக்கம் சிறு பிள்ளைகள் போக மாட்டார்கள். இருட்டுகிற நேரத்திற்குக் கண்ணன் அந்த இடத்திற்குப் போய்க்கொண்டிருந்தான். தனி யாகப் போவது பற்றி, இருட்டிக்கொண்டுவருவது பற்றி அவன் யோசிக்க வில்லை. மஞ்சாயி பற்றிய கவலைதான் அவனை வேகமாக நடக்க வைத் தது. காட்டிலிருந்து வந்த இரண்டு பேர், 'இந்த நேரத்திலெ ஒத்தெயிலெ எங்கடா போற?' என்று கேட்டனர். அவர்களுக்குப் பதில் சொல்லாமல் நடந்தான். அடுத்து மாடுகளை ஓட்டிக்கொண்டு வந்த பெண் மறித்து வைத்துக்கொண்டு விசாரிக்க ஆரம்பித்தாள். கண்ணனுக்கு வார்த்தைகள் வரவில்லை. அழுகைதான் பீறிட்டுக்கொண்டு வந்தது. முகத்தை விறைப் பாக்கிக்கொண்டு ஒதுங்கி நடந்தான். அதற்காக அந்தப் பெண் அவனைத் திட்டினாள். அவள் திட்டியதை அவன் காதில் வாங்கிக்கொள்ளவில்லை. ஓடைக்கும் அவன் வீட்டுக்கும் குறைந்தது ஒரு மைல் தூரம் இருக்கும். தேம்பிக்கொண்டே வேகமாக நடந்தான்.

கண்ணன் ஓடைக்கு வந்து ஓடை மணலில் காலை வைத்ததுமே 'அம்மா' என்று மெதுவாக இரண்டு மூன்று குரல் கூப்பிட்டான். பிறகு சத்தமாகக் கூப்பிட்டுப் பார்த்தான். பெண்கள் குளிக்கிற இடத்தில் பார்த் தான். 'அம்மா, அம்மா' என்று பலமுறை கூப்பிட்டுப் பார்த்தான். சத்த

மில்லாததால் கிழக்கில் கொஞ்ச தூரம் நடந்தான். மீண்டும் கூப்பிட்டுப் பார்த்தான். பதில் இல்லாததால் பயம் ஏற்பட்டது. நொடிக்கு நொடி அது அவனுக்குள் வளர்ந்து பெருகத் தொடங்கியது. பூச்சிகள் கத்துவது, தவளைகள் கத்துவதுகூட அவனை மிரள வைத்தது. பயத்தாலும் அழுகையாலும் அவனுடைய உடம்பு நடுங்கிக்கொண்டிருந்தது. பயத்தைப் போக்க மேலும் சத்தமாக ‘அம்மா, அம்மா’ என்று கத்திக்கொண்டே நடந்தான். பற வண்ணான் தொரப்பாடு ஆள் அரவமின்றி இருப்பதும் ஓடையின் இரண்டு கரைகளிலும் இருந்த புதர், மரம், செடிகொடிகள் தனித்தனியாகத் தெரியாமல் கருப்புத் துணியால் மூடியதுபோல் இருட்டாக இருப்பதும் அவனுக்கு மேலும் பயத்தை உண்டாக்கிற்று.

பற வண்ணான் தொரப்பாட்டில் நின்றுகொண்டு ‘அம்மா, அம்மா’ என்று மீண்டும் கத்தினான். பிறகு புதர்களின் பக்கம் பார்த்தான். புதர்களுக்கு அருகில் போய் நின்று, குனிந்து தரையில் உட்கார்ந்து பார்த்தான். அரவமில்லை. கத்திக்கொண்டே தொடர்ந்தாற்போலக் கிழக்கில் நடக்க ஆரம்பித்தான். நடக்கநடக்க அவனுடைய நெஞ்சுத் துடிப்பு கூடிற்று. நேரம் கூடக்கூடப் பயம் அதிகரித்தது. பயத்தை, திகிலைக் குறைக்க ‘அம்மா, அம்மா’ என்று தொண்டை வறண்டுபோகக் கத்திக்கொண்டே இருந்தான். அவனுடைய வாய் ஒரு நொடிகூட ஓயவில்லை. ஓடையில் குளிர்ந்த காற்று வீசிக்கொண்டிருந்தது. ஆனாலும், அவனுக்குக் குடம்குடமாக வியர்த்து ஒழுகியது. தன்னைப் பேய் பிடித்துக்கொள்ளுமோ என்ற பயம் சட்டென்று வந்தது. அந்த நொடியில் அவனுக்கு உயிரே நின்றுவிட்டது போலிருந்தது. அந்த நேரம் பார்த்து ஒரு செம்போத்து, தாழம்பூப் புதரிலிருந்து கத்தியது. தன் கதை முடிந்தது என்று நினைத்தான்.

பற வண்ணான் தொரப்பாட்டில் அவனுக்குத் தெரிந்து நிறைய பெண்கள் செத்துப்போயிருக்கிறார்கள். அவர்களில் யாராவது பேயாக வந்து தன்னைப் பிடித்துக்கொண்டால் என்னவாகும் என்று நினைத்ததுமே அவனுடைய கால்சட்டையிலிருந்து சிறுநீர் இறங்க ஆரம்பித்தது. கைகால்கள் சில்லிட்டுப்போய்விட்டிருந்தன. ஒவ்வொரு முறையும் காலைத் தூக்கி வைக்கும்போதும் நெருப்பில் வைப்பது மாதிரிதான் இருந்தது அவனுக்கு.

ரொம்ப தூரம் வந்துவிட்டான் கண்ணன். மஞ்சாயி இல்லை. தொடர்ந்து போகவும் முடியவில்லை. எங்கு பார்த்தாலும் இருட்டாகவே இருந்தது. வானத்தில் நட்சத்திரங்கள்கூட இன்னும் பூக்கவில்லை. ஓடைக்கு அவள் வரவே இல்லையோ என்ற சந்தேகம் சட்டென்று அவனுக்கு வந்தது. அதே நேரத்தில் அவள் எங்கும் போகக்கூடிய ஆளும் இல்லையே என்ற எண்ணமும் வந்தது. முருகன் அடிக்கும்போது, அடி தாங்க முடியாமல் பிறர் வீட்டுக்கு ஓடிப்போய்ப் பதுங்கிக்கொண்டால் அதற்காகவும் சேர்த்து அடி கிடைக்கும் என்பது அவளுக்குத் தெரியும். அதே மாதிரி அம்மா வீடு

என்றும் போக மாட்டாள். கண் தெரியாத கிழவி மட்டும்தான் அங்கு இருந்தாள். அதனால், எவ்வளவு அடி, உதை வாங்கினாலும் வீட்டை விட்டு வெளியே ஓர் அடி வைக்க மாட்டாள். இங்குதான் எங்கோ அவள் இருக்கிறாள் என்று அவனுடைய மனம் நம்பியது. திரும்பி நடக்க ஆரம் பித்தான்.

'அம்மா, அம்மா' என்று இரண்டு பக்கமும் பார்த்துக் கூப்பிட்டுக் கொண்டே நடந்தான். எப்போதையும்விடப் பலமாகக் கத்தினான்.

நின்றுநின்று கூப்பிட்டுப் பார்த்தான். அவன் நின்றிருந்த இடத்திற்கு மேற்குப் புறத்திலிருந்த புதருக்குள் லேசாக 'டக் டக்' என்ற சத்தம் வரு வது மாதிரி இருந்தது. சத்தம்போட்டுக் கூப்பிடுவதை விட்டுவிட்டு மாறி மாறி இரண்டு கரைகளையும் பார்த்தான். பூச்சிகள், வண்டுகள், தவளைகள் மட்டுமே கத்திக்கொண்டிருந்தன. புதருக்குள் செத்துக்கிடப்பாளோ என்ற சந்தேகம் வந்தது அவனுக்கு. பயத்தை, இருளை மறந்தவனாகத் தேம்பித் தேம்பி அழ ஆரம்பித்தான்.

கண்ணன் அப்படியே நின்றுகொண்டிருந்தான். 'டக் டக்' என்ற சத் தம் மீண்டும் கேட்டது. சத்தம் வந்த இடத்திற்கு அருகில் போய் நின்று பார்த்தான். சத்தமில்லை. மீண்டும் மஞ்சாயியைக் கூப்பிட்டுப் பார்த் தான். ஒரு சந்தேகத்தில் சத்தம் வந்த இடத்திலிருந்த சில செடிகளை விலக்கி விட்டுப் பார்த்தான். ஆள் ஒன்று உட்கார்ந்திருப்பது மாதிரி தெரிந்தது. ரகசியம் போல 'அம்மா' என்று கூப்பிட்டான். தரையில் உட்கார்ந்து பார்த் தான். மஞ்சாயி உட்கார்ந்திருப்பது தெரிந்தது. குரலை மட்டுப்படுத்தி 'அம்மா' என்று கூப்பிட்டவன் செடிகளை விலக்கிக்கொண்டு உட்கார்ந் திருந்த வாட்டத்திலேயே இரண்டு மூன்று அடி தூரம் முன்னோக்கி நகர்ந்து போனான். 'சாண்டெ நக்கி மவனெ, இங்க யாண்டா வந்த?' என்று சொல் லித் திட்டி இரண்டு கைகளாலும் மணலை அள்ளி அவன்மீது மஞ்சாயி விசிறியடித்தாள். அதைப் பொருட்படுத்தாமல் மேலும் முன்னோக்கி நகர்ந்து அவளுக்குப் பக்கத்தில் போனபோது உட்கார்ந்திருந்த வாட்டத் திலேயே எட்டி ஓர் உதைவிட்டாள். பின்வாட்டத்தில் விழுந்த கண்ண னுக்கு முதுகில் கல் ஒன்று குத்தியது. குச்சி குத்திக் கையில் சிராய்ப்பு உண் டாயிற்று. அவன் எதையும் பொருட்படுத்தவில்லை. விழுந்த வேகத்தி லேயே எழுந்து உட்கார்ந்தான். 'கம்மனாட்டிக்கிப் பொறந்த கம்மனாட்டி, இங்க யாண்டா வந்த? ஒங் குடும்பம் நாசமத்துப் போவ' என்று சொல்லிக் கொண்டே ஆத்திரத்தில் மூன்று நான்கு முறை கண்ணனின் முகத்தில் அறைந்தாள். பிறகு என்ன நினைத்தாளோ, தன்னுடைய முகத்திலேயே அடித்துக்கொள்ள ஆரம்பித்தாள். 'வாண்டாம்மா, வாண்டாம்மா' என்று அழுது அவளுடைய கைகளைப் பிடித்துக்கொள்ள முயன்றான். அழுது கொண்டே, 'வேணுமின்னா என்னெ அடிம்மா' என்று அவன் சொன்னதும்

'யே எஞ் சாமி' என்று சொல்லி வீறிட்ட மஞ்சாயி கண்ணனை இழுத்துத் தன் நெஞ்சோடு அணைத்துக்கொண்டு வாய்விட்டு அழுதாள். திடீரென்று அவளுக்கு என்ன தோன்றியதோ வெடுக்கென்று பையனை விலக்கிவிட்டு வாய்க்குள் விரலை விட்டு வாந்தி எடுக்க ஆரம்பித்தாள்.

கண்ணன், மஞ்சாயிக்குப் பக்கத்திலிருந்த வெல்லக் கட்டியை அவளுக்குத் தெரியாமல் காகிதத்தோடு எடுத்துத் தூரமாக வீசியெறிந்தான். விளாங்காய் மொத்தத்தில் இருந்த இரண்டு கருங்கற்களை நகர்த்திவிட்டான். உடைத்து வைத்திருந்த அரளிப் பருப்புகளை மணலுக்குள் தள்ளி மூடினான். புதருக்குள் உட்கார்ந்திருப்பதால் கை கால்களை இஷ்டம்போல நீட்டி மடக்க முடியவில்லை. புதருக்குள் நுழைந்தபோது குச்சிகள் கீறிய இடங்களில் லேசாக எரிச்சல் இருந்தது. கெட்ட வாடையும் வீசுகிறது என்பது இப்போதுதான் அவனுக்குத் தெரிந்தது. எதையும் பொருட்படுத்தாமல் வாந்தி எடுத்துக்கொண்டிருந்த மஞ்சாயியையே பார்த்தவாறு இருந்தான் தொண்டைக்குழியில் விரலை விட்டு 'ஓ...ஓ...' என்று பத்து முறைகளுக்குமேல் வாந்தி எடுத்திருப்பாள். வாந்தி எடுத்து முடிந்ததும் குனிந்த வாட்டத்திலேயே செடிகளை விலக்கிக்கொண்டு வெளியே வந்தாள். மஞ்சாயி மாதிரியே கண்ணனும் வெளியே வந்தான். நேரே தண்ணீர் இருந்த இடத்திற்குப் போய் வாய் கொப்பளித்துவிட்டு மஞ்சாயி கண்ணனுடைய கையைப் பிடித்துக்கொண்டு வீட்டுக்கு நடக்க ஆரம்பித்தாள். ஒன்றிரண்டு நட்சத்திரங்களும் பூக்கத் தொடங்கியிருந்தன.

வீட்டுக்கு நடக்க ஆரம்பித்த சற்றைக்கெல்லாம் மஞ்சாயிக்குத் தன் மகள்களின் ஞாபகம் வந்தது. இடது காது லேசாகக் கிழிந்திருப்பது, பின் மண்டையில் அடிபட்டு ரத்தம் வந்து வீங்கிப்போயிருப்பது, இரண்டு கை கால்களிலும் பல இடங்களில் வீங்கி, கன்னிப்போய் வலிப்பது என்று எல்லாவற்றையும் ஒரு நொடி நேரம் மறந்துவிட்டுத் தன் பெரிய மகள் கலாவைப் பற்றி நினைத்துப்பார்த்தாள். வயதுக்கு வரக்கூடிய பக்குவத்தில் இருந்தாலும் ஒண்ணுக்கு வெளிக்குப் போனால்கூடத் தொசம் கட்டிக்கொண்டு கூடவேதான் வருவாள். அப்படிப்பட்டவள் இவ்வளவு நேரமும் இவளைக் காணோமே என்று எங்கு தேடிக்கொண்டு அலைகிறாளோ என்று நினைக்கும்போதே அவளுக்குக் கண்கள் கலங்கின. பலமாக மூக்கை உறிஞ்சினாள். 'பெரியவதான் எதுக்கும் ஆவாத மண்ணு. இந்த வருசமோ அடுத்த வருசமோ தெரண்டுடுவா. ஒரு பயகிட்ட புடிச்சிக் கொடுத்திட்டா அக்குமில்லெபிக்குமில்லென்னு செத்தாலும் கவலயில்லாம சாவலாம். எம் புள்ளெ எங்க தேம்பிக்கிட்டு நிக்குதோ' என்று முணுமுணுத்தவளுக்கு அடிவயிற்றிலிருந்து அழுகை பொங்கிக்கொண்டு வந்தது. தன் கையைக் கெட்டியாகப் பிடித்துக்கொண்டு வரும் கண்ணனைப் பார்த்தாள். இருட்டில் அவனுடைய முகம் தெளிவில்லாமல் தெரிந்தது. 'அதெது புள்ளெ, அதெது

தாய்தான். ஊருலெ ஆயிரம் பேர் இருந்து என்னாத்துக்கு ஆவும்?' என்று சொல்லும்போதே அவளுடைய கண்களிலிருந்து கண்ணீர் கொட்டியது.

வாசலில் முருகன் உட்கார்ந்திருந்தான். அவனைப் பார்க்காதவள் மாதிரி மஞ்சாயி வீட்டுக்குள் போனாள். விளக்கு எரிந்துகொண்டிருந்தது. வீடு சுத்தம் செய்யாமல் அப்படியே கிடந்தது. உடைந்து கிடந்த கீரைச் சட்டியின் ஓடுகளை எடுக்கக் குனிந்தபோது வீட்டுக்குள் வந்த முருகன், மஞ்சாயியின் தலைமுடியைக் கொத்தாகப் பிடித்து 'என் ஊட்டுக்குள் ளார எதுக்கு வந்த? வெளியே போ' என்று சொல்லி அவளை இழுத்துவந்து வெளியே விட்டான். 'போனவ அப்பிடியே போவ வேண்டியதுதானெ. திருப்பி எதுக்கு வந்தவ? ஒருத்தனுக்குப் பொறந்தவளாயிருந்தா என் ஊட் டுக்குள்ளார நொய்யாத' என்று சொல்லி முருகன் திட்டினான்.

'நீ சம்பாரிச்சிக் கட்டுன ஊட்டுக்குள்ளார நான் போவலெ. எம் மாமி யாரு, மாமனாரு கட்டுன ஊட்டுக்குள்ளாரதான் நான் போறன். அதுக்கு நான் யாரையும் கேக்க வேண்டியதில்லெ.'

'நானே இல்லெ, அப்பறம் எங்கிருந்து வரான் மசுருல மாமனாரு மாமியாரு? நான் யாருன்னு காட்டுறன் பாருன்னு போனியே, போயி ஒன்னோட சாதி சனத்தயெல்லாம் இட்டா. எவன் வந்து என்னுத ஆட்டுறான்னு பாப்பம்.'

'ஒன்னுதுதான் நொவத்தடியாட்டம் இருக்கே. அதெ எப்பிடிப் புடிச்சி ஆட்டெ முடியும்?' என்று சொன்ன மாஞ்சாயி வீட்டுக்குள் போக முயன் றாள். அவளை நெட்டித் தள்ளிய முருகன் 'காலயிலெ வேலக்கிப் போன எடத்திலெ என்ன நடந்துச்சின்னு சொல்லிட்டுப் போ.'

'சொல்லு, சொல்லுன்னா என்னாத்தெ சொல்லுறது? வேலெக்கிப் போற எடத்திலெ ஒருத்தருக்கொருத்தர் வாய் வாத்த வடிச்சிக்காமியா இருக்க முடியும்? சாதாரணமா நீ எந்தப் பொட்டச்சிகிட்டெயும் பேசுற தில்லியா? மூணு புள்ளெ பெத்த பெறவு, அதிலயும் மவளக் கட்டிக்கொடுக் கிறாப்ல இருக்கிறப்பத்தான் நான் புது பிரிசன் சேத்துக்கப்போறனா?'

'எதுக்குச் சிரிச்சிச்சிரிச்சி பேசுன?'

'ஐயோ, கடவுள, நா எவன்கிட்டெ சிரிச்சிப் பேசுனன்?'

'சிரிச்சிப் பேசுனடி, தேவிடியா' என்று சொல்லிக் கத்திய முருகன் நின்ற நிலையிலேயே மஞ்சாயியை எட்டி உதைத்தான். நிலை தடுமாறிக் கீழே விழுந்தாள் மஞ்சாயி. ஓடிப்போய் அவளைத் தூக்க முயன்ற கலாவையும் ராணியையும் முருகன் கன்னத்திலேயே மாறிமாறி அறைந்தான். அடியைப் பொருட்படுத்தாமல் இரண்டு பிள்ளைகளும் அவனுடைய கால்களைப் பிடித்துக்கொண்டு, 'வாணாம்ப்பா, வாணாம்ப்பா' என்று சொல்லி அழு தார்கள். முருகன் அடிப்பதையும் உதைப்பதையும் இரண்டு பிள்ளை

களும் தாங்கிக்கொண்டார்கள். இரண்டு பிள்ளைகளையும் இழுத்து விட்டுவிட்டு, மீண்டும் மஞ்சாயியை இழுத்துப்போட்டு அடிக்க ஆரம் பித்தான். பெரிய கூட்டம் கூடிவிட்டது. ஓர் ஆள்கூட முருகனைத் தடுக்க வில்லை. முருகனின் கைகளைப் பிடிக்க முயன்று அடி வாங்கிக்கொண் டிருந்த கலாவையும் ராணியையும் பார்த்த கண்ணனுக்கு மின்சாரம் தாக்கியதுபோல் இருந்தது. சர்ரென்று வீட்டுக்குள் ஓடினான். அடுப்புக் குப் பக்கத்தில் கிடந்த மத்துக்கழியைத் தூக்கிக் கொண்டுவந்து, மஞ்சா யியின் நெஞ்சுமீது உட்கார்ந்து அவளுடைய முகத்திலேயே அறைந்து கொண்டிருந்த முருகனைப் பார்த்து, 'எங்கம்மாவ வுடுறா, ஒக்கால ஓழி' என்று சொல்லி அவனுடைய தலையில் ஓங்கி ஒரு அடி போட்டான். வெலவெலத்துப்போய், மஞ்சாயியை விட்டு எழுந்த முருகன், கண்ண னின் முகத்தைக் கூர்ந்து பார்த்தான். பிறகு கடகடவென்று சத்தம்போட் டுச் சிரிக்க ஆரம்பித்தான். வேடிக்கை பார்த்த கூட்டமும் சிரித்தது.

'இங்க யாரு அவுத்துப் போட்டுட்டு ஆடுறாங்கன்னு கூடி நின்னு வேடிக்க பாக்குறீங்க? கூட்டம் கலஞ்சி அவுங்கஅவுங்க ஊட்டுக்கு போங்க. வேடிக்க பாக்க ஊரே தெரண்டு வந்திருக்கு பாரு' என்று சொல்லிக் கூட் டத்தைப் பார்த்துக் கத்திவிட்டுச் சரேலென்று வீட்டுக்குள் போனாள் மஞ்சாயி. ●

சத்தியக்கட்டு

காலையிலேயே பொட்டைக்குளத்தைச் சுற்றியிருந்த இடம் உயிர் பெறத் தொடங்கியிருந்தது. வழக்கத்திற்கு மாறாகக் காக்கைகள், பருந்துகள், குருவிகள் அதிக அளவில் வரத் தொடங்கியிருந்தன. பல குடும்பங்கள் ஏற்கனவே வந்துவிட்டிருந்தன. வந்த வேகத்திலேயே நிழலில் உட்கார்ந்து பொங்கல் வைப்பதற்கான வேலைகளைச் செய்ய ஆரம்பித்தனர். ஒரு சிலர் அடுப்பு வெட்டிக்கொண்டிருந்தார்கள். ஒரு சிலர் அடுப்பு கோலக் கற்களைத் தேடிக்கொண்டிருந்தார்கள். பெண்கள் குச்சி பொறுக்கிவரக் கிளம்பிக்கொண்டிருந்தார்கள். கிழவிகளும், சிறுபிள்ளைகளும் மூட்டை முடிச்சுகளுக்குக் காவலாக உட்கார்ந்திருந்தனர். ஒருவர் தவறாமல் எல்லோரும் 'மய காத்து வந்துடும், சட்டுசருக்குன்னு வேலயப் பாருங்க' என்று சொல்லிக்கொண்டிருந்தார்கள். குடும்பம்குடும்பமாக ஆட்கள் வந்தவாறு இருந்தனர்.

பொட்டைக்குளத்தைச் சுற்றிக் கூடியிருந்த கூட்டத்தில் பாதிக்கு மேல் வெளியூர்க் கூட்டமாகத்தான் இருந்தது. அரசாங்கம் இலவசமாகத் தொலைக்காட்சிப் பெட்டி வழங்குகிறது என்று உள்ளூர்ச் சனங்கள் எல்லாம் கிராம அலுவலரின் அலுவலகத்தில் போய்க் காலையிலேயே உட்கார்ந்துவிட்டார்கள். 'சாமி எங்கியும் ஓடிடாது. காலயிலெ இல்லன்னா மத்தியானம் கோவுலுக்குப் போயிக்கலாம். டி.வி. அப்பிடி இல்லெ. கூட்டத்திலெ வாங்குனாத்தான் மணியக்காரன் எதுவும் கேக்க மாட்டான். அவன் சொன்ன தவண தவறிப்போனா நூறு எடு, எரநூறு எடும்பான்' என்று சொல்லி ஊரின் மொத்த சனமும் கிராம நிர்வாக அலுவலகத்தில் காத்துக் கிடந்தது. அதே நேரத்தில் எந்த நேரமாக இருந்தாலும் பொன்னருவி சாமிக்குப் பொங்கல் வைத்துப் படைக்க வேண்டும் என்ற எண்ணமும் லேசாக எல்லோருக்கும் இருந்தது.

பொட்டைக்குளத்தைச் சுற்றித் திருவிழாவிற்கான களைகட்டத் தொடங்கியது. வளையல்காரர்கள் கடை போட ஆரம்பித்திருந்தனர். கிளி ஜோசியக்காரன், கை ரேகை பார்ப்பவன் தங்களுடைய பாய்களை விரித்துப்போட்டனர். மாட்டு வண்டியில் ஏற்றிவந்த பானைகளைக் கொசவன் இறக்கி வைத்துக்கொண்டிருந்தான். கூடை, முறக் கடையும் போடப்பட்

டிருந்தது. அரிவாள் மணை, கத்தி, அரிவாள், உலக்கை போன்ற இரும்புச் சாமான்கள் விற்பவன் தன்னுடைய மூட்டையைப் பிரித்துக்கொண்டிருந் தான். தேங்காய் விற்பவர்கள் காலையிலேயே வந்துவிட்டிருந்தனர். கற் பூரம், ஊதுவத்தி விற்பவர்கள், பொரி, பொட்டுக்கடலை விற்பவர்கள் அவ சரஅவசரமாகத் தங்களுடைய படுதாக்களை விரித்துப்போட்டுக்கொண் டிருந்தனர். பலூன் விற்பவனும், ஐஸ் பெட்டிக்காரனும், ஊசி, மணி விற் கிற குறத்திகளும், பூ விற்பவர்களும் கூட்டத்திற்குள் சுற்றி வர ஆரம்பித் தனர். கூட்டம் சேரச்சேர, சத்தமும் இரைச்சலும் கூடிக்கொண்டிருந்தது. அதனால், கூட்டத்தினருக்கு உற்சாகமும் கூடிற்று.

'மய வந்துடும். சீக்கிரம் பொங்க வைக்கிற வேலயப் பாரு. மய காத் துன்னு வந்துட்டா ஒண்ணும் செய்ய முடியாது. போன வருசம் பன்னண்டு ஒரு மணிக்கே மய வந்துடுச்சி' என்று சிவப்பு நிறத் துண்டு போட்டிருந்த ஆள் சொன்னான். அதற்கு அவனுக்குப் பக்கத்தில் நின்றுகொண்டிருந்த பெண் 'பேசிக்கிட்டெ நிக்காம, பிராக்கு பாக்காம அடுப்ப வெட்டுற வேல யப் பாரு. மய காத்துன்னு வந்துட்டா ஒதுங்கி நிக்கக்கூட இங்க எடமில்லெ' என்று சொல்லிக்கொண்டே மூட்டையைப் பிரித்துப் பொருட்களை எடுத்து வைக்க ஆரம்பித்தாள். அந்த வழியே போன ஒரு ஆள் அவனுக்குப் பின் னால் வந்த பெண்ணிடம் 'சீக்கிரம் கடெக்கிப் போயிட்டு வா. மய வர்றதுக்குள்ளார எல்லா வேலயும் முடிச்சாவணும்' என்று சொல்லிக் கொண்டே வேகமாகப் போனான்.

பொன்னருவி சாமி கோவிலுக்கு மேற்கில் இருபது முப்பதடி தூரத் தில் நின்றுகொண்டிருந்த வேப்ப மரத்தின் கீழ் ஒரு ஆள் அடுப்பு வெட்டிக்கொண்டிருந்தான். அவனுக்குப் பக்கத்தில் ஒரு பெண் பூசணிக் காயை அறுத்துக்கொண்டிருந்தாள். அவளுக்கு எதிரில் ஒரு பெண், குழந் தைக்குப் பால் கொடுத்துக்கொண்டிருந்தாள். குழந்தைக்கு வியர்த்து ஒழுகி யது. வியர்வையைத் துடைத்துவிட்டு அந்தப் பெண் முந்தானையால் குழந்தைக்கு விசிறிவிட்டாள். பிறகு தனக்கும் விசிறிக்கொண்டாள். அவ ளுக்கு என்ன தோன்றியதோ 'இந்த நேரத்திலியே எதுக்குத்தான் இப்பிடி ஒரு வெயிலு அடிக்குதோ. இம்மாம் மரம் இருந்தும் ரவ குளுந்த காத்து இல்லெ. இன்னும் பத்து நாளக்கி இப்பிடியே வெயிலடிச்சா அவ்வளவு தான்' என்று சொன்னாள். அதற்கு, பூசணிக்காயை அறுத்துக்கொண்டிருந் தவள் சொன்னாள்: 'இன்னியப் பொயிதுக்குள்ளார மய வந்துடும். நாளக்கே சூடு தணிஞ்சுடும். மய வர்றதுக்காகத்தான இன்னிக்கி இங்க வந்திருக்கம். எந்த நிமிசத்துலயும் காத்து மய வரலாம்.'

'வானம் இருக்கிற நெலமயப் பாத்தா சந்தேகமாத்தான் இருக்கு. சூட் டுல புள்ளக்கி ஓடம்பெல்லாம் கொப்பளம் போட்டுடுச்சி. பெரியவங் களுக்கே தாங்க முடியலியே, பச்சப்புள்ளெ ஓடம்பு தாங்குமா?'

'இப்ப அப்பிடித்தான் இருக்கும். சாயங்காலத்துக்குள்ளார மய வந்துடும். இருவது வருச சத்தியக்கட்டாச்சே. மய வராம இருந்திடுமா? இன்னிக்கி மய பெய்யும்ன்னுதான இத்தினி ஊரு சனங்க வந்திருக்குது. பாக்கல?'

'மய வந்தாத்தான் தேவல. ஆனா வருமான்னுதான் தெரியல. இன்னிக்கி அந்தம்மா மனசுல என்னா இருக்கோ. இப்பத்தான் எல்லாம் தலகீய நடக்குதே, நாலஞ்சி வருசத்துக்கு மின்னாடியும் இப்படித்தான் மய இல்லாம போயிருச்சி.'

'ஒனக்கு எதுலயும் சந்தேகம்தான். போயும்போயும் சாமிய சந்தேகப் படலாமா? மயயாலதான் இந்த சாமி எட்டு ஊருக்கும் பேரு பெத்து வெளங்குது. நெறஞ்ச கொளத்தில அந்தம்மா எதுக்கு உசுர வுட்டான்னு தெரியுமில்லெ? இன்னிக்கி எப்பிடியிருந்தாலும் மய வராம நிக்காது. சாமி சோதன பண்ணிப் பாக்கும். ஆனா செய்யாம இருக்காது.'

'ஒன்னோட வாக்கு பலிச்சா சரி' என்று சொல்லும்போது இரண்டு குழந்தைகள் ஓடி வந்து அவளுடைய கழுத்தைக் கட்டிக்கொண்டன. 'தம்பிய இடிக்காதீங்க. ஒரு எடத்திலெ குந்தியிருந்தா என்னா? எதுக்கு நெருப்பு மாரி சுடுற வெயில்ல அலயுறீங்க?' என்று சொன்னதைக் கேட்காமல் ஐஸ் வாங்கக் காசு கேட்டு அவளிடம் பிள்ளைகள் இரண்டும் நச்சரிக்க ஆரம்பித்தன.

'தேங்கா வாங்கிக்கிட்டு வர்றன்னு போன மனுசன ஆளக் காணும். தண்ணீ எடுக்கப் போனவளயும் காணும். இரு, ஒரு எட்டு பாத்துட்டு வந்துடுறன். ஒரு எடத்துக்கு வந்தா ஒன்னாமின்னா இருக்க வாணாமா? இன்னிக்கிப் பாத்துத்தான் பெரும் மய காத்து வரும். இதுகூடத் தெரியாத மனுசன் என்னா மனுசன்?' என்று சொல்லிவிட்டு அறுத்துக்கொண்டிருந்த பூசணிக்காயை ஒரு குண்டானில் போட்டுவைத்துவிட்டுப் பொன்னருவி சாமி கோவிலுக்கு அருகில் அவள் வந்தாள். கூட்டத்தில் தன்னுடைய புருசன் தென்படுகிறானா என்று பார்த்தாள். தன்னுடைய மகளையும் தேடினாள். எங்கு பார்த்தாலும் சிவப்பு நிறச் சீலையாகவும், மஞ்சள் நிறச் சீலையாகவுமே தெரிந்தது. குறைந்தது அறுபது எழுபது இடங்களிலாவது பொங்கல் வைப்பதற்கான வேலைகள் நடந்துகொண்டிருந்தன. பொட்டைக்குளத்திற்குள் பெரிய கூட்டம் குளித்துக்கொண்டிருந்தது. ஆண்களும் பெண்களும் குறுக்கும்நெடுக்குமாக ஓயாமல் நடந்துகொண்டிருந்தனர். எல்லாவற்றையும் வேடிக்கை பார்த்துக்கொண்டே வந்த அந்தப் பெண் கோவிலுக்கு முன் வந்தாள். சாமியைப் பார்த்துக் கையெடுத்துக் கும்பிட்டாள்.

அந்த ஆலமரம் அவ்வளவு பெரிய மரமல்ல. இருபது வருசத்து மரம் தான். ஆனால் உரம்போட்டு வளர்த்தது மாதிரி வளர்ந்து கால்காணி

அளவுக்கு நிழல் பரப்பிக்கொண்டிருந்தது. அடிமரத்தைச் சுற்றி அகலமாக, சிமெண்டால் மேடை கட்டியிருந்தனர். மரத்தோடு சேர்ந்த நிலையில் கூண்டு மாதிரி மூன்றடி உயரத்தில் கோயில் கட்டியிருந்தனர். அதற்குள் அகல் விளக்கு ஒன்று எரிந்துகொண்டிருந்தது. மரத்தைச் சுற்றிலும் இரு பதுக்கும் மேற்பட்ட சூலங்கள் நட்டு நிறுத்தப்பட்டிருந்தன. இவ்வளவு தான் பொன்னருவி சாமி கோவில். கூண்டுக்குள் எரிந்துகொண்டிருந்த அந்த அகல் விளக்கைப் பார்க்கப்பார்க்க அந்தப் பெண்ணுக்கு என்ன தோன்றி யதோ, சட்டென்று நெடுஞ்சாண்கிடையாக விழுந்து கும்பிட்டாள். அப் போது பொட்டைக் குளத்தில் குளித்துவிட்டு ஈரச் சீலையுடன் வந்த இரண்டு பெண்கள் சாமி கும்பிட்டனர். மேடையில் உட்கார்ந்திருந்த பூசாரி அவர்களுக்குத் திருநீறு கொடுத்தான். திருநீறையும் குங்குமத்தையும் வாங்கி நெற்றியில் பூசிக்கொண்ட அந்தப் பெண்கள் ஆலமரத்தைச் சுற்றிக் கட்டியிருந்த சிவப்பு நிறச் சீலையைத் தொட்டுக் கும்பிட்டனர். பிறகு சீலைக்குக் கீழே கொட்டிக்கிடந்த வளையல்களில் தேவையான அளவுக்கு எடுத்துத் தங்களுடைய கைகளில் மாட்டிக்கொண்டு கூட்டத்திற்குள் புகுந்து நடக்க ஆரம்பித்தனர். எல்லாவற்றையும் பார்த்துக்கொண்டிருந்த அந்தப் பெண், சாமி கும்பிடக் கூட்டமாகப் பெண்கள் வந்ததும் சற்றுத் தள்ளி வடக்காக நடந்து சென்றாள். வேடிக்கை பார்த்துக்கொண்டே போனதில் உட்கார்ந்திருந்த கிழவி ஒருத்தியை இடித்துவிட்டாள். கிழ வியை இடித்துவிட்டோமே என்ற பரிதாபத்தில் அந்தக் கிழவியிடம் பேச் சுக் கொடுத்தாள். 'என்னா ஊரும்மா? வேச்சடலா குந்தியிருக்கியே, தண்ணிகிண்ணி ஏதாச்சும் வேணுமா? சொந்தக்கார சனங்க எல்லாம் எங்க இருக்காங்க?' என்று என்னென்னவோ கேட்டுப்பார்த்தாள். கிழவியிட மிருந்து ஒரு பதிலும் இல்லாததால் 'கொண பேதகம் புடிச்சது போல இருக்கு' என்று சொல்லிவிட்டுத் தன்னுடைய புருசனையும் மகளையும் தேடிக்கொண்டு நடக்க ஆரம்பித்தாள்.

பொன்னருவி சாமி கோவிலுக்குச் சற்றுத் தள்ளி வடக்கில் உட்கார்ந் திருந்த அந்தக் கிழவியைப் போகிறவர்கள், வருகிறவர்கள் எல்லாம் ஒரு மாதிரியாகப் பார்த்துக்கொண்டேதான் போனார்கள். கிழவியினுடைய உடம்பும் தோற்றமும் அவளை மற்றவர்களுக்குப் பைத்தியம் போலத்தான் காட்டிக்கொண்டிருந்தன. அவளுடைய பார்வை ஆலமரத்தில் கட்டி யிருந்த சிவப்பு நிறச் சீலையிலேயே நிலைகுத்தியிருந்தது. சனங்களுடைய போக்குவரத்து, இரைச்சல் என்று எதுவுமே அவளுடைய பார்வையை மாற்றவில்லை. பல ஊர்ச் சனங்கள் கூடியிருக்கிறார்கள், பொன்னருவி சாமிக்குப் படைக்கிறார்கள் என்பதுகூட அவளுக்குத் தெரியுமா என்பது சந்தேகம்தான். பழைய நாகம்மாளாக இருந்தால் அவளுக்கு எல்லாம் தெரிந்திருக்கும்.

நாகம்மாள் நாகம்மாளாக இருந்து இருபது வருசத்திற்கு மேல் ஆகிவிட்டது. நாகம்மாளும் அவளுடைய புருசன் சின்னசாமியும் சாமிதுரை படையாச்சி வீட்டில்தான் வேலை செய்துகொண்டிருந்தனர். சின்னசாமியின் அப்பனும் அம்மாளும் அதே வீட்டில்தான் வேலை செய்திருந்தனர். அறுவடைச் சமயத்தில் எல்லோருடைய வீட்டுப் பண்ணைக்காரர்களும் வயலுக்குக் காவல் காக்கப் போவது வழக்கம். அப்படிப் போகும்போது ஏழெட்டுத் திருடர்கள் சாமிதுரை படையாச்சியின் வயலில் நெல் கசக்கிக் கொண்டிருந்தார்கள். நல்ல நிலவு வெளிச்சத்தில் வயலில் என்ன நடக்கிறது என்பது தெரிந்தது. அவசரப்பட்ட சின்னசாமி 'திருடனுங்க நெல்லு கசக்குறாங்க. வாங்க டோய்' என்று பக்கத்து வயல்களுக்குக் காவலுக்கு வந்தவர்களைச் சத்தம் போட்டுக் கூப்பிடவும், திருடர்கள் உஷாராகிச் சின்னசாமியை வளைத்துக்கொண்டார்கள். சத்தம் போடாமலிருக்க வாய்க்காலில் அவன் முகத்தை வைத்து அழுத்த, மூக்குக்குள் சேறு போய் அடைத்துக்கொண்டு உயிர் போய்விட்டது. வெலவெலத்துப்போன திருடர்கள் கசக்கிய நெல்லைக்கூட எடுக்காமல் ஓடிவிட்டார்கள். சின்ன சாமி செத்த செய்தி மறுநாள் காலையில்தான் தெரிந்தது. அப்போது நாகம்மாளின் வயிற்றில் பொன்னருவி எட்டு மாதக் கருவாக இருந்தாள்.

நாகம்மாளோடு சேர்ந்து பொன்னருவியும் சாமிதுரை படையாச்சி வீட்டில்தான் சின்ன வயதிலிருந்தே வேலை செய்தாள். படுப்பதற்கு மட்டும் தான் வீட்டுக்கு வருவாள். மற்ற நேரமெல்லாம் படையாச்சி வீட்டிலேயே தான் கிடப்பாள். அதனால், சாமிதுரை படையாச்சியின் பேரனுக்கும் பொன்னருவிக்கும் உறவாயிற்று. அந்த உறவில் பொன்னருவியின் வயிறு வளர ஆரம்பித்தது. வயிறு வளர ஆரம்பித்து ஆறு மாதம் முடிந்திருந்தது. படையாச்சியின் உறவும் கெடக் கூடாது, மகளுடைய வயிறும் சுத்தமாக வேண்டும் என்று நாகம்மாள் பிறர் அறியாமல் காரியத்தை முடிக்க நினைத்தாள். உள்ளூரில் பிள்ளையைக் கலைத்தால் தெரிந்துவிடும் என்று வெளியூருக்குப் போய் வயிற்றைச் சுத்தம் செய்ய நினைத்தாள். முடியாததால் உள்ளூரில் முயன்றாள். வெளியூர், உள்ளூர் என்று அலைந்ததில் ஒரு மாதம் ஓடிவிட்டது. அப்படி, இப்படி என்று விசயமும் வெளியே பரவிவிட்டது. விசயம் நாகம்மாளின் கையிலிருந்து படிப்படியாக ஊராரிடம் போய் விட்டது. அதனால், ஊர் இரண்டாகிவிட்டது.

ஊர் முழுவதும் பேசுகிற விசயமாக மாறிவிட்டது பொன்னருவியின் வயிற்றில் வளர்ந்த கரு. குடித் தெருக்காரர்கள் முன்பு செய்த காரியங்களை எல்லாம் மனதில் வைத்துக்கொண்டு காலனிக்காரர்கள், கருவைக் கலைக்கக் கூடாது என்று பொன்னருவிக்குக் காவல் இருந்தனர். அதோடு, பிரச்சினைக்கு முடிவு தெரியாமல் ஊர் வேலை எதுவும் செய்யக் கூடாது என்று முடிவெடுத்தனர். மீறி வேலை செய்யப் போனவர்களையும் மறித்தனர்.

பிரச்சினை முற்றிய பிறகுதான் குடித் தெருக்காரர்கள் ஒன்றானார்கள். அவர்களோடு இரண்டு மூன்று ஊர் ஆட்களையும் சேர்த்துக்கொண்டு பஞ்சாயத்துப் பேசினர். கல்யாணம்தான் கட்ட வேண்டும் என்று காலனிக் காரர்கள் ஒரே பிடிவாதமாக இருந்தனர். இல்லை என்றால் காவல் நிலை யத்தில் புகார் மனு கொடுப்பதாகக் கூறியதால் பிரச்சினை வளர்ந்து கொண்டேபோயிற்று. படிப்படியாகப் பொன்னருவியின் பிரச்சினை பல ஊர்ப் பிரச்சினையாக உருவெடுத்தது. தன்னால்தான் ஊருக்குள் பிரச் சினை ஏற்பட்டுவிட்டது, பல ஊர்ப் பிரச்சினையாகவும் மாறிவிட்டது, தான் இருக்கும்வரை இந்தப் பிரச்சினை தீராது என்று நினைத்த பொன் னருவி தற்கொலை செய்துகொள்ள முயன்றாள். இரண்டு முறை காப் பாற்றப்பட்டதோடு, நல்ல அடியும் உதையும் கிடைத்தது. ‘ஊர் மேஞ்ச தேவிடியாள யாண்டி பெத்த?’ என்று நாகம்மாளுக்கும் அடி கிடைத்தது. ‘ஊரு எப்பவும்போல இருக்கணுமின்னா அவ சாவணும், அவ சாவணும்’ என்று சொல்லி நாகம்மாள் தலையிலேயே அடித்துக்கொண்டாள். ‘ஏயேயு சென்மத்துக்கும் தீராத பாவத்தக் கொண்டாந்துட்டாளே. இனி எப்பிடி நான் இந்தப் பாவத்தப் போக்குவன்?’ என்று சொல்லிப் புலம்பினாள். ‘இந்தச் சனியனாலதான இப்பிடியெல்லாம் ஆவுது’ என்று சொல்லிப் பொன் னருவி தன்னுடைய வயிற்றியிலேயே குத்திக்கொண்டாள். எப்படியாவது வயிற்றின் பாரம் இறங்கினால் சரி என்று பப்பாளிப் பழத்தைத் தின்று பார்த்தாள். வெல்லம், எள் என்று எதைஎதையோ விழுங்கிவைத்தாள். கருங்கல்லை வைத்து வயிற்றில் கட்டிவிட்டது மாதிரி அவளுடைய வயிறு கரையாமல் இருந்தது.

குடித் தெருவுக்கு வேலைக்குப் போகாமல் காலனிக்காரர்கள் ஆறேழு நாட்கள் கட்டுமானமாக இருந்தனர். விசயம் அடுத்தடுத்த ஊர்க் காலனிக் கும் பரவியது. அதனால், சில ஊரில் பிள்ளையைக் கலைக்கலாம் என்ற னர். நிறைய ஊரில் கலைக்கக் கூடாது என்றனர். பொன்னருவியின் வயிற் றிலிருந்த கரு கிட்டத்தட்ட பத்துக்கும் மேற்பட்ட ஊர்களுடைய தூக்கத் தைக் கெடுத்துக்கொண்டிருந்தது. குடித் தெருக்காரர்கள் விசயத்தை எப்படி அமுக்குவது என்று யோசித்தனர். கடைசியில் மூன்று நான்கு ஊர்க் குடித் தெருக்காரர்கள் ஒன்றாகக் கலந்துபேசி ரகசியமாக நாகம்மாளையும் பொன் னருவியையும் வரவழைத்தனர். ‘தப்பு நடந்து போச்சி. இப்ப இது பல ஊரு பிரச்சனயா ஆயிடும்போல இருக்கு. அதனால இன்னும் பேரு கெட்டுப்போறதுக்குள்ளாரக் காதும்காதும் வச்சாப்ல ரெண்டு பேத்துக்கும் கண்ணாலத்தக் கட்டி மாயவரத்துப் பக்கம் கொண்டு போயி சொந்தக் காரங்க ஊட்டுல குடிவச்சிடலாம். அங்கியே வேலக்கிப் போயி கால சீவனத்த ஓட்டட்டும். மூணு நாலு ஊர்க்காரங்க சொல்றம், எங்க வாத்தய நம்பு. ஒனக்கு நல்லதுதான் சொல்றம், முடியாதின்னா ஒன்னோட மவ

வாயிக்கத்தான் வீணாப்போவும். ஊரும் ரத்தகாடாப் போயிடும். மேச் சாதிக்காரங்க சொல்றம். வாத்தய மாத்திப் பேசுற சாதி நாங்க இல்லெ. இந்த மாரி வெவகாரம் இன்னிக்கி மட்டும்தான் நடக்குதா? இத்தன காலமா அனுசரிச்சிப் போவலியா? இப்பத்தான் புதுசா கொம்பு மொளச்ச மாரி எல்லாப் பயலும் ஆடுறானுவோ, ஆடட்டம், பாத்துக்கலாம். இது பொட்டடப் புள்ள விசயம். நீதான் முடுவு எடுக்கணும்' என்று சொன்னதும் பொன்னருவிக்கும் நாகம்மாளுக்கும் மறுபேச்சு பேச முடியவில்லை. ஊருக்குள் பிரச்சினை இல்லாமல் இருந்தால் சரி என்று இருவரும் குடித் தெருக்காரர்கள் சொன்னதற்கெல்லாம் தலையாட்டினார்கள். அவர்கள் சொன்னதை அப்படியே நம்பவும் செய்தனர். என்றைக்குப் புறப்பட வேண்டும், எந்த ஊரில், எந்தக் கோவிலில் கல்யாணம், அதன் பிறகு எந்த ஊருக்கு, எந்த வழியாகப் போக வேண்டும் என்பதையெல்லாம் குடித் தெருக்காரர்கள் தெளிவாகச் சொன்னார்கள். அவர்கள் சொன்னபடியே குறிப்பிட்ட நாளில், குறிப்பிட்ட இடத்தில், குறிப்பிட்ட நபர்களிடம் ஊர் அறியாமல் பொன்னருவியைக் கொண்டுவந்து நாகம்மாள் ஒப்படைத்தாள். அவள் ஒப்படைத்து மூன்று நான்கு மணிநேரம்கூடக் கழிந்திருக்காது. காலையில், பொன்னருவியின் பிணம் பொட்டைக்குளத்தில் மிதப்பதாகச் சொன்னார்கள்.

காலனிக்காரர்களுக்கு ஒரே குழப்பமாகிவிட்டது. 'எப்படி நடந்திருக்கும், எப்படி நடந்திருக்கும்?' என்று ஒருவருக்கொருவர் கேட்டுக்கொண்டனர். ஊர்க் கட்டுப்பாட்டை மீறக் கூடியவள் அல்ல நாகம்மாள். ஊர்க் கட்டுப்பாட்டை மீறி, ஊராருடைய பார்வையை மீறிப் பொன்னருவி எப்படி வீட்டை விட்டு வெளியே வந்திருக்க முடியும்? தூக்கில் தொங்கி, அரளிக் கொட்டையை அரைத்துத் தின்றுவிட்டு செத்திருந்தாலும் தானாகச் செத்திருப்பாள் என்று நம்ப முடியும். பொட்டைக்குளத்தில் விழுந்து செத்திருப்பதை யாராலுமே நம்ப முடியவில்லை. பொட்டைக்குளத்திற்குள் காலனிக்காரர்கள் இறங்கக் கூடாது என்று அவளுக்குத் தெரியும். கால்கழுவ என்று மீறி இறங்கியிருந்தாலும் கால் தவறி விழுந்து செத்துவிட்டாள் என்று நம்ப முடியாது. நீச்சல் தெரிந்த, இருபது வயதுள்ள பெண் குளத்தில் சாவது என்பது நம்பக் கூடிய விசயமாக இல்லை என்று ஊரே பேசிக்கொண்டது. என்ன செய்வது, எப்படிச் செய்வது என்று பல பேருக்கும் புரியவில்லை. மீறிச் செய்யலாம் என்றால் யார் செய்வது என்ற குழப்பம் வேறு. நாகம்மாளைப் பிடித்து உலுக்கிப்பார்த்தார்கள். அவள் மயக்கம் வந்தது மாதிரி சுருண்டு கிடந்தாள்.

பிணத்தை வெளியே எடுக்கக் குடித் தெருக்காரர்கள் விடவில்லை. காரணம் தண்ணீர் குடிக்கவோ, கால் கழுவவோ குளத்திற்குள் இறங்கிக் கால்தவறி விழுந்து பொன்னருவி செத்துவிட்டாள். ஒரு காலனிக்காரி

எப்படி குளத்திற்குள் இறங்கலாம்? பிணம் கிடக்கிற குளத்தை எப்படி இனி மேல்சாதிக்காரார்கள் பயன்படுத்துவது? இனிமேல் ஆடுமாடுகளுக்கு எந்தக் குளத்திலிருந்து தண்ணீர் எடுப்பது? ஆடுமாடுகளை இனிமேல் எங்கே கொண்டுபோய்க் கழுவுவது? முக்கியமாக, வெளிக்குப்போய்விட்டு வந்து எங்கே கால்கழுவுவது என்று கேட்டுக் குடித் தெருக்காரார்கள் தகராறு செய்தார்கள். அதோடு பஞ்சாயத்தையும் கூட்டிவிட்டார்கள். காலனிக் காரார்களுக்கு பேசுவதற்கு வழியில்லாமல் போயிற்று. ‘இருந்தும் கெடுத்தா தேவிடியா, செத்தும் கெடுக்குறா பாரு தேவிடியா’ என்று பொன்னருவி யைத் திட்டாதவர்கள் இல்லை. குடித் தெருக்காரார்களின் பஞ்சாயத்துக்குக் கட்டுப்பட்டார்கள். ஆனால், அபராதத் தொகையில் பாதிதான் கட்ட முடி யும் என்று சொன்னார்கள். அதற்குச் சரி என்று ஒத்துக்கொண்ட குடித் தெருக்காரார்கள், அபராதத் தொகையைக் கட்டிய பிறகுதான் பிணத்தை எடுக்கவிட்டார்கள். பொட்டைக்குளத்திலிருந்து பிணத்தை வெளியே எடுக்கும்போது இருள் இறங்க ஆரம்பித்துவிட்டது. ஏழு மாத வயிற்றுப் பிள்ளையுடன் ஊதிப்போய்க் கிடந்த பிணத்தைப் பார்த்து ஊரே திரண்டு வந்து அழுதது. ஆனால், நாகம்மாள் மட்டும் அழவில்லை. ஒரு சொட்டுக் கண்ணீர்கூட அவள் விடவில்லை. எல்லாவற்றையும்விட, பிணத்தின் முகத் தைக்கூட அவள் கடைசிவரை பார்க்கவில்லை. ஊரார்கள் கட்டாயப் படுத்தியும்கூட அவள் அசைந்துகொடுக்கவில்லை.

பொன்னருவி செத்த பிறகு ஊருக்குள் பல கதைகள் உருவாயின. பொட்டைக்குளக்கரையில் நடுச்சாமத்தில் யாரோ ஒரு பெண்ணுடைய அழுகுரல் ஓயாமல் கேட்பதாக ஊருக்குள் முதலில் வதந்தி பரவியது. பிறகு பேயாக அவள் அலைகிறாள் என்று பேசப்பட்டது. ஊரார்களுடைய கற் பனைக்கு ஏற்றவாறுதான் காரியங்களும் நடந்தன. பொட்டைக்குளத்தில் குடித் தெருக்காரார்கள் யாரும் இறங்கக் கூடாது என்று கட்டுமானம் இருந் தது. அதை மறந்துவிட்டு, கால்கழுவுவதற்குப் போன ஐந்தாறு வயதுப் பையன் எப்படி விழுந்து குளத்தில் செத்தானோ தெரியாது, ஆனால், பொன்னருவிதான் காலைப் பிடித்துக் குளத்திற்குள் இழுத்துக்கொண்டாள் என்று ஊரே பேசியது. அந்தப் பேச்சு அடங்குவதற்குள் மூன்று ஆட்டுக் குட்டிகள் அதே குளத்தில் விழுந்து செத்தன. இதைவிடப் பெரிய விசய மாக, உச்சிப் பொழுதுக்கு ஆடு மேய்த்துக்கொண்டிருந்த முத்துசாமி படை யாச்சி குளக்கரையை ஒட்டியிருந்த புளியமரத்துக்குக் கீழே நெஞ்சுவலி வந்து செத்ததுதான் பேசப்பட்டது. இதுதான் என்றில்லை. பொன்னருவி விசயத்தில் முன்னால் நின்று தகராறுசெய்தவர்கள் மூன்று பேர்தான். அந்த மூன்று பேரில் ஒருவனுக்கு வயிற்றுப்போக்கு ஏற்பட்டுச் சிதம்பரம் மருத் துவமனைக்குப் போனவனைப் பிணமாகத்தான் திருப்பிக் கொண்டுவந்தார் கள். மற்றொருவனுடைய பொண்டாட்டி சாதாரண வாய்ச்சண்டைக்காக

நான்கு பிள்ளைகளை விட்டுவிட்டுத் தூக்கில் தொங்கிச் செத்தாள். இன்னொருவனுடைய மாடுகள் இரண்டு காட்டில் விஷம் தீண்டிச் செத்தன. புது வழக்கமாக குடித் தெருப் பெண் ஒருத்திக்குப் பேய் பிடித்துக்கொண்டது. ஒரே நாளில் மூன்று பெண்களுக்குக் கர்ப்பம் கலைந்தது. அந்தச் சமயத்தில் பிரசவித்த பெண்களில் ஒன்றிரண்டு பேருக்கு குழந்தைகள் செத்தே பிறந்தன. இப்படி ஊருக்குள் நாளுக்கு ஒரு சாவு; வாரத்திற்கு ஒரு அபசகுனமாகக் காரியங்கள் நடந்ததால், ஊருக்குள் இருந்த எல்லோருக்குமே பீதியும் கலவரமும் உண்டாயிற்று. கெட்ட காரியங்கள் நடப்பதற்குப் பொன்னருவியினுடைய சாபம்தான் காரணம் என்று எல்லோருமே நம்பினார்கள். யாருக்கு எப்போது என்ன நேருமோ என்ற அச்சம் எல்லோருடைய மனதிலும் இருந்தது. ஊராருடைய அச்சத்தை வளர்ப்பது மாதிரிதான் காரியங்களும் நடந்துகொண்டிருந்தன. ‘பீ மேல யாண்டா கல்லெப் போட்டமின்னு இருக்கு’ என்று ஆண்களும், ‘பொண் பாவம் சும்மா வுடாது, ஏழு கோத்தரத்துக்கும் கேக்கும்’ என்று பெண்களும் பேச ஆரம்பித்தனர். பொன்னருவியினுடைய சாபத்திலிருந்து, கோபத்திலிருந்து தப்பிப்பதற்கு வழி தேடுமாறு பெண்கள் புலம்ப ஆரம்பித்ததோடு, அவர்களே பொங்கல் வைத்துப் படைத்தால் அவளுடைய கோபம் தணியும் என்று சொன்னார்கள். அதனால், ஊர்ப் பஞ்சாயத்து கூடியது. பஞ்சாயத்தில் ஒரு ஆள் தவறாமல் எல்லோருமே பொங்கல் வைத்துப் படைக்கலாம் என்று சொன்னார்கள். சிவன் கோவிலுக்கு எதிரிலுள்ள வீட்டுக்காரரான சிதம்பரம் பிள்ளை மட்டும் ‘பறச்சிய எப்பிடியோ சாமி ஆக்கிட்டீங்க’ என்று சொன்னார். அவருடைய பேச்சு பஞ்சாயத்தில் எடுபடவில்லை. குடித் தெருக்காரர்கள் பொங்கல் வைத்துப் படைக்க முடியாது. அதனால், பொன்னருவியினுடைய சொந்தக்காரர்களிடமே அந்தப் பொறுப்பை ஒப்படைக்கலாம் என்றும், அதற்குரிய செலவை ஊர்ப் பொதுவில் தர வேண்டும் என்றும் பஞ்சாயத்தில் முடிவாகியது. பஞ்சாயத்தில் முடிவானபடிதான் பொட்டைக்குளக் கரையில் பொன்னருவிக்கு முதல் பொங்கல் படைத்தது.

பொன்னருவி என்று பொட்டைக்குளத்தில் பிணமாகக் கிடந்தாளோ அன்றிலிருந்தே குடித் தெருக்காரர்கள் அந்தக் குளத்துப் பக்கம் வருவதை விட்டுவிட்டார்கள். ஆடுமாடுகளுக்குத் தண்ணீர்கூட எடுப்பதில்லை. ஆடு மாடுகளைக் கழுவுவதில்லை. அவற்றைத் தண்ணீர் குடிக்கக்கூட விடுவதில்லை. குறுக்கநெடுக்க என்று போகும்போது அவசரமாக வெளிக்குப் போனாலும் கால்கழுவக்கூடப் பொட்டைக் குளத்திற்குள் அடிவைப்பதில்லை. இந்த விசயத்தில் ஊர்க் கட்டுப்பாட்டைச் சிறு பிள்ளைகள்கூட மீறிவில்லை. பொன்னருவி செத்த மறுநாளே பெருமாள் கோவிலுக்கு மேற்கில் தூர்ந்துபோய்க் கிடந்த குளத்தைத் தூர் எடுத்துப் பயன்படுத்த ஆரம்பித்துவிட்டார்கள். நாகம்மாள் பொன்னருவியின் எட்டாம் துக்கத்தையும்,

கரும காரியத்தையும் பொட்டைக் குளத்தின் கரையில்தான் செய்தாள். காரியத்திற்குத் தேவையான தண்ணீரைக் குளத்தில்தான் எடுத்தாள். அவளும் குளத்தில்தான் குளித்தாள். அதிலிருந்து பொட்டைக் குளம் நாகம் மாளுடைய குளமாகிவிட்டது.

பொன்னருவி செத்ததிலிருந்து நாகம்மாள் வேலைக்குப் போவதை விட்டுவிட்டுப் பொட்டைக் குளத்தின் கரையிலேயே நாள் முழுக்க உட்கார்ந்திருக்க ஆரம்பித்தாள். இல்லையென்றால் குளத்தைச் சுற்றிச்சுற்றி வருவாள். ஆரம்பத்தில் சொந்தக்காரர்கள் கட்டாயப்படுத்தி வீட்டுக்கு அழைத்துக்கொண்டு போனார்கள். நாளடைவில் அவளுடைய போக்கிற்கே விட்டுவிட்டார்கள். இரவும் பகலும் குளக்கரையிலேயே கிடந்தாள். மழை குளிருக்குக்கூட அவள் வீட்டுக்கு வருவதில்லை. தனியாக இருக்கும்போது எப்படி இருந்தாளோ அதே மாதிரிதான் கூட்டத்திற்குள் இருக்கும்போதும் இருந்தாள். எப்போது பார்த்தாலும் பெரிய பாரத்தைச் சுமந்துகொண்டிருப்பதுபோல அவளுடைய முகத் தோற்றம் இருக்கும். அவள் மற்றவர்களிடத்தில் காரணமின்றி ஒரு வார்த்தைகூடப் பேசுவதில்லை. தாங்க முடியாத அளவுக்குப் பசி இருக்கும்போது மட்டும்தான் தெருவுக்குள் வருவாள். ஏதாவது ஒரு வீட்டின் முன் நிற்பாள். கொடுப்பதை வாங்கிக்கொண்டு மறுபேச்சு பேசாமல் அடுத்த நிமிடமே பொட்டைக் குளத்திற்குக் கிளம்பிவிடுவாள். அவள் உயிருடன் இருக்கிறாள் என்பதே நிறைய பேருக்கு அவளைப் பார்க்கும்போதுதான் நினைவுக்கு வரும். ஊருக்கும் அவளுக்குமான உறவு எப்போதோ அறுந்துபோய்விட்டிருந்தது. ஆனால், அவளைப் பற்றிய கதைகள் மட்டும் ஊருக்குள் பேசப்பட்டன. இரவிலும் சரி, பகலிலும் சரி, அவள் தூங்குவதே இல்லை. இரவு முழுவதும் யாருடனோ பேசிக்கொண்டேயிருக்கிறாள் என்று சொன்னார்கள் அதோடு அவளைப் பைத்தியம், கிறுக்கு, பித்திச்சி என்று குறிப்பிடத் தொடங்கி விட்டார்கள். அந்தப் பேச்சுகளும் படிப்படியாகக் குறைந்துவிட்டன. பைத்தியம் மாதிரி என்னென்னவோ செடிகளையெல்லாம் பிடுங்கிக் கொண்டு வந்து நட்டு, தண்ணீர் ஊற்றி, பொட்டைக் குளத்தைச் சுற்றிப் பெரிய நந்தவனத்தையே நாகம்மாள் உருவாக்கிவிட்டாள். வேப்பமரம், ஆல, அரச, புங்க மரம் என்று ஐம்பது அறுபது மரங்களுக்கு மேல் வந்துவிட்டன. நாளடைவில் பொட்டைக்குளம் ஊருக்குள் முக்கியமான இடமாகிவிட்டது. வழிப்போக்கிகள் தங்குகிற இடமாக, குறவன் குறத்திகள் வந்து தங்கிச் செல்கிற இடமாக, ஊர்ப் பஞ்சாயத்து கூடுகிற இடமாக, சீட்டு, ஆடுபுலி ஆட்டம் ஆடுகிற இடமாக மாறிவிட்டது. ஊர்க்காரர்கள் பொங்கல் வைத்துப் படைக்கச் சொன்னது, நாகம்மாள் எட்டாம் துக்கத்திற்கும், கரும காரியத்திற்கும் பொட்டைக் குளத்தின் கரையில் படைத்தது, ஒவ்வொரு அமாவாசைக்கும், செத்த அன்றும் படைத்தது, செடிகளை

யும், மரங்களையும் நட்டது, ஆலமரத்தின் கீழ் அகல் விளக்கு ஏற்றி வைத்துக் கும்பிட்டது, பிறகு கற்களைக் குவித்துவைத்து விளக்கை அணை யாமல் பார்த்துக்கொண்டது, எல்லாமே சாதாரணமாக நடந்ததுதான். நாகம்மாளுக்கு அடுத்து, ஆடுமாடு மேய்க்கிற பிள்ளைகளும், வழிப்போக்கி களும்தான் அகல் விளக்கிற்குக் கும்பிட்டுக் கற்பூரம் ஏற்றினார்கள். இவர் கள்தான் பொன்னருவியைச் சாமியாக மாற்றியது. பொன்னருவி செத்து விட்டாள். ஆனால், அவளுடைய கதை ஒருபோதும் முடிவுக்கு வராத ஐதீகமாக கதையாக நிலைத்துவிட்டது. பெரியவர்களும் சிறியவர்களும் வாய் நிறையப் பேசுகிற கதையாகிவிட்டது. பொன்னருவி பொட்டைக் குளத்தில் பிணமாகக் கிடக்காவிட்டால், குடித் தெருக்காரர்கள் எப் போதும் போலப் பொட்டைக் குளத்தைப் பயன்படுத்தியிருந்தால் பொன் னருவியின் சாவு ஊரில் விழுகிற எல்லாச் சாவுகளையும்போல ஒரு சாதா ரணச் சாவாக, எளிதில் எல்லோரும் மறந்துவிடும் சாவாகத்தான் இருந்திருக் கும். பொன்னருவி இன்று நாகம்மாளுடைய மகள் அல்ல. சாமி. தெய்வம். வேண்டிக்கொள்வதை நிறைவேற்றித் தருகிற சத்தியமுள்ள சாமி. குளத்தில் தன்னைச் சாக அடித்ததற்காகத் தான் செத்த அன்று மழையைக் கொண்டு வருகிற சாமி. பொன்னருவி சாமியிடம் கல்யாணம் நடக்க வேண்டும், ஆண் பிள்ளை பிறக்க வேண்டும், நோய் குணமாக வேண்டும், நன்றாக விளைய வேண்டும் என்று வேண்டிக்கொள்ளாதவர்கள் என்று சுத்துப்பட்டு ஊர்களில் ஒரு ஆளைக்கூடக் காட்ட முடியாது. திருடப்போகிறவர்கள் கூட நேர்ந்துகொள்கிற சாமியாகப் பொன்னருவி சாமி ஆகிவிட்டிருந்தது. செட்டிக் கட்டளையைச் சுற்றியுள்ள ஊர்களில் இப்போது வீட்டுக்கு ஒரு பொன்னருவியாவது இருக்கிறாள். ஒருசில வீடுகளில் இரண்டு பேருக்குக்கூட சின்ன பொன்னருவி, பெரிய பொன்னருவி என்று பெயர் கள் இருக்கும்.

நாகம்மாளைப் பொன்னருவியின் அம்மா என்று பெரியவர்களுக்கு மட்டும்தான் தெரியும். சிறுபிள்ளைகளுக்கு அவள் ஒரு வழிப்போக்கி. குணபேதகம் கொண்ட ஒரு பெண். விறகுக்கட்டைக்குச் சீலையைக் கட்டி விட்டது போலிருந்தாலும் நாகம்மாள் உயிருடன்தான் இருக்கிறாள். ஆனால், சாமிதுரை படையாச்சியின் வீடு எரிந்த வீடு மாதிரியாகிவிட்டது. சாபம் மாதிரி பொன்னருவி செத்த எட்டாம் துக்கம் படைக்கிற அன்று, சாமிதுரை படையாச்சி நெஞ்சுவலி வந்து செத்தான். அவன் செத்து ஒரு மாதம்கூட முடிந்திருக்காது. அவனுடைய இரண்டாவது மகன் கோடை மழை பெய்யும்போது இடி விழுந்து செத்தான். அவனுடைய மகன் பொன் னருவி செத்த அன்று ஊரை விட்டுப் போனவன்தான், இன்றுவரை ஊருக் குத் திரும்பவில்லை. அவனைப் பற்றி ஒரு தகவலுமில்லை. மூன்று நான்கு வருசத்தில் அந்த வீட்டில் ஆண் என்று ஒரு ஆள் கூட இல்லை. இந்த

இருபது வருசத்தில் அந்த வீட்டில் ஆண் பிள்ளை என்று ஒன்றுகூடப் பிறக்கவில்லை. நடுத்தர வயதுள்ள பெண் ஒருத்தி வந்து பூசாரியிடம் ஒரு டஜன் வளையல்களையும் ஒரு குங்கும டப்பியையும் கொடுத்தாள். அதைச் சாமிக்குப் படைத்தான் பூசாரி. அடுத்து மூன்று பெண்கள் வந்து வளையல்களையும் குங்கும டப்பியையும் கொடுத்தனர். அதையும் வாங்கிப் பூசாரி படைத்தான். பிறகு திருநீறு கொடுத்தான். திருநீறை வாங்கிப் பூசிக்கொண்டு கோவிலை ஒட்டிக் குவியலாகக் கிடந்த வளையல்களில் தங்களுக்குத் தேவையான அளவுக்கு எடுத்து மாட்டிக்கொண்டு அந்தப் பெண்கள் நகர்ந்து சென்றனர். அடுத்தடுத்து வளையல்களுடனும் குங்கும டப்பியுடனும் பெண்கள் வந்தவாறு இருந்தனர்.

காலையில் இருந்ததைவிட இப்போது அதிகமான கூட்டம் சேர்ந்திருந்தது. உள்ளூர்க் கூட்டம் இப்போதுதான் வர ஆரம்பித்திருந்தது. கூட்டம் சேரச்சேர, சத்தமும் இரைச்சலும் கூடிக்கொண்டிருந்தது. கோவிலுக்கு மேற்குப் புறமாக இருந்த புங்க மரத்தின் கீழ் உட்கார்ந்திருந்த கிளி ஜோசியக்காரனைச் சுற்றிச் சிறு கூட்டம் கூடியிருந்தது. அவனுக்குப் பணம் சேர்ந்துகொண்டிருந்தது. அவனுக்குச் சற்றுத் தள்ளி வடக்கே வரிசையாக இருந்த வளையல் கடைகளில்தான் சொல்ல முடியாத அளவுக்குக் கூட்டம். சிறுசிறு பெண் பிள்ளைகள்கூட வளையலும் குங்கும டப்பியும் வாங்குவதற்கு முட்டிமோதிக்கொண்டிருந்தனர். பொன்னருவி சாமிக்கு உகந்த பொருள் கண்ணாடி வளையலும் குங்கும டப்பியும்தான்.

திடீரென்று கோவிலின் முன் சிறு கூட்டம் கூடியது. ஒரு பெண்ணுக்கு சாமிவந்து ஆடிக்கொண்டிருந்தது. மூன்று நான்கு ஆண்கள் இறுக்கிப் பிடித்தும் சாமியினுடைய ஆட்டத்தைக் கட்டுப்படுத்த முடியவில்லை. ஆக்ரோசமாக சாமி ஆடிக்கொண்டிருந்தது. கூட்டத்திலிருந்த ஒரு பெண் ‘அம்மா ஒனக்கு வேண்டியதச் சொல்லு, செய்யுறம். கைகூசாம வளயல் வாங்கிப் போட்டிருக்கம். குங்குமம் வாங்கிப் போட்டிருக்கம். கோழி காவு கொடுத்திருக்கம். மத்த சாமிவோ பொறாமப்படும்படியா செவப்புச் சீல எடுத்துப் போட்டிருக்கம். இன்னும் என்ன வேணும் சொல்லு. இன்னிக்கி அம்மா வந்த காரணம் என்ன?’ என்று கேட்டாள். சாமி, வாயைத் திறக்கவில்லை. கூட்டத்திலிருந்த ஒரு ஆள் ‘இன்னிக்கி மய வருமா?’ என்று கேட்டான். அவனோடு சேர்ந்துகொண்ட மொத்தக் கூட்டமும் இன்று மழை வருமா என்று கேட்டது. சாமி ‘டே, டே’ என்று கத்தியதோடு சரி. அருள்வாக்கோ குறியோ சொல்லவில்லை. சாமி மலையேறும்வரை எந்தப் பதிலுமில்லை. அந்தப் பெண் ஆடி ஓய்ந்தபோது மற்றொரு பெண்ணுக்குச் சாமி வந்தது. கூட்டம் அந்தப் பெண்ணைச் சூழ்ந்துகொண்டது. அந்தச் சாமியிடமும் மழை இன்று வருமா என்று கூட்டத்தினர் கேட்டனர். பூட்டுப் போட்டது மாதிரி சாமி வாயைத் திறக்கவில்லை. கழுத்தை வளைத்து

வளைத்து ஆட்டியதோடு சரி. 'சாமிக்கித் தண்ணி கொடு' என்றாள் ஒரு பெண். எந்தச் சாமியும் அருள்வாக்கு சொல்லவில்லை என்பது அந்த இடத் திலிருந்தவர்களைச் சோர்வடையச் செய்தது. இன்று மழை வராதோ என்ற எண்ணத்தையும் உண்டாக்கிற்று. எல்லோருடைய முகத்திலும் லேசாக இறுக்கம் படர ஆரம்பித்தது. இன்று மழை வருமா வராதா என்று எந்தச் சாமி வந்து சொல்லும்? ஏதாவது ஒரு பெண்ணுடைய வாயிலிருந்து அந்த ஒரு வார்த்தை வராதா என்ற ஏக்கம் கூட்டத்தினருடைய முகத்தில் படர்ந்தது.

பொழுது உச்சிக்கு வந்துவிட்டது. சூரியன் முழு அளவில் எரிந்துகொண் டிருந்தது. காற்று நெருப்பாகச் சுட்டுப் பொசுக்கியது. கூட்டம் எதையும் பொருட்படுத்தவில்லை. மழை வந்துவிடும் என்ற நம்பிக்கையில் நேரத்தி லேயே சாமிக்குப் படைக்க ஆரம்பித்தனர். நேரமாகநேரமாக, படைக்க வருபவர்களின் எண்ணிக்கை கூடிக்கொண்டேபோயிற்று. பூசாரி படாத பாடு பட்டுக்கொண்டிருந்தான். அவனுக்கு உதவியாக இருந்தவனும் திக்கு முக்காடிப்போனான். யார் என்ன சொல்கிறார்கள், யார் என்ன கொடுக் கிறார்கள் என்பதே தெரியாத அளவுக்குக் குழப்பமாக இருந்தது. எல்லா வற்றுக்கும் மேலாகச் சத்தம்தான் எல்லாவற்றையும் குழப்பியது. படைப் பதற்காக வருகிற சனங்களின் எண்ணிக்கை கூடக்கூட, பொன்னருவி சாமியின் கோவிலைச் சுற்றிப் பெரும் கூட்டம் சேர ஆரம்பித்ததும், நாகம்மாள் எழுந்து நடக்க ஆரம்பித்தாள். ஆட்கள் ஓயாமல் இப்படியும் அப்படியுமாக நடப்பது, பிள்ளைகள் ஓடுவது, கத்துவது, எதுவுமே அவ ளைப் பாதித்த மாதிரி தெரியவில்லை. உட்காருவதற்கு நிழல் தேடி ஒவ்வொரு மரமாகப் பார்த்துக்கொண்டே வந்தாள். எல்லா மரத்தின் கீழும் கூட்டம் இருந்தது. கோவிலுக்குச் சற்றுத் தள்ளி மேற்கில் சிறிது தூரம் வந்தாள். கூட்டம் குறைவாக இருந்த ஒரு வேப்பமர நிழலில், மரத்தில் சாய்ந்து உட்கார்ந்துகொண்டாள். அவளுக்கு முன் மூன்று குடும் பங்கள் பொங்கலுக்குத் தயார்செய்துகொண்டிருந்தன. தெற்குப் பக்கமாக உட்கார்ந்து அடுப்பில் விறகைச் செருகிய திடுமலான பெண் தேங்காய் உரித்துக்கொண்டிருந்த ஆளிடம் சொன்னாள்: 'வருசா வருசம் உச்சிப் பொயிதுக்கெல்லாம் மானம் இருட்டிக்கிட்டுவந்துடும். இந்த வருசம் என் னடான்னா வெள்ளச் சீல மாரி கெடக்கு. எப்பத்தான் மய வருமின்னு தெரியலியே.'

'ஒரு சொட்டு மயக்கூட இன்னிக்கி வராது. மீறி வந்துட்டா ஜோசி யத்தியே வுட்டுடுறன்னு சொல்றான் ஜோசியக்காரன்' என்று அந்த ஆள் சொன்னான்.

'என்னா ஊரு ஜோசியக்காரன் அவன்?'

‘அந்தா தெரியுதில்லெ வேப்பமரம்? வடக்கப் பாரு, மரத்துக் கீய உடுக்க வச்சிக்கிட்டு ஒருத்தன் குந்தியிருக்கல? அவன்தான் சொன்னான்.’

‘அவன் ஜோசியத்திலெ போட்டுச் செருப்பால அடி. அந்த நாதேறி சொன்னா மய வராதா? சாமிக்கு சத்தியம், மருந்துக்குப் பத்தியம்தான் முக்கியம். இன்னிக்கி மய வராம நின்னுடுமா? ஒரு சொட்டாவது விய்யாம இருக்காது. மயயும் காத்தும் வரத்தான் போவுது பாரு.’

‘எப்பிடிச் சொல்ற?’

‘எனக்குத் தெரியும். கேட்ட வரத்தக் கொடுக்கறவளாச்சே அந்தம்மா. இங்க வந்து மடியேந்துன பின்னாலதான ஒனக்கு அஞ்சாவதா ஆம்பளப் புள்ளெ பொறந்தது. போனா வருசம் கையகால இயித்துக்கிட்டு எங்கப்பா கெடந்தப்ப இங்க வந்து திருநீறு வாங்கிக்கிட்டுப் போயி நெத்தியிலெ பூசுன மறாம் நாளே எயிந்திருச்சி நடக்கல? சாமி செஞ்சதெல்லாத்தயும் மறக்கிறவன் மனுசனா? எத்தன ஊரு சனங்களுக்கு அவ நல்லது பண்ணியிருக்கா? இங்க வந்திருக்கிற சனங்களோட மனசுல என்னா இருக்குன்னு அவளுக்குத் தெரியாதா? அந்த அளவுக்கா அது கண்ணு கெட்ட சாமி?’

‘ராசா மெச்சினா ரம்பதான்.’

‘ச்சி, வாய மூடு, இதான் ஆம்பள புத்திங்கிறது. அந்தம்மா உசுர வுட்டது அவ ஒருத்திக்காக மட்டுமில்லெ, அவ செத்த பெறவு வேலி போட்டாப்ல எல்லாக் குடியானவனும் ஒரேடியா நின்னுப்புடல? பத்து ஊரு பொட்டச்சி ராவோ பவலோ இன்னிக்கி யாரால துணிஞ்சி நடக்குறா? நீயும்தான் வரிசியா பொட்டச்சியா பெத்திருக்க. அதெல்லாம் மறந்தா பூடும்?’ என்று அந்தப் பெண் அந்த ஆளைத் திட்டிக்கொண்டிருக்கும்போது ஆறேழு வயதுள்ள இரண்டு பெண் பிள்ளைகள் ஓடிவந்தன. வந்த வேகத்திலேயே ‘அப்பா, காசி வேணும்’ என்று கேட்டன. அதற்கு அந்த ஆள் முறைத்தான். பிள்ளைகள் அழ ஆரம்பித்தன. ‘யாண்டி அயிவுறீங்க?’ என்று அந்தப் பெண் கேட்டாள்.

‘வளயல் வாங்கிச் சாமிக்குப் போடணும். காசி தர மாட்டங்கிறாரு’ என்று அழுதுகொண்டே பெரிய பெண் சொன்னதுதான் தாமதம், அந்தப் பெண்ணுக்கு எங்கிருந்துதான் அவ்வளவு கோபம் வந்ததோ ‘சாமிக்கி வாங்கிப் போடவே இல்லங்கிறியா? கை வெளங்காமப் பூடும். கொடுய்யா ஆளுக்கு ஒரு ரூவா’ என்று சொல்லிச் சத்தம் போட்டாள். அதற்கு அவன் ‘நீதான் வந்த வுடனேயே அஞ்சி ரூவாயிக்கி வாங்கிப் போட்டியே’ என்று கேட்டான். ‘அடச் சீ. என்னா மனுசன்ய்யா நீ? சாமிக்குப் போட்டதப் போயி கணக்கு பாத்துக்கிட்டு’ என்று சொன்னதும் ஒன்றும் பேசாமல் அந்த ஆள் ஐந்து ரூபாய் நோட்டு ஒன்றை எடுத்துக் கொடுத்தான். பணம் கைக்கு வந்ததும், பிள்ளைகள் சிட்டாக வளையல் கடையை நோக்கிப் பறந்தன.

'இன்னிக்கிப் பாத்து இப்பிடியொரு வெயிலு அடிக்குதே. மய வருமா? சனங்க பொங்க படைக்க ஆரம்பிச்சிடுச்சி. ஆனா மய வர்ற அறிகுறியக் காணுமே. ஆறேயி வருசத்துக்கு மின்னாடியும் மய வராப்ல வந்து இப்படி தான் ஏமாத்துச்சி. இந்த வருசமும் அப்படிதான் ஆவப்போவுது போலருக்கு' என்று இரண்டு பேர் பேசிக்கொண்டே தேங்காய்க் கடை இருந்த பக்கம் நடந்தனர். வானத்திற்கு இன்று என்ன வந்ததோ. பொன்னருவி சாமிக்கு என்று படைக்கிறார்களோ அன்று மதியத்திற்குள்ளாகவே வானம் இருட் டிக்கொண்டுவந்துவிடும். சில நாட்களில் படையல் போடும்போதே மழை வந்துவிடும். மழையில் நனைந்துகொண்டே படைக்கும் போதுதான் சனங் களுக்கு அதிக உற்சாகமாக இருக்கும். பல ஊர்ச் சனங்கள் பொங்கல் படைக்க வருவதே மழையில் நனைவதற்காகத்தான். வானம் இருக்கிற நிலையைப் பார்த்தால் இன்று மழை வருமா என்பது சந்தேகமாகத்தான் இருந்தது. கூட்டத்தினருடைய நம்பிக்கையைப் பொய்யாக்குவது மாதிரி தான் வெயில் அடித்தது.

பொங்கலைப் படைத்துவிட்டுக் குடும்பம்குடும்பமாக ஆட்கள் திரும்பி வந்துகொண்டிருந்தனர். முன்பு உட்கார்ந்திருந்த இடத்திற்கு வந்ததும் சாப்பிட உட்கார்ந்தனர். ஒரு குடும்பம் தவறாமல் காக்கைக்கு ஒரு இலை சோற்றை வைத்தனர். ஒவ்வொரு மரத்தின் கீழும் ஆட்கள் கூட்டம் கூட்டமாக உட்கார்ந்து சாப்பிட்டுக்கொண்டிருந்தனர். ஒரு சிலர் படைப் பதற்காகப் போய்க்கொண்டிருந்தனர். பொன்னருவி சாமி கோவிலின் முன் ஒரே அமர்க்களமாக இருந்தது. சாப்பிட்டுக்கொண்டிருந்தவர்களும் சரி, படைப்பதற்காகப் போனவர்களும் சரி, காலையிலிருந்த உற்சாகம் இல்லா மல்தான் காணப்பட்டனர். யாரைப் பார்த்தாலும் சலிப்பான பேச்சுதான். யார் என்ன வேலை செய்துகொண்டிருந்தாலும் அவ்வப்போது வானத் தைப் பார்த்தவாறு இருந்தனர். பல ஊர்ச் சனங்கள் சாமியைப் பார்க்க வருவதைவிட, பொங்கல் வைக்க, வேண்டிக்கொள்ள, நேர்த்திக்கடன் செய்ய வருவதைவிட, மழையில் நனைவதற்காகத்தான் வருவார்கள். மழை ஒன்றுதான் பெரும்பாலானவர்களுடைய ஆசை, வேண்டுதல். பொன்னருவி சாமிக்குப் பொங்கல் வைப்பதற்குப் பத்து நாட்களுக்கு முன்னதாகவே, மழை வரும் என்ற நம்பிக்கை எல்லோருடைய மனதிலும் வந்துவிடும். அந்த நம்பிக்கைதான் பத்து மைல், இருபது மைல் தூரம் சனங் களை மலைப்பின்றி நடக்க வைக்கும். ஆனால், அந்த நம்பிக்கை இன்று பொய்யாகிவிடும்போல இருந்தது.

கொசவன் பானை விற்றுக்கொண்டிருந்த இடத்திற்குப் பக்கத்திலிருந்த அரச மரத்தடியில் நான்கு, ஐந்து குடும்பங்கள் உட்கார்ந்து சாப்பிட்டுக் கொண்டிருந்தன. மரத்தில் சாய்ந்து உட்கார்ந்திருந்த வழுக்கைத் தலை ஆள் மிகவும் சலிப்புடன் 'மனுசங்க எப்பிடியோ அப்பிடித்தான் சாமியும்.

காலம் மாறிப்போற மாரி சாமியும் மாறிப்போவுது. இருவது வருசமா நூல் மாறுனதில்லெ. ஆனா இன்னிக்கி நெருப்பாக் கொட்டுது. வந்திருக்கிற கூட்டத்திலெ யாரு என்னா குத்தம் செஞ்சாங்களோ, கொற வச்சாங்களோ. சாமியோட மனம் எரங்கல, வானமும் கருக்கல. இனிமே குந்தியிருக்க வேண்டியதில்லெ. சாமானுவுள எடுங்க, போவலாம். காலயிலெ ஊட்டுல கிளம்பும்போதே பூன குறுக்கால போச்சி. என்னடா சகுனத் தடங்கலா இருக்கேன்னு நெனச்சேன். நான் சந்தேகப்பட்டது சரியாப் போயிடிச்சி. இனிமே மயயும் வராது, மசுரும் வராது. கௌம்புங்க, போவலாம்' என்று சொன்னான். அதற்கு, குண்டானைக் கழுவிக்கொண்டிருந்த பெண் சொன்னாள், 'அப்பிடி சொல்லாத மாமா. தண்ணீயிலெ உசுர வுட்டவ தண்ணீ தராம வுட்டுடுவாளா? பொயிது சாயுறதுக்குள்ளார மய கொட்டோ கொட்டுன்னு கொட்டுதா இல்லியான்னு பாரு. இருவது வருசமா மயயக் கொண்டாந்தவளுக்கு இன்னிக்கி முடியாதா? சாமியால முடியாதது ஒலகத்திலெ இருக்கா? இன்னிக்கி மய வரும். இது என்னோட மூணு புள்ளெமேல சத்தியம்.' அவள் சொன்னதைக் கேட்ட அந்த இடத்திலிருந்த மொத்த சனங்களும் அந்தப் பெண்ணையே பார்த்தனர். அப்போது மேற்குப் பக்கமாக உட்கார்ந்திருந்த குடும்பத்திலிருந்த நடுத்தர வயதுள்ள ஒரு ஆள் 'எல்லா ஜோசியக்காரனும் 'இன்னிக்கி மய வான்னாலும் வராது, அதுக்கான கிரக பலன் இன்னிக்கி இல்ல'ன்னு சொல்றானுவோ. அப்பிடின்னா ஜோசியக்காரனுவோ சொல்றது பொய்யா?' என்று அந்தப் பெண்ணிடம் கேட்டான். அதற்கு அந்தப் பெண் கொஞ்சம்கூட யோசிக்காமல் வெடுக்கென்று 'சாமி பெருசா? ஜோசியக்காரனோட சொல்லு பெருசா?' என்று கேட்டாள்.

'சாமிதான் பெருசு.'

'அப்பிடின்னா இன்னிக்கி மய வரும்.'

'எப்பிடிச் சொல்ற?'

'நம்புனாத்தான் சாமி. நம்பாட்டி உமிதான். பொண்டாட்டிய, பெத்த புள்ளெயக்கூட சந்தேகப்படலாம். ஏன் பெத்த தாயக்கூட சந்தேகப்படலாம். ஆனா சாமிய மட்டும் சந்தேகப்படக் கூடாது. நம்பிக்கத்தான் சாமி. நம்புனா நடக்கும்' என்று சொல்லிவிட்டுக் குண்டானைத் தேய்த்துக் கழுவ ஆரம்பித்தாள்.

'மயயக் கொண்டாராம இந்த சாமி எத்தினியோ வாட்டி இருந்துருக்கு. மய வரும்ன்னு வந்து மொக்கப்பட்டுப்போனதெல்லாம் மறந்துபோச்சா?'

'மசுருல மறந்துபோச்சு' என்று சொன்ன அந்தப் பெண், வெடுக்கென்று முகத்தைத் திருப்பிக்கொண்டாள்.

சூரியன் மேற்கில் சாய ஆரம்பித்துவிட்டது. வானத்தில் துளி மேக மில்லை. காற்று அடுப்புத் தணலாகச் சுட்டுக்கொண்டிருந்தது. பொன் னருவி சாமி கோவிலின் பக்கம் கூட்டம் குறைந்திருந்தது. வெயில் தாங்க முடியாமல் நிறைய பேர் குளத்தில் குளித்துக்கொண்டிருந்தனர். ஒன்றி ரண்டு குடும்பங்கள் மூட்டை கட்ட ஆரம்பித்தன. தாமதமாக வந்த ஒன்றிரண்டு குடும்பங்கள் சாமிக்குப் படைப்பதற்கான காரியங்களைச் செய்துகொண்டிருந்தன. முதலில் இரண்டு மூன்று குடும்பங்கள் கிளம்பின.

நேரமாகிக்கொண்டிருந்தது. மழை வராது என்ற நம்பிக்கை வளர்ந்து கொண்டேயிருந்தது. கோவில் பக்கமிருந்து வந்த தடித்த குள்ளமாக இருந்த ஒரு ஆள் வேப்பமரத்தின் கீழ் வந்து, வந்த வேகத்திலேயே அந்த இடத்தில் இருந்தவர்களிடம் சத்தமாக 'நேரமாவறது தெரியலியா? சனங்க போறது தான் தெரியலியா? நேரத்திலியே ஊட்டுக்குப் போயி சேர வாணாமா? இனிமே மய வராது. இன்னிக்கி எல்லாரோட மொகத்திலியும் அந்தம்மா கரியப் பூசிட்டா. சாமியே சத்தியக்கட்ட மீறுனா அப்பறம் என்னா இருக்கு? என்னா இருந்தாலும் அவ மனுசப் பொறப்புத்தான? சொப்பனத்திலெ கண்ட பணம் கைச் செலவுக்கு ஆவுமா? எலும்பு கடிக்கிற நாயால ஒரு நாளும் இரும்பக் கடிக்க முடியாது. இனிமே எந்தக் குடியானவன் நம்பள மதிப்பான்? சாமியப் பாரு, மசுரு சாமி' என்று சொல்லிக்கொண்டே சாமான்களை எடுத்துவைக்க ஆரம்பித்தான். அந்த இடத்தில் உட்கார்ந்த கிழவி ஒருத்தி அவளால் முடிந்தவரை அந்த ஆளைச் சமாதானப்படுத்தி உட்கார வைக்க முயன்றாள். 'இருடா தம்பி, இன்னம் செத்த நேரம் பாப்பம். ஊட்டெ திருடன் வந்து தூக்கிக்கிட்டுப் போயிடப் போறானா? ஊடு இருந்த எடத்திலதான் இருக்கும். எங்கேயும் போயிடாது' என்று கிழவி என்னென்னவோ சொல்லிப்பார்த்தாள். அவள் சொன்ன ஒரு வார்த்தைகூட அவனுடைய காதில் விழுந்த மாதிரி தெரியவில்லை. அத னால், அந்தக் கிழவி பொன்னருவி சாமி கோவில் இருந்த பக்கம் திரும்பி 'யே பொன்னருவித் தாயே, எல்லாரோட வாயயும் அடக்கிறாப்ல ஒரு சொட்டு மயயயாவது நெலத்திலெ விய வைய்யி, ஓம் பேருக்கு அவச் சொல்லு வராம செய்யுடி அம்மா' என்று சொல்லிக்கொண்டே வானத் தைப் பார்த்துக் கும்பிட்டாள். அப்போது நடுத்தர வயதுள்ள பெண் 'என் னோட கழுத்துச் சங்கிலியக் காணுமே' என்று சொல்லி அழுதுகொண்டே கோவில் பக்கம் ஓடினாள். அவளைத் தொடர்ந்து இரண்டு மூன்று பெண் களும் ஓடினார்கள். 'என்னாடா தம்பி, சனங்க கூட்டமா ஓடுறாப்ல இருக்கு?' என்று அந்தக் கிழவி கேட்டாள். அதற்கு அவளுடைய மகன் ஒரு வார்த்தையும் பேசாமல் சாமான்களை மூட்டை கட்டிக்கொண்டிருந்தான்.

ஒவ்வொரு குடும்பமாகப் போய்க்கொண்டிருந்தது. பொட்டைக் குளத் திலும், பொன்னருவி சாமி கோவில் முன்னும் கூட்டம் பாதிக்கு மேல்

குறைந்துவிட்டது. ஆட்கள் குறையக்குறைய, காக்கைகளும், நாய்களும் கூடுதலாக வரத் தொடங்கியிருந்தன. சாப்பிட்டுவிட்டுப் போட்டிருந்த இலைகளுக்காக நாய்களும், காக்கைகளும் போட்டிபோட்டுக்கொண் டிருந்தன. எங்கிருந்தோ குரங்குகளும் வந்து சேர்ந்திருந்தன. குரங்குகளின் ஒரே குறி குழந்தைகளின் கையிலிருந்த வாழைப்பழங்களின் மேல்தான் இருந்தது.

பொன்னருவி சாமி கோவிலின் பூசாரியாக இருந்த நாகம்மாளின் சொந்தக்காரன் வேண்டுதலுக்காகப் படைத்த சீலை ஒன்றை விரித்துப் போட்டு, காணிக்கையாகப் போட்டிருந்த காசுகளை அதில் அள்ளிப் போட்டு மூட்டை கட்டினான். அவனுக்கு உதவியாக இருந்தவன், சேர்ந் திருந்த சிவப்புநிற, மஞ்சள் நிறச் சீலைகளை ஒரு சாக்கில் போட்டுக் கட்டி னான். தேங்காய் மூடிகளையும், எலுமிச்சம்பழங்களையும் தனித்தனியாக மூட்டை கட்டச் சொல்லி உதவியாளனிடம் சத்தம் போட்டான் பூசாரி. அவனுடைய முகத்தில் மட்டும்தான் மலர்ச்சி இருந்தது. அவன் அடிக்கடி வானத்தையும் எஞ்சியிருந்த கூட்டத்தினரையும் பார்த்தவாறு இருந்தான். அப்போது அந்த இடத்திற்கு வந்த பெண்ணிடம் 'யாண்டி இம்மாம் நேரம் கயிச்சி வர்ற? பொயப்பக் கெடுக்க மய கிய வந்தாலும் வரும். அதுக்குள் ளார எல்லாத்தயும் எடுத்துக்கிட்டுப் போயி ஊட்டுல சேக்க வேண்டாமா? வர்றாப் பாரு வண்ணான் போற நேரத்துக்கு, பிச்சக்காரன் மவ' என்று சொல்லி முறைத்தான். பிறகு உதவியாளனிடம் 'ஒரு மூட்டயத் தூக்கி அவ தலயில வைச்சு அனுப்பு' என்று சொன்னான்.

பொழுது மேற்கில் சாயச்சாய, கூட்டமும் குறைந்துகொண்டேவந்தது. பொன்னருவி சாமி கோவிலைச் சுற்றி ஒன்றிரண்டு குடும்பங்கள் மட் டும்தான் இருந்தன. சந்தடியும் இரைச்சலும் மட்டுப்பட்டுவிட்டது. மொத் தத்தில் நூறு பேருக்குள்தான் இருப்பார்கள். இருந்தவர்களிடமும் மழை குறித்த எதிர்பார்ப்பு குறைந்து, சலிப்பான பேச்சுதான் அதிகமாக இருந்தது. மழை வராது என்ற எண்ணம் ஏற்பட்டதும் வியாபாரம் மதியத்திற்கு மேல் படுத்துவிட்டதால் தேங்காய்க் கடைக்காரன் மூட்டை கட்ட ஆரம் பித்தான். கொசவன் எஞ்சிய பானைகளை எடுத்துக்கொண்டு வண்டி யைப் பூட்டினான். வளையல் கடைக்காரர்கள் கடையை ஏறக்கட்டிக் கொண்டிருந்தனர்.

நாகம்மாளுக்கு என்ன தோன்றியதோ, புங்கமர நிழலை விட்டு வெளியே வந்து ஒளி வற்றிப்போன கண்களால் வானத்தைப் பார்த்தாள். நேரே பொட்டைக் குளத்திற்குப் போய்த் தலைமுழுகிவிட்டுப் பொன் னருவி சாமி கோவிலுக்கு வந்தாள். சாமி கும்பிட்டாள். பூசாரியோ அவ னுடைய உதவியாளனோ அவளிடம் ஒரு வார்த்தைகூடப் பேசவில்லை. அவர்களுடைய கவனமெல்லாம் சாமிக்குக் காணிக்கையாகச் சேர்ந்திருந்த

வற்றை மூட்டையாகக் கட்டுவதில்தான் இருந்தது. நாகம்மாளின் கண் ணில் பூசாரியோ அவனுடைய உதவியாளனோ பட்டது மாதிரி தெரிய வில்லை. சாமி கும்பிட்டவள், மெல்ல நடந்து ஒவ்வொரு மரமாகப் பார்த் துக்கொண்டே வந்தாள். திடீரென்று அவளுக்கு என்ன தோன்றியதோ, அடுப்பு பற்றவைத்திருந்த இடங்களில் புகைந்துகொண்டிருந்த நெருப்பு களை அணைத்துவிட்டு அடுப்பு கோலிய இடங்களில் கிடந்த கற்களைப் பொறுக்கி வந்து ஒரே இடத்தில் குவிக்க ஆரம்பித்தாள்.

பொரிகடலைக் கடை போட்டிருந்த இடத்திற்குப் பக்கத்திலிருந்த வேப்பமரத்தின் கீழ் ஏழெட்டு பேர் உட்கார்ந்திருந்தனர். அந்தக் கூட்டத் திலிருந்த வயதான ஒரு ஆள் 'ஒரே ஒரு சொட்டு மய வந்தாக்கூடப் போதும்' என்று சொன்னான். அதற்கு, கிழவனுக்குப் பக்கத்தில் உட் கார்ந்திருந்த ஆள் 'இன்னிக்கி மட்டும் மய வந்துட்டா, அடுத்த வருசப் பொங்கல் படைக்கிறதுக்குள்ளார பெருசாக் கோவுலு கட்ட ஏற்பாடு பண்ணுவன்' என்று சொன்னான். அதற்கு, சிவப்புச் சட்டை போட்டிருந்த இருபது வயது மதிக்கத்தக்க பையன் ஒருவன் 'என்னோட பங்கா பத்து மூட்டெ சிமெண்ட் எடுத்துத் தர்றன்' என்று சொன்னான். 'காத்துல ஏதோ வாட வர்றமாரி இருக்கு வெளியப் போயி மானத்தப் பாருடா' என்று அவனே சொன்னான். சிவப்புச் சட்டை போட்டிருந்த பையன் அவசர மாக ஓடிப்போய் வானத்தைப் பார்த்தான். 'மேகம் தெரியுது தாத்தா' என்று பையன் சொன்னதும் கிழவன் வானத்தைப் பார்ப்பதற்காக இயல்புக்கு மீறிய வேகத்தில் எழுந்து போனான். அவனைத் தொடர்ந்து மற்றவர்களும் ஓடினார்கள்.

மேற்கு வானில் துண்டுதுண்டாக மேகங்கள் தெரிந்தன. ஆனால், அந்த மேகங்கள் ஒரே வெள்ளையாக இருந்தன. மேகத்தைப் பார்த்தவர்களுக் குச் சிறு நம்பிக்கை வந்தது. திரும்பிப்போய் முன்பு போலவே உட்கார்ந்து கதை பேச ஆரம்பித்தனர். அப்போது சிவப்புச் சட்டை போட்ட பையன் நாகம்மாளைக் காட்டினான். 'நல்ல காரியம் பண்ணினா புண்ணி யம்ண்டா. வாங்க நாம்பளும் போயி நெருப்ப அணைக்கலாம். அடுப்புக் காக வெட்டுன பள்ளத்த மூடலாம். முள்ளுக்குச்சிக் கெடந்தாப் பொறுக் கித் தூரப் போடலாம். அந்த கெயவிக்கி இருக்கிற அறிவு நம்பளுக்கு இல்லியே. எயிந்திருங்கடா' என்று அவன் சொன்னதும் ஆண் பெண் என்று அத்தனை பேரும் நாகம்மாளோடு சேர்ந்துகொண்டு, புகைந்துகொண் டிருந்த இடங்களைத் தேட ஆரம்பித்தனர். அப்போது ஒரு பெண் 'மானம் கறுக்குது' என்று சொல்லிக்கொண்டே ஓடினாள். எல்லோரும் வானத்தைப் பார்த்தனர். மரத்தின் கீழ் உட்கார்ந்திருந்தவர்களும் ஓடிவந்து பார்த்தனர்.

வானத்தில் இருந்த மேகங்களில் நிமிடத்திற்கு நிமிடம் கருமை கூடிக் கொண்டிருந்தது தெரிந்ததும், 'வாங்கடா, சாமிக்குக் கற்பூரம் ஏத்தலாம்'

என்று சொல்லிக்கொண்டே இரண்டு பேர் கோவிலுக்கு ஓடினர். அவசர அவசரமாகக் கற்பூரம் வாங்கிக் கொளுத்தி சாமி கும்பிட்டனர். மேடையில் குவியலாகக் கிடந்த வளையல்களில் ஆளுக்கொரு பிடி அள்ளி மடியில் கட்டிக்கொண்டு திரும்பிவந்தனர். வந்த வேகத்திலேயே அடுப்பு வைத் திருந்த இடங்களில் கிடந்த குச்சிகளை அள்ளிப்போட ஆரம்பித்தனர். வானம் நிறம் மாறிக்கொண்டிருந்ததால் உட்கார்ந்திருந்தவர்கள், மூட்டை முடிச்சுகளைக் கட்டிக்கொண்டிருந்தவர்கள் எல்லாம் எழுந்து வந்து தெய்வக் காரியம் செய்வதுபோல அடுப்பு வைத்திருந்த இடங்களில் கிடந்த குப்பைகளை அகற்ற ஆரம்பித்தனர்.

வானம் நிறம் மாறிக்கொண்டு வந்தது, குளிர்ந்த காற்று வீச ஆரம்பித் தது, ஆட்கள் குப்பைகளை அகற்றிக்கொண்டிருந்தது எதுவுமே நாகம் மாளின் கவனத்தில் இல்லை. அவளுடைய கவனமெல்லாம் அடுப்புகளை அணைப்பதிலும், கற்களைப் பொறுக்குவதிலும், குச்சிகளை அள்ளிக் கொண்டுபோய்த் தூரமாகப் போடுவதிலும்தான் இருந்தது. குளிர்ந்த காற்று வீசவீசக் கூட்டத்தினருக்கு உற்சாகம் பொங்கியது.

திடீரென்று காற்று பலமாக அடிக்க ஆரம்பித்தது. காற்றடித்ததும் மழை பெய்வதற்குப் பதிலாக மேகம் கலைய ஆரம்பித்தது. காற்றின் வேகம் கூடக் கூட, திரண்டிருந்த மேகங்கள் படிப்படியாக நிறம் மாறத் தொடங்கின. கற் களையும் குச்சிகளையும் பொறுக்கிக்கொண்டிருந்த ஆட்கள் கைவேலையை மறந்துவிட்டு வானத்தைப் பார்க்க ஆரம்பித்தனர். ஒரு ஆள் வேகமாக ஓடிப்போய் சாமிக்கு முன் நின்று 'காத்து அடிக்காம, மேகம் கலையாம காப்பாத்து தாயே' என்று வேண்டிக்கொண்டு கும்பிட்டான். தன்னுடைய நம்பிக்கையும் வேண்டுதலும் நிறைவேறும் என்ற நம்பிக்கையில் திருநீறை அள்ளி நெற்றி நிறைய பூசிக்கொண்டான். காற்று பலத்தது. காற்றின் வேகத்திற்கேற்றவாறு மேகம் கலைந்துகொண்டிருந்தது. பத்து நிமிசம் கூடக் கழிந்திருக்காது. மேகம் கருமை நிறத்திலிருந்து வெள்ளை நிற மாக மாறிவிட்டது. அதோடு மேகக் கூட்டம் புகை மாதிரி மறைய ஆரம்பித்தது. வானத்தையே பார்த்துக்கொண்டிருந்த ஆட்களுக்கு முகம் வாடிப்போயிற்று. கையிலிருந்த கற்களை வேகமாக விட்டெறிந்த நடுத்தர வயதுள்ள ஆள் கசந்துபோய்ச் சொன்னான். 'சாமின்னா கேட்டெ வரத்தக் கொடுக்கணும். அதுதான் சாமி. சனங்களோட மனச அறிஞ்சி நடக்காத சாமி, என்னா மசுரு சாமி?'. 'சாமியப் பத்தி குத்தம் சொல்றது மகா தப்பு. இன்னிக்கு இல்லன்னா நாளக்கி வரப்போவுது. மய வராமயே இருந் திடுமா? வாயுரப் புள்ளய தாயாரே கெடுத்தாப்ல காத்து வந்து கெடுத்துப் புடுச்சி. இதுக்கு சாமி என்னா செய்யும்? இருட்டுறதுக்குள்ளாற மய வந்தாலும் வந்துடும் பாரு. அவ என்னெ சாதாரண தெய்வமா? சாமி என்னிக்குமே சத்தியக்கட்டெ மீறாது. இது சத்தியமான வாத்த' என்று

தடித்த குட்டையான ஆள் சொன்னதும், அவனை நடுத்தர வயதுள்ள ஆள் முறைத்துப் பார்த்தான். பிறகு ரொம்பவும் சலிப்புடன் 'காலயிலருந்து இப்படி நம்பிநம்பித்தான் மோசம் போச்சி. இனிமே மய வரும்ன்னு நம்பிக் கிட்டு இருக்க முடியாது நீ வேணும்ன்னா 'மய வரும், மய வரும்'ன்னு சொல்லிக்கிட்டேக் குந்தியிரு. நாங்க கௌம்புறம்' என்று சொன்ன வேகத்திலேயே தன்னுடைய பெண்டாட்டியிடம் மூட்டையைத் தூக்கச் சொன்னான். பிறர் சொன்னதைக் காதில் வாங்காமல் அவன் வேகமாக முன்னால் நடக்கவும் ஆரம்பித்துவிட்டான். அவனைப் பார்த்து இரண்டு குடும்பங்கள் கிளம்பின.

'யாண்டா அவசரப்படுறீங்க? சாமி நம்பள சோதிச்சிப் பாக்குது, அம் புட்டுத்தான். அதுக்காக அவசரப்படலாமா? இந்த வருசம் இல்லன்னா அடுத்த வருசம் பெஞ்சிட்டுப் போவுது. நாலு அஞ்சி வருசத்துக்கு மின்னா டியும் இப்பிடித்தான் ஒரு தடவ மய பெய்யல. இதெல்லாம் சாமியோட வெளயாட்டு. சாமியோட வெளயாட்டு மனுசனுக்குப் புரியுமா?' என்று சொல்லி எஞ்சியிருந்தவர்களைச் சமாதானப்படுத்த முயன்றான் கருத்த குட்டையான ஆள். அவனுடைய பேச்சை யாருமே கேட்கவில்லை. அவ னுடைய பெண்டாட்டிகூட அவனுடைய பேச்சைக் கேட்காமல் மற்றவர் களைப் பார்த்து மூட்டையைத் தலையில் தூக்கிக்கொண்டு நின்றாள். அந்த ஆளுக்கு என்ன செய்வதென்றே தெரியவில்லை. ஏக்கத்துடன் வானத்தைப் பார்த்தான். பிறகு 'இருடி வரன்' என்று சொல்லிவிட்டு வேகமாக கோவி லுக்கு ஓடினான். சாமியின் முன் நெடுஞ்சாண்கிடையாக விழுந்து கும் பிட்டு 'அடுத்த வருசமாவது மயயக் கொண்டா தாயே. சனங்கள இப்பிடி மொக்கப்பண்ணி அனுப்பாத' என்று வேண்டிக்கொண்டு திருநீறை அள்ளி நெற்றி நிறையப் பூசிக்கொண்டு திரும்பிப் பார்த்தான். அவ னுடைய பெண்டாட்டியும் நடக்க ஆரம்பித்திருந்தாள். அவளை நோக்கி வேகமாக நடக்க ஆரம்பித்தான்.

நாகம்மாள் தன் போக்கில், அடுப்பு வைத்திருந்த இடங்களில் கிடந்த கற்களைப் பொறுக்கிக்கொண்டு போய் தூரமாகப் போட்டுக்கொண்டிருந் தாள். மேற்கு வானில் இருள் படர ஆரம்பித்திருந்தது.

பயணம்

தூக்கத்திலிருந்து விழித்தெழுந்த லோகாம்பாள், நேரமாகியிருக்குமோ என்ற கவலையில் எழுந்து அவசரமாக வெளியே வந்து வானத்தைப் பார்த்தாள். வெள்ளி முளைத்திருந்தது. 'பேய் வந்து கண்ணெ அடச்சாப்ல தூங்கிப்புட்டனே' என்று சொல்லிக்கொண்டாள். வீட்டுக்குள் வந்து சிமினி விளக்கை ஏற்றினாள். பாயை விட்டு விலகித் தரையில் சுருண்டு கிடந்த குமாரை இழுத்துப் பாயில் போட்டாள். கால்களைப் பரப்பிக்கொண்டு பாவாடை விலகிக் கிடக்கத் தூங்கிக்கொண்டிருந்த ராணியைப் பார்த்தாள். 'கழுத எப்பிடித் தூங்குது பாரு, துணி வெலகிறதுகூட தெரியாம' என்று சொல்லிவிட்டுப் பாவாடையை இழுத்துவிட்டுச் சரி செய்தாள். போர்வையை எடுத்து நன்றாகப் போர்த்திவிட்டாள். விளக்கை எடுத்து வந்து குமாரினுடைய முகத்தையும் ராணியினுடைய முகத்தையும் ஆராய்வது மாதிரி கூர்ந்து பார்த்தாள். குமாரின் முகத்தைத் தடவிக் கொடுத்தாள். தலையைக் கோதிவிட்டாள், கைகால்களைப் பிடித்துவிட்டாள்.

'சனியன் புடிச்ச பனி எதுக்குத்தான் இப்பிடி மழ பெய்யுற மாரி கொட்டுதோ' என்று சொல்லிக்கொண்டே லோகாம்பாள் பெருமாள் வீட்டுக்குப் பின்புறத்திற்குப் போய், மாடுகள் கட்டியிருந்த இடத்தில் கிடந்த சாணியைக் கைநிறைய அள்ளிக்கொண்டு வந்தாள். சாணியைக் கரைத்து வாசல் தெளித்தாள். வாசலைக் கூட்டினாள். கோல மாவு டப்பியை எடுத்து அவசரக் கோலம் ஒன்றைப் போட்டாள். பிறகு கரிக் கொட்டையை எடுத்துவந்து பல் விளக்க ஆரம்பித்தாள். 'ஐஸ் கட்டி மாரி இருக்கே' என்று சொல்லிக்கொண்டு வாய்கொப்புளித்து முகம் கழுவினாள். பச்சைத் தண்ணீர் முகத்தில் பட்டதும்தான் தெரிந்தது குளிரின் கடுமை.

அம்மாசி வீட்டுக் கோழி கூவியது. விடிவதற்குள் காட்டுக்குப் போய் விட முடியுமா என்ற கவலை லோகாம்பாளுக்கு வந்தது. அவசரஅவசரமாக வேலைகளைச் செய்ய ஆரம்பித்தாள். 'எயிந்திரிப்பா' என்று இரண்டு மூன்று முறை சொல்லியும், கட்டாயப்படுத்தியும் எழுந்திருக்காததால் குமாரைத் தூக்கி உட்கார வைத்தாள். ராணியையும் எழுப்பினாள். குமாரும் ராணியும் உட்கார்ந்த நிலையிலேயே தூங்கிவிழுந்தனர். லோகாம்பாள் கத்துவது, திட்டுவது எதுவும் அவர்களுடைய காதில் விழவில்லை.

'தூங்காதீங்க' என்று சொல்லிக்கொண்டே தன்னுடைய கைக் காரியங்களையும் செய்துகொண்டிருந்தாள். நேற்றிரவு படுக்கும்போது தண்ணீர் ஊற்றி வைத்திருந்த சோற்றைத் தூக்குப் போகணியில் ஊற்றினாள். பழந் துணி ஒன்றை எடுத்து அதில் ஒரு கைப்பிடி அளவு உப்பை அள்ளி வைத்து, ஏழெட்டு பட்ட மிளகாயையும் எடுத்துவைத்து முடிந்து, தூக்குப் போகணியின் கைப்பிடியில் கட்டிவிட்டாள். பிறகு உட்கார்ந்த நிலையிலேயே தூங்கிக்கொண்டிருந்த குமாரையும், ராணியையும் இழுத்துவந்து முகம் கழுவிவிட்டாள். குளிர்ந்த தண்ணீர் முகத்தில் பட்டதும் குமார் அழுதான். 'எதுக்குடா அயிவுற? குளிருலயும் மயயிலயும் வெயிலுலயும் அடிபட்டாத்தான் ஒடம்பு தெடமா இருக்கும். மய, வெயிலுக்கு ஒதுங்கி நிக்குற மாரியா ஒங்கப்பன் வச்சிட்டுப் போனான்? சோத்துப் பான ஒடஞ்சா மாத்துப் பானெ இல்லியே' என்று சொல்லிவிட்டு லோகாம்பாள் இருவருக்கும் முகத்தைத் துடைத்துவிட்டு, ஆளுக்கொரு போர்வையைக் கொடுத்துப் போர்த்திக்கொள்ளச் சொன்னாள். தூக்குப் போகணியைக் கையிலெடுத்துக்கொண்டு வெளியே வந்து 'ஊட்டெ சாத்திப்புட்டு வெளிய வாங்க' என்று சொன்னாள். வீட்டுக்குப் பின்புறம் கட்டியிருந்த ஆட்டுக்குட்டியை அவிழ்த்து இழுத்துக்கொண்டு வந்தாள். சிணுங்கி அழுது கொண்டே கதவைச் சாத்தினாள் ராணி. 'வெளக்க நிறுத்தாம கதவ சாத்திறியே தடிக் கழுத' என்று சொல்லி ராணியைத் திட்டினாள். 'இதெப் புடிப்பா' என்று ஆட்டுக்குட்டியின் கழுத்துக் கயிற்றைக் குமாரிடம் கொடுத்துவிட்டு வீட்டுக்குள் போய் விளக்கை அணைத்துவிட்டு வந்து கதவைச் சாத்தினாள். அப்போது அம்மாசி வீட்டுக் கோழி இரண்டாவது முறையாகக் கூவியது.

'வேகமா நடெங்க, விடியுறதுக்குள்ளார காட்டுக்குப் போவணும், பனி நப்புலியே வேலய முடிச்சாத்தான் உண்டு' என்று சொல்லிவிட்டு லோகாம்பாள் முதலில் நடக்க ஆரம்பித்தாள். அவளை அடுத்து நடந்துகொண்டிருந்த குமாரும் ராணியும் லேசாக அழுதுகொண்டிருந்தனர். அவர்களுடைய அழுகையை லோகாம்பாள் பொருட்படுத்தவில்லை. அவளுடைய எண்ணமெல்லாம் விடிவதற்குள் காட்டுக்குப் போய்விட வேண்டும் என்பதில்தான் இருந்தது. அரைக் காணிக் கொத்தமல்லியை வெயில் நன்றாக ஏறுவதற்குள் பிடுங்கிவிட முடியுமா என்று சந்தேகப்பட்டாள். முடியாது என்று தெரிந்ததும் வேகமாக நடக்க முயன்றாள். பனி ஈரத்தில் நனைந்திருக்கும்போது பிடுங்கினால்தான் கொத்தமல்லி உதிராமல் இருக்கும். வெயிலேறிய பிறகு பிடுங்கும்போதும், கீழே போடும்போதும் கொத்தமல்லி அதிகமாக உதிர்வதற்கு வாய்ப்பு உண்டு. அதனால், ஊருக்குள் யார் கொத்தமல்லி பிடுங்கினாலும் வெயில் ஏறுவதற்குள்ளாகவே பிடுங்கிவிடுவார்கள். பிடுங்கும்போது மட்டுமல்ல, அடிக்கும்போதுகூட. இருட்டும்

போது கொத்தமல்லியைச் செங்குத்தாக அள்ளிவைத்து, நன்றாகப் பனி யில் நனைய வைத்து விடியற்காலையில்தான் பிணையை விட்டு அடிப் பார்கள்.

தெருவில் ஆள் நடமாட்டம் இல்லை. இருட்டிலும் பனியிலும் வீடுகள் கூட மங்கலாகத்தான் தெரிந்தன. அருகருகே நடந்தாலும் ஒருவர் முகம் ஒருவருக்குத் தெரியவில்லை. நிலவு இருந்தது. ஆனால், வெளிச்சமில்லை. முதல் தெருவைத் தாண்டி அடுத்த தெருவில் நடக்கும்போது தண்ணீர் எடுக்கக் கிணற்றுக்கு ஒரு பெண் கரும்பூதம்போலப் போய்க்கொண்டிருப் பது தெரிந்தது. தெருமுனை வீட்டில் வெளிச்சம் இருப்பது மாதிரி தெரிந் தது. 'வேகமா நடெங்க. இங்கியே நேரத்தப் போக்கிட்டுப் போவ முடி யாது. சாலாக்கு நடெ நடந்தா காட்டுல கெடக்குற வேல எப்பிடி ஆவும்?' என்று லோகாம்பாள் சொன்னதை ராணி காதில் போட்டுக்கொள்ள வில்லை. கண்களைத் தவிர உடலின் பிற பகுதிகளை வெளியே தெரியாமல் போர்த்திக்கொள்ள முயன்றுகொண்டிருந்தாள். குளிரில் வெடவெட வென்று நடுங்கிக்கொண்டு ஆட்டுக்குட்டியின் இழுப்பிற்கேற்றவாறு நடப் பதற்குக் குமார் படாத பாடு பட்டுக்கொண்டிருந்தான்.

ஊரைத் தாண்டிக் காட்டுக்குப் போகும் வண்டிப் பாதையில் நடக்க ஆரம்பித்தபோதுதான் கடுமையான இருட்டு தெரிந்தது. எங்கு பார்த்தா லும் ஒரே இருட்டாக இருந்தது. ராணியையும் குமாரையும் மட்டுமல்ல, லோகாம்பாளையும் இருள் பயமுறுத்தியது. இருட்டில் பேய் பிடித்துக் கொள்ளுமோ என்ற பயத்தில் ராணிக்கும் குமாருக்கும் முன்பைவிடக் கைகால்கள் அதிகமாக நடுங்க ஆரம்பித்தன. பயமாக இருக்கிறது என்று சொல்லக்கூட அவர்கள் பயந்தனர். சத்தம் கேட்டுப் பேய் வந்துவிட்டால் என்ன செய்வது என்ற பயம். அவர்களுடைய பயத்தை அறிந்த லோகாம் பாள் 'இதென்ன பெரிய இருட்டு? இந்தத் தடத்திலெ இன்னிக்கா நடக்கு றோம்? தடம் தெரியாமப் போறதுக்கு? நடக்கநடக்க எல்லாம் சரியாப் போயிடும்' என்று சொன்னாள். என்ன காரணத்தாலோ பின்னால் யாரா வது வருகிறார்களா என்று பார்த்தாள். முன்னாலும் பார்த்தாள். சனங் களின் வாடையே இருப்பது மாதிரி தெரியவில்லை. 'காலப் பாத்து வச்சி வாங்க. பூச்சிப்பொட்டு கெடக்கும். கீயப் பாத்து நடக்கணும்' என்று அடிக் கடி சொல்லிக்கொண்டிருந்தாள், பிறகு தனக்குத்தானே சொல்லிக்கொள் ளுவது மாதிரி 'எட்டு, ஒம்போது வயசிப் புள்ளவோ பாவத்தக்கூட அந்தக் கடவுளு பாக்கலியே. அவன் நாசமாத்தான் போவான்' என்று சொன் னாள். வானத்தைப் பார்த்தாள். நிலவு பாடி சாய்ந்துவிட்டது.

ஓடையில் முழங்கால் அளவுக்குத் தண்ணீர் ஓடிக்கொண்டிருந்தது. தண் ணீரில் கால்களை வைக்க முடியாது. குளிரும் என்று சொல்லி அழுத ராணியை லோகாம்பாள் தூக்கிக்கொண்டு நடந்தாள். குமாருக்குப் பனிக்

கட்டியில் கால்களை வைத்து நடப்பது மாதிரி இருந்தது. ஓடையைத் தாண்டிவிட்டாலும், தண்ணீரில் கால்களை வைத்ததால் குளிர் அதிகமாகத் தெரிந்தது. கால்கள் நடுங்க ஆரம்பித்தன. ஆட்டுக்குட்டியைப் பிடித்து இழுத்துக்கொண்டு நடப்பதால் அவனால் சரியாகப் போர்த்திக்கொள்ளக் கூட முடியவில்லை. அவனுக்குக் குளிரைவிட, இருட்டைவிட, பனியை விடப் பெரிய தொந்தரவாக இருந்தது, ஆட்டுக்குட்டியும் பேய் பிடித் துக்கொள்ளுமோ என்ற பயமும்தான். ஓடைப்பக்கம்தான் பேய்களின் நட மாட்டம் அதிகமாக இருக்கும் என்று பிள்ளைகள் சொன்னது நினைவுக்கு வந்ததும் அவனுக்கு நடக்கவே முடியவில்லை. குலைநடுங்கிற்று. அக்கம் பக்கம் பார்க்கக்கூட அவனால் முடியவில்லை.

ஓடையைத் தாண்டி வாரி போல இருந்த பாதையில் நடக்க ஆரம் பித்தனர். வாரியின் இரண்டு பக்கமும் ஆள் உயரத்திற்கு மேடாக இருந்தது. மேட்டின் இரண்டு பக்கமும் அடர்ந்த புதராக இருந்தது. புதருக்குள் பாம்பு இருக்குமோ, நடக்கிற பாதையில் பாம்பு படுத்திருக்குமோ என்ற பயத்தில் குமாருக்கும் ராணிக்கும் நடக்கவே பயமாக இருந்தது. எப்போது வேண்டுமானாலும் எது வேண்டுமானாலும் நடக்கலாம் என்ற அச்ச உணர் வோடுதான் நடந்தனர். பயத்தை மறைக்க முயன்றனர். மறைப்பதற்கான வழிதான் தெரியவில்லை. அக்கம்பக்கத்தைப் பார்க்கவும் சுற்றுப்புறத்தைப் பார்க்கவும் முடியவில்லை. எங்கு பார்த்தாலும் இருட்டாக இருந்தது. இருளைத் தவிர வேறு ஒன்றும் தெரியவில்லை. ராணி, குமார், லோகாம் பாள் மூவருமே இருட்டில் நகரும் கருத்த நிழல்களாகத்தான் தெரிந்தனர். லோகாம்பாள் மட்டும் எதற்கும் அஞ்சாதவள் மாதிரி பேயைப் போல வேகமாக நடந்துகொண்டிருந்தாள். அவளை இருள் அச்சமூட்டியது மாதிரி தெரியவில்லை. பட்டப்பகலில் நடப்பது மாதிரி கால் கூசாமல் நடந்துகொண்டிருந்தாள். ஆனால், அடிக்கடி பெருமூச்சுவிட்டாள். அதே மாதிரி அடிக்கடி தனக்குத்தானே முனகிக்கொண்டும் இருந்தாள்.

‘ஐயோ அம்மா’ என்று சொல்லிக் கத்திய ராணி சட்டென்று இடது காலைப் பிடித்துக்கொண்டு தரையில் உட்கார்ந்தாள். ராணி கத்தியதுதான் தாமதம், லோகாம்பாளுக்கு உயிரே நின்றுவிட்டது போலிருந்தது. என்ன நடந்ததோ என்று குலை பதறிப்போனவள், ‘என்னம்மா ஆச்சி?’ என்று கேட்டுக்கொண்டே கீழே உட்கார்ந்தாள். ‘கல்லு குத்திடுச்சி. ரத்தம் வருது பாரு’ என்று சொல்லி ராணி அழுதாள். அப்போதுதான் லோகாம்பாளுக்கு போன உயிர் திரும்பி வந்தது மாதிரி இருந்தது. ‘இதுக்காடி உசுரு போறாப்ல கத்துனவ? ஒரு நிமிசத்திலெ என்னோட கொலய வாங்கிப்புட்டியே, ராத் திரி நேரத்திலெ கத்தாத. காலக் காட்டு. எந்த எடத்திலடி?’ என்று சொல்லி காலைப் பார்த்தாள். இருட்டில் காயம் பட்ட இடம் தெரியாததால் தட விப் பார்த்தாள். கல் இடறிக் கட்டைவிரலில் லேசாகச் சதை பிய்த்துக்

கொண்டுவந்திருந்தது. 'பாத்து வர்றதில்லெ? என்னா புள்ளெடி நீ? சரி சரி, அயிவாத. ராத்திரியில அதுவும் இருட்டு வேளயிலெதான் உசுரு போறாப்ல கத்துவியா?' என்று சொல்லித் திட்டி ரத்தம் வந்த இடத்தில் குனிந்து பல முறை ஊதிவிட்டாள். ரத்தம் வருவது நிற்காததால் நொய் மண்ணாக அள்ளி ரத்தம் வந்த இடத்தில் போட்டுச் சிறிது நேரம் பிடித்துக்கொண்டிருந்தாள். பிறகு 'எயிந்திரு. காலத் தாங்கித்தாங்கி நடக்காம விசிறி நடெ' என்று சொல்லி ராணியைத் தூக்கி நிறுத்தி நடக்க வைத்தாள். அப்போது அவளுக்குக் கண்கள் கலங்கின. 'ஒங்கப்பன் உசுரோட இருந்திருந்தா ஒங்களுக்கு ஏன் இந்தத் தலவிதி? ரொம்ப அவசரமின்னு அந்தாளு போயி சேந்துட்டான். செத்தவனப் பத்திப் பேசி இனி என்னாத்துக்கு ஆவப் போவுது? ஒடஞ்ச சட்டி ஒலக்கி என்னிக்கி ஒதவியிருக்கு? கூலி ஆளு வச்சிப் புடுங்கலாம். நூறு ரூவா போவுமேன்னு ஒங்கள நேரம் காலம் இல்லாம இயித்து அடிக்கிறன். இது என்னோட சாவம்தான்' என்று சொன்னாள். வானத்தைப் பார்த்தாள். அங்கொன்றும் இங்கொன்றுமாகத்தான் நட்சத்திரங்கள் இருந்தன. வானம் தெளிந்துகொண்டிருப்பது தெரிந்தது.

'ரொம்பக் குளிருதும்மா' என்று சொன்ன ராணி தொடர்ந்து மூன்று நான்கு முறை தும்மினாள். பனி மூக்கை அடைப்பதுபோல இருக்கவே அடிக்கடி மூக்கை உறிஞ்சினாள். 'மொதல்ல அப்பிடித்தான் தெரியும். நடக்கநடக்கக் குளிரு கொறஞ்சிப்போயிடும் பாரு. வேகமா நடந்தா குளிரு அவ்வளவா தெரியாது. மின்னெ இருந்த குளிரா இப்ப இருக்கு? காலத் தாங்கித்தாங்கி நடக்காத, தூக்கி வச்சி நட' என்று லோகாம்பாள் சொன்னாள். அப்போது மைனா ஒன்று ஒற்றையில் கத்திக்கொண்டு போயிற்று. ஊர்ப் பக்கமிருந்து நாய் குரைப்பது பக்கத்தில் குரைப்பது மாதிரி கேட்டது. கிழக்குப் பக்கமிருந்து நரி ஒன்று ஊளையிடுவது கேட்டதும், குமார் 'நரி எங்கிருந்தும்மா கத்துது?' என்று கேட்டான்.

'கீயக்காட்டுல இருந்துதான்.'

'அடப்புலயிருந்து எதுக்கு பூச்சிவோ இப்பிடிக் கத்துது?'

'விடியப்போவுதில்லெ. அதான் கத்துது.'

'விடியுறது அதுவுளுக்குத் தெரியுமா?'

'ஏன் தெரியாம?' என்று சொன்ன லோகாம்பாள் எந்தெந்தப் பூச்சிகள் எப்படியெப்படிக் கத்தும், பறக்கும், எந்தெந்த வண்டுகள், குருவிகள், பறவைகள் எப்படியெப்படியெல்லாம் கத்தும், பறக்கும், அதுவும் எந்தெந்த நேரத்தில் கத்தும், பறக்கும் என்பதையெல்லாம் சொல்ல ஆரம்பித்தாள். பனி, குளிர், உடல் நடுங்குவது, ஆட்டுக்குட்டி தாறுமாறாக இழுப்பது என்று எல்லாவற்றையும் மறந்துவிட்டு, பூச்சிகளைப் பற்றி, வண்டுகள், குருவிகள்,

பறவைகளைப் பற்றி, அவை கத்தும், பறக்கும் விதங்களைப் பற்றிக் குமார் யோசிக்க ஆரம்பித்தான்.

'என்னம்மா சும்மாசும்மா மேல பாக்குற?' என்று குமார் கேட்டான். 'விடியுறதுக்கு இன்னம் எம்மாம் நேரம் இருக்குன்னு பாத்தன்' என்று சொன்னாள். பிறகு, வெள்ளி என்பது என்ன, அது முளைக்கும்போது நேரம் என்ன, நிலவு எப்போது பாடி சாயும், நட்சத்திரங்கள் எந்தெந்த மாதங்களில் அதிகமாகத் தெரியும், நிலவு எப்போது அதிகமாக வெளிச்சத் துடன் இருக்கும் என்பதை எல்லாம் வரிசையாகச் சொல்ல ஆரம்பித்தாள். நட்சத்திரங்களைப் பற்றிச் சொல்ல வேண்டும் என்பதைவிட, குமாரையும் ராணியையும் மலைப்பு தெரியாமல், பயத்தை அறியாமல் நடக்க வைக்க வேண்டும் என்ற எண்ணத்தில் வாய் ஓயாமல் பேசிக்கொண்டே வந்தாள் லோகாம்பாள். அவளுடைய வாய் சளசளவென்று பேசிக்கொண்டிருந் தாலும் அவளுடைய கவனம் பாதையில் பூச்சிபொட்டு கிடக்கிறதா என்பதிலேயே இருந்தது. தலைப்பறத்தான் வாரி வந்ததும் லோகாம்பாள் பேசுவதை நிறுத்திவிட்டாள், காரணமின்றி அவளுடைய நெஞ்சு பத றிற்று. படபடப்பு உண்டாயிற்று. வேகமாக நடக்க முயன்றாள். அவள் நினைத்த அளவுக்கு அவளால் வேகமாக நடக்க முடியவில்லை. கருப்பன் சாவதற்கு முன்பு தலைப்பறத்தான் வாரி என்பது அவளுக்கு ஒரு அப சகுனமான இடமாக மட்டும்தான் இருந்தது. இப்போது அவளால் மறக்க முடியாத, வெறுக்கிற இடமாக மாறியிருந்தது. இப்போதுதான் என்றில்லை. அவளுக்குக் கல்யாணம் நிச்சயமான எட்டாவது நாளிலிருந்தே தலைப்பறத் தான் வாரி அச்சமூட்டுகிற இடமாக அவளுக்கு மாறிவிட்டது. அந்த இடத் தைக் கடக்கும்போதெல்லாம் அவளுக்குக் குலைபதறும், காரணமில்லாமல் பயமும் பதட்டமும் உண்டாகும். எதை எண்ணி ஒன்பது வருசமாக அச்சப் பட்டுக்கொண்டிருந்தாளோ அது இரண்டு மாதத்திற்கு முன்பு நடந்தே விட்டது. அவளுடைய எண்ணமும் கவலையும்தான் நிஜமாகிவிட்டதோ என்னவோ. மனதிலிருக்கும் எண்ணம் பலிக்குமா?

லோகாம்பாளுக்கும் கருப்பனுக்கும் கல்யாணம் நிச்சயமாயிற்று. மாப் பிள்ளையும் பொண்ணும் ஒரே ஊர் என்பதால் இரண்டு வீட்டிலிருந்தும் ஒரே நாளில் கல்யாண ஜவுளி எடுக்கப் போனார்கள். திட்டக் குடியி லிருந்து வரும்போது பஸ்ஸை விட்டு இறங்கித் தலைப்பறத்தான் வாரி வழியாகத்தான் ஊருக்கு வர வேண்டும். தலைப்பறத்தான் வாரியில் ஏழு பேர் ஒன்றாக வந்துகொண்டிருக்கும்போது மேற்குக் கரையிலிருந்த அடப் பிலிருந்து எட்டு, பத்து அடி நீளமுள்ள கருநாகம் ஒன்று பாதையைக் கடந்து கிழக்கிலிருந்த அடைப்பிற்கு ஓடியது, அதைப் பார்த்துப் பயந்து போய்ப் பின்னால் ஓடும்போது கூரைப்புடவை, தாலி என்று கட்டி, தலையாரி தலையில் தூக்கிக்கொண்டு வந்த மூட்டை கீழே விழுந்துவிட்டது.

பாம்பு போன பிறகு சிறிது நேரம் கழித்துதான் மூட்டையைத் தூக்கிக் கொண்டு ஊருக்கு வந்தார்கள். செய்தி ஊருக்குள் பரவியதுமே ஒருவர் தவறாமல் கல்யாணத்தை நிறுத்துவதுதான் நல்லது என்று சொன்னார்கள். லோகாம்பாள் வீட்டில்கூடத் தயங்கினார்கள். கருப்பன்தான் ஒரே பிடிவாதமாக நின்றான். ஜோசியரிடம் கேட்டதற்கு 'தோசப் பரிகாரம்' செய்துவிட்டால் சரியாகப்போய்விடும், இரண்டு பேருடைய ஜாதகத்திலும் குறைகள் என்று எதுவுமில்லை, ஜாதகப் பொருத்தம், ரட்சிப் பொருத்தம் எல்லாம் சரியாக இருக்கிறது என்று அவர் சொன்னதால் பிள்ளையார் கோவிலுக்குச் சென்று பரிகாரம்செய்து ஒரு மண்டலம் நல்ல விளக்கு ஏற்றினார்கள். அதன் பிறகுதான் கல்யாணம் நடந்தது. இரண்டு மாதத்திற்கு முன்பு கருப்பன் செத்துவிட்டான். தலைப்பறத்தான் வாரிக்குக் கிழக்கில் இருக்கும் அண்ணாமலை உடையார் வீட்டுக் காட்டில் கரும்பு வெட்டிக்கொண்டிருக்கும்போது சருகுக்குள்ளிருந்த பாம்பு கடித்துக் கருப்பன் செத்துவிட்டான். கருப்பன் செத்ததும் ஊரார்கள் பத்து வருஷங்களுக்குமுன் கல்யாணத்தின்போது ஏற்பட்ட சகுனத்தடையை மீண்டும் பேச ஆரம்பித்துவிட்டார்கள். அதோடு தலைப்பறத்தான் வாரியைப் பற்றிக் கதைகதையாகப் பேச ஆரம்பித்துவிட்டார்கள். எல்லாவற்றுக்கும் மேலாகக் கருப்பன் ஆவியாகச் சுற்றுவதாகக் கதைகட்டி விட்டுவிட்டார்கள். இப்போது ஊருக்குள் தலைப்பறத்தான் வாரியைப் பற்றியும் கருப்பனுடைய ஆவியைப் பற்றியும்தான் பேச்சு. உச்சிப்பொழுதில் இளம் பெண்கள், தீட்டுக்காரப் பெண்கள் வந்தால் அவர்களுடன் கருப்பனும் ஓடைவரை வருகிறான் என்றும், தலைப்பறத்தான் வாரியிலோ அதற்கு அருகிலோ எது நடந்தாலும் அது கருப்பனுடைய ஆவியின் விளையாட்டுதான் என்றும் பேச்சாகிவிட்டது. சாதாரணமாக ஆடு, மாடுகள் மிரண்டு ஓடினால், யாருக்காவது கால் இடறி ரத்தம் வந்தால், வண்டி குடைசாய்ந்தால், அச்சாணி முறிந்தால் அதற்கெல்லாம் கருப்பனுடைய ஆவிதான் காரணம் என்று இந்த இரண்டு மாதமாகச் சொல்லிக்கொண்டிருக்கிறார்கள். லோகாம்பாளுக்கு ஒன்றையும் நம்ப முடியவில்லை. கருப்பன் செத்த அன்றே சாமி, தெய்வம், பேய், ஆவி என்றிருந்த எல்லா நம்பிக்கைகளும் அவளுடைய மனதிலிருந்து அழிந்து போய் வெற்றிடம் உருவாகியிருந்தது. அந்த வெற்றிடத்தின் அளவு நாளுக்கு நாள் அதிகரித்துக்கொண்டேயிருந்தது.

இரண்டு மாதங்களாகத் தலைப்பறத்தான் வாரியில் நடக்கிற கெட்ட காரியங்கள் எல்லாவற்றுக்கும் கருப்பன்தான் காரணம் என்று ஊரார்கள் சொன்னது மாதிரி, பாம்பு கடித்து கருப்பன் செத்ததற்கு ஊரார்களுடைய கண் ஓமல்தான் காரணம் என்று லோகாம்பாள் நினைத்தாள். ஊரில் எத்தனை பேர் செத்துக்கொண்டிருக்கிறார்கள்? அவர்களை எல்லாம் விட்டு

விட்டுக் கருப்பனை மட்டும் ஏன் வறுத்தெடுக்கிறார்கள் என்று எண்ணி னாள். 'அந்தாளு செத்ததும் தலவிதிதான். அந்தாளுக்கு அவசரஅவசரமா நான் ரெண்டு புள்ளெ பெத்ததும் தலவிதிதான். நண்டும்சிண்டுமா இருக் கிற புள்ளிவுள நட்டெ நடுராத்திரியிலெ இயித்துக்கிட்டு இப்பிடிப் போற தும் தலவிதிதான். விதி எப்பிடியோ அப்பிடிதான் நடக்கும், அதை மீறிக் கிட்டு உசுரோட இருன்னா இருக்க முடியுமா? நான் இப்பிடி ஆவறதுக்கு நான் யாருக்கு என்னா பாவம் செஞ்சனோ தெரியல. அது கடவுளுக்குத் தான் வெளிச்சம். ஊராங்களுக்குக் கொடுக்கத் தெரியாது. ஆனா நல்லாக் கெடுக்கத் தெரியும். போக்கத்தவனுக்குப் போறதெல்லாம் பாததாங்கிற கதெதான் நம்பளுக்கு' என்று புலம்பினாள். ராணி என்னவோ கேட்டாள். அவள் கேட்டதைக் காதில் வாங்காமல் தன்னுடைய நினைவிலேயே இருந் தாள் லோகாம்பாள். கருப்பன் செத்த பிறகு அதிகமாக அவள் தனக்குத் தானே பேசிக்கொள்ள ஆரம்பித்துவிட்டாள். சில நேரங்களில் அவளு டைய பேச்சில் பாதிகூடப் புரியாது. சில நேரங்களில் அவளுடைய பேச்சு ஒன்றுக்கொன்று சம்பந்தம் இல்லாமல் இருக்கும். இப்போதும் அப்படித் தான் பேசிக்கொண்டிருக்கிறாள் போலிருக்கிறது என்று ராணி நினைத்துக் கொண்டாள்.

இரண்டு பக்கம் இருந்த அடைப்புகளிலிருந்தும் பூச்சிகளும், வண்டு களும், குருவிகளும் கத்திக்கொண்டிருந்தன. 'என்னா குருவிம்மா கத்துது?' என்று குமார் கேட்டான். இரண்டு மூன்று குரலுக்குப் பிறகுதான் 'என்னா கேட்டெ?' என்று லோகாம்பாள் கேட்டாள். அப்போது முன்னால் ஓட முயன்ற ஆட்டுக்குட்டியைப் பிடிப்பதில் மும்முரமாக இருந்தான் குமார். ஆட்டுக்குட்டியின் மீது அவனுக்கு எரிச்சல் உண்டாயிற்று. முதல் காரணம், தேவையில்லாமல் அந்தப் பக்கமும் இந்தப் பக்கமும் அது ஓட இழுத்துகொண்டிருப்பது. மற்றொரு காரணம், இந்த ஆட்டுக்குட்டியை வளர்த்து, அதை விற்று, அதிலிருந்து வரும் பணத்தில் மூன்று நான்கு ஆட் டுக்குட்டிகளை வாங்கி, வளர்த்து, அவற்றை விற்று, ராணி வயதுக்கு வரும்போது திரட்டி சுற்ற வேண்டும் என்று இந்த இரண்டு மாதமாக லோகாம்பாள் சொல்லிக்கொண்டிருப்பது. ராணிக்குத் திரட்டிசுற்றத் தான் ஆடு மேய்க்க வேண்டுமா என்பதுதான் குமாரின் கோபத்திற்குக் காரணம்.

வாரியிலிருந்து மேடேறி வரகு நிலத்தின் வழியே சென்ற ஒற்றையடிப் பாதையில் நடக்க ஆரம்பித்தனர். வரகில் இறங்கியிருந்த பனி கால்களில் பட்டுக் குளிரை அதிகப்படுத்தியது. வாரியில் நடந்தபோது இருந்த குளிரை விட இப்போது அதிகமாகத் தெரிந்தது. லேசாகக் காற்று அடித்தால் போதும், பனிக்கட்டியை முகத்தில் வைத்ததுபோல் அவ்வளவு குளிராக இருந்தது. பயிர் நிலத்திற்குள் நுழைந்து நடக்க ஆரம்பித்ததுமே ஆட்டுக்

குட்டியின் தொந்தரவு அதிகமாயிற்று. வரகில் வாயை வைக்க ஓயாமல் இழுத்துக்கொண்டேயிருந்தது. அவ்வாறு இழுக்கும்போதெல்லாம் அதனுடைய கழுத்தில் கட்டியிருந்த மணியின் சத்தம் காடு முழுவதும் கேட்டது. வரகு நிலத்தைத் தாண்டிச் சோளக் கொல்லைக்குள் நடக்க ஆரம்பித்தனர். சோளத்தட்டை ஒன்றரை ஆள் உயரத்திற்கு வளர்ந்திருந்தது. இதுவரை இருந்ததைவிட, சோளக் கொல்லைக்குள் அதிக இருட்டு இருப்பதுபோலத் தெரிந்தது. சோளக் கொல்லைக்குள் திருடர்கள் யாராவது இருப்பார்களோ, வழியை மறித்துக்கொண்டு அடிப்பார்களோ என்ற பயம் குமாருக்கும் ராணிக்கும் இருந்ததுபோலவே, லோகாம்பாளுக்கும் இருந்தது. திருடனைப் பற்றி நினைத்ததுமே தன்னுடைய நிலத்தில் விளைந்து நிற்கும் கொத்தமல்லி பற்றிய நினைவும் அவளுக்கு வந்தது. கொத்தமல்லியை யாராவது பிடுங்கிக்கொண்டு போயிருப்பார்களோ என்று சந்தேகப்பட்டாள். மூன்று நான்கு கட்டு கொத்தமல்லியைப் பிடுங்கிக்கொண்டு போய்விட்டால் அரை மூட்டை, ஒரு மூட்டை என்று கொத்தமல்லி போய் விடுமே என்று கவலைப்பட்டாள். காட்டில் அதிகமாகத் திருட்டுப்போவது கடலையும் கொத்தமல்லியும்தான். சாயங்காலம் பார்த்துவிட்டுப் போனாலும் மறுநாள் காலையில் போய்ப் பார்த்தால் வட்டவட்டமாகப் பிடுங்கியிருப்பார்கள். காட்டில் காவலுக்கு என்று படுத்திருப்பவர்கள்தான் திருடுவார்கள். பிறருடைய காட்டில் திருடிக்கொண்டுபோய் தங்களுடைய நிலத்தில் போட்டுக்கொள்கிறவர்கள் யார்யார் என்று யோசித்தாள். பிறகு 'வேகமா நடெங்க' என்று சொன்னாள். 'திருட்டுக்கு ஏது இருட்டு' என்று சொன்னாள். சிறிது நேரம் கழித்து 'சோளத்தட்டயிலெ கால இடிச்சிக் காதீங்க. காலப் பாத்து நடக்கணும்' என்று சொன்னாள்.

சோளக்கொல்லையைத் தாண்டியதும் வரகுக் கொல்லை வந்தது. அதைத் தாண்டியதும் கொத்தமல்லி நிலம் வந்தது. ஆனால், கொத்தமல்லி நிலத்தில் நடக்கக் கூடாது என்று வழியை மறித்து முள் அடைப்பு போட்டிருந்தது. அதனால், அடைப்பை ஒட்டியே நடந்தனர். வழியை மறித்து அடைப்பு போட்டிருந்த சட்டித்தலைப் படையாச்சியை லோகாம்பாள் திட்டினாள். 'நடக்கிற வயிலெ முள்ளெப் போட்டு மறிக்கிறவன் நல்ல கதிக்குப் போவானா? இந்த மாரி செய்யுற பயலுவளத்தான் பெரிய சாதிக்காரன்னு சொல்றானுவோ.' லோகாம்பாள்தான் என்றில்லை, ஊரிலுள்ள எல்லாருமே சட்டித்தலைப் படையாச்சியைத் திட்டினாலும், கரித்துக் கொட்டினாலும், சாபம் கொடுத்தாலும், அவனுக்கு இதுவரை காய்ச்சல், தலைவலி என்று ஒருநாளும் வந்ததில்லை. உடம்பு சரியில்லை என்று அவன் ஒருநாளும் வீட்டில் படுத்திருந்தது கிடையாது. காலையில் இருட்டாக இருக்கும்போது காட்டுக்குப் போனால் சாயங்காலம் நன்றாக இருட்டிய பிறகுதான் வீட்டுக்கு வருவான். இரவும் பகலும் காட்டுப்பூச்சி மாதிரி காட்டிலேயே கிடந்தாலும் இதுவரை அவனைத் தேள்கூடக் கடித்

தது கிடையாது. அவனைப் பாம்பு கடிக்க வேண்டும் என்று ஊருக்குள் ஆசைப்படாதவர்கள், சாமியிடம் வேண்டிக்கொள்ளாதவர்கள் என்று ஒரு ஆள் பாக்கியிருக்க முடியாது. ஆனால், இதுவரை அவனை ஒரு முள்கூடக் குத்தியது கிடையாது. பயிர்காலத்தில் ஏன், கோடைக்காலத்தில் கூட அவனுடைய நிலத்தில் ஆட்களை நடக்கவோ ஆடுமாடுகள் மேயவோ விட மாட்டான். ஆட்களும் ஆடுமாடுகளும் நடந்துநடந்து நிலம் இறுகிப்போய் விடும், அதனால், ஏர் ஓட்டும்போது சிரமமாக இருக்கும் என்று சொல்லிக் கத்துவான். பயிர் நிலத்தில் ஆடுமாடுகள் நுழைந்துவிட்டால், அவ்வளவுதான். பயிரை மேய்ந்த ஆடு, மாடுகளின் வாலை அறுத்துவிடுவான். இல்லை என்றால் ஒரு வாரத்திற்கு மோட்டார் கொட்டகையில் கட்டி வைத்துவிடுவான். ஆடுமாடுகளுக்கு உரியவர்களிடம் செய்தியையும் சொல்ல மாட்டான். ஆடுமாடுகள் என்ன, அவன் போட்டிருக்கிற முள் வேலியைத் தாண்டி ஆட்கள் போனால்கூட சாட்டையால்தான் அடிப்பான். சின்னப் பிள்ளைகள் என்றால் அவனுடைய நிலத்தைச் சுற்றிப் பத்து, இருபது முறை ஓடிவரச் சொல்வான். முடியாதென்றால் சாட்டையால் அடிப்பான். கீழ்ச்சாதி ஆட்கள், பிள்ளைகள் என்றால் தண்டனை இரண்டு மடங்காகக் கூடிவிடும். பத்து, பன்னிரெண்டு வயது இருக்கும்போது லோகாம்பாள் ஒருமுறை அவனுடைய நிலத்தில் நுழைந்து நடந்ததற்காக அவளை நிலத்தைச் சுற்றி ஓடிவரச் சொன்னான். அழுததும் சாட்டையால் அடித்துத் தென்னை மரத்தில் ஏறித் தேங்காய் பறிக்க வைத்தான். மோட்டாங்காட்டில், அவனுடைய வயலில் ஒரு காக்காய், குருவி நுழைய முடியாது. காட்டுக்குப் போகிறவர்கள் தண்ணீர் எடுப்பார்கள் என்பதற்காகக் கிணற்றுப் படிக்கட்டில் நெருஞ்சி முள்ளைப் போட்டு வைத்திருப்பான். முள்ளை எடுத்துவிட்டு யாராவது தண்ணீர் எடுத்தால், அவ்வளவுதான். குடத்தைப் பிடுங்கிக் கிணற்றுக்குள் போட்டுவிடுவான். கீழ்ச்சாதிக்காரர்கள் யாராவது தொட்டியில் தண்ணீர் எடுத்தாலோ, குடித்தாலோ கூழாங்கல்லைக் கொடுத்து வாயில் போட்டுக் கடிக்கச் சொல்வான். 'இப்பிடிப்பட்டவனுக்கெல்லாம் சாவு வர மாட்டேங்குது பாரு' என்று லோகாம்பாள் சொன்னாள். பிறகு என்ன நினைத்தாளோ, குமாரிடமும், ராணியிடமும் 'நீங்க ஒருத்தங்க பண்டத்துக்கும் ஆசப்படாதீங்க. இன்னொருத்தங்க பொருள உசுரு போனாலும் தொடாதீங்க' என்று சொன்னாள்.

தூரத்தில் பேச்சுக் குரல் கேட்டது. லோகாம்பாளுக்கு ஆச்சரியமாக இருந்தது. எந்த நேரத்திற்கு எழுந்து வந்திருப்பார்கள் என்று சந்தேகப் பட்டாள். ஊருக்கு முன்னே தான்தான் காட்டுக்குக் கிளம்பியதாக இது வரை நினைத்துக்கொண்டிருந்தாள். தனக்கு முன்னே ஆட்கள் வந்திருப்பது தெரிந்ததும் அவளுக்கு சப்பென்றாகிவிட்டது. 'எல்லாம் இந்த ஒரு மாசம்தான். காட்டுல இருக்கிறத ஊட்டுல கொண்டுபோயி பதனமா சேக்

காட்டி ஒரு வருசப் பொயப்பு அம்போன்னு போயிடுமே’ என்று சொன்னாள். மறுநொடியே தன்னுடைய நிலத்தைப் பற்றியும், அதில் விளைந்திருக்கும் கொத்தமல்லியைப் பற்றியும் யோசித்தாள். கருப்பனுக்குச் சொந்தமாக அரைக் காணி நிலம் மட்டும்தான் இருந்தது. அதில்தான் கடலை போட்டுப் பிடுங்கிவிட்டுக் கொத்தமல்லி விதைத்திருந்தான். கொத்தமல்லி விதைத்த பத்து இருபது நாட்களிலேயே கருப்பன் நிலத்தில் முளைத்திருந்த கொத்தமல்லியைப் பற்றி ஊருக்குள் ஒரே பேச்சாகிவிட்டது. அந்த அளவுக்குச் செழிப்பாக முளைத்திருந்தது. சாதாரணமாக அரைக்காணி நிலத்தில் நான்கு மூட்டை கொத்தமல்லி கிடைத்தாலே பெரிது. இந்த வருசம் கருப்பனுக்குப் பத்து மூட்டை கிடைக்கும் என்று பேச்சாகிவிட்டது. லோகாம்பாள்கூட ஆரம்பத்தில் ஆச்சரியப்பட்டுப் போனாள். கருப்பன் செத்ததும்தான் தெரிந்தது அது ‘சாவு வெள்ளாமை’ என்று. அதனால், கொஞ்ச நாட்களுக்குக் காட்டிற்குப் போகவோ கொத்தமல்லியைப் பார்க்கவோ அவளுக்குப் பிடிக்காமல் போய்விட்டிருந்தது. ஆனால், இந்த பத்து, இருபது நாட்களாக அந்த அரைக் காணி நிலம்தான் அவளுக்குத் தெய்வமாகத் தெரிந்தது. இரவும் பகலும் அந்த நிலத்தைப் பற்றியே யோசித்துக்கொண்டிருந்தாள். இனிமேல் கடலை, எள், கொத்தமல்லி என்று பணப்பயிர் விதைக்கக் கூடாது. சோற்றுக்கான வரகு, சோளம், கம்பு என்றுதான் பயிரிட வேண்டும். கிலோ அரிசி இரண்டு ரூபாய்க்குக் கொடுத்தாலும் காட்டில் விளைந்தது மாதிரி இருக்காது என்று நினைத்தாள். நிலமற்றவர்களுக்கு இரண்டு ஏக்கர் என்று அரசாங்கம் போன வாரம் கொடுத்தது. இவளுக்குச் சொந்தமாக அரைக் காணி இருந்ததால் அரசாங்கத்தின் இரண்டு ஏக்கர் நிலம் கிடைக்காமல் போய்விட்டது. ‘அரக் காணிதான் ஒலகத்துலியே இல்லாத பெரிய சொத்துன்னு பேர எயிதாம வுட்டுட்டானுவளே, கொலகாரப் பயளுவோ’ என்று சொல்லித் திட்டினாள். அடுத்த வருசத்திலிருந்து காட்டில் என்னென்ன பயிரிட வேண்டும், அவற்றை எப்படிப் பராமரிக்க வேண்டும் என்பதைப் பற்றி எல்லாம் யோசித்துக்கொண்டே நடந்தாள். கருப்பன் இருந்தவரை இது மாதிரி அவள் ஒருநாள்கூட யோசித்ததில்லை. அதே மாதிரி அவளுக்கு என்று ஆசைகள் எதுவும் இருந்ததில்லை. பெரிதாக ஆசைப்படவும் அவளுக்குத் தெரியாது. அதிகபட்சம் அவளுடைய ஆசைகள் எல்லாம் நல்ல சோறு சாப்பிட வேண்டும். நல்ல சேலை கட்ட வேண்டும் என்பதாகத்தான் இருந்தது. ஆனால், அந்த ஆசைகள் இப்போது அவளிடம் இல்லை. புதிதாக, எப்போதும் இல்லாத அளவுக்கு வேறு ஆசைகள் இப்போது அவளுக்கு வந்துவிட்டன. அவளுடைய ஆசையிலேயே பெரிய ஆசையாக இருப்பது தன்னுடைய பிள்ளைகளுக்கு வயிறு நிறைய சோறு கிடைக்க வேண்டும் என்பதும், நோய்நொடி அண்டக் கூடாது என்பதும்தான். அதற்கடுத்து, காடு நன்றாக விளைய வேண்டும். இந்த ஆசைகள்தான் அவளுடைய

இரவையும் பகலையும் வேகமாக நகர்த்திக்கொண்டிருந்தன. இந்த ஆசைகள்தான் இப்போது பனியையும், குளிரையும் அவளிடம் அண்டவிடாமல் தடுத்தன. இந்த ஆசைகள்தான் இருட்டில் நடப்பதற்கான தெம்பையும் பாதையையும் காட்டிக்கொண்டிருந்தன.

'விடியப்போற நேரத்திலெ எதுக்குத்தான் இப்பிடி குளுந்த காத்து வீசுதோ, இந்தப் பனியிலயும் குளிருலயும் நடந்தா பெரியவங்களுக்கே ஒத்துக்காதே, புள்ளியோ வெறச்சிப்போயிடும்போல இருக்கே' என்று கவலைப்பட்ட லோகாம்பாள் ஆட்டுக்குட்டியைப் பிடித்துக்கொண்டு நடந்துகொண்டிருந்த குமாரைக் கூர்ந்து பார்த்தாள். 'தம்பி' என்று சொல்லிக் கூப்பிட்டாள். அவன் 'என்னம்மா?' என்று கேட்டான். சொல்ல வந்ததை மறந்துவிட்டதுபோலப் பேசாமலிருந்தாள். சிறிது நேரம் கழித்துத் தானாகவே 'நீங்க ரெண்டு பேரும் பள்ளிக்கூடத்துக்குப் போகலன்னா வாத்தியாரு அடிப்பாரா?' என்று கேட்டாள். அவள் கேட்டதற்குப் பதில் சொல்லாமல் 'இனிமே நான் பள்ளிக்கூடத்துக்குப் போவ மாட்டனாம்மா?' என்று குமார் கேட்டான்.

'ஒங்க தலயெயித்து எப்பிடி இருக்கோ. அது ஒங்களப் படச்ச ஆண்டவனுக்குத்தான் தெரியும், பேனா புடிச்சி எயிதுறது மட்டுந்தான் வேலயா? நாட்டுல உள்ளெ எல்லாருமே பேனா புடிக்கிற வேலக்கே போயிட்டா காட்டுல வேலெ செய்யறது யாரு? காட்டுல வேல செய்யாட்டி சோறு எப்பிடித் திங்கிறது? எது இல்லன்னாலும் உசுரோட இருந்திடலாம். சோறு இல்லாம ஒரு நாளக்கி இருக்க முடியுமா? எம்மாம் பெரிய பணக்காரங்களா இருந்தாலும் அவுங்களும் வவுத்துக்குச் சோத்தத்தான தின்னாவணும். நமக்கு வேண்டியது சோறுதான? கைகால நம்பு, காட்டெ நம்பு, கடவுளு தொணெ இருப்பான், நாம்ப மட்டுமா காட்டெ நம்பிக்கிட்டு இருக்கோம்? நாட்டுல எத்தன கோடி சனங்க காட்டெ சதம்னு நம்பிக்கிட்டு இருக்காங்க. ஆன மேயுற காட்டுல ஆடு மேயுறதுக்கு எடமில்லாமியா போவும்? கைகாலு தெடமா இருக்கணும். அதுதான் நம்பளுக்கு வேண்டியது. நோவுநொடி அண்டக் கூடாது. எல்லாத்துக்கும் மேல கடவுளு இருக்கான். காசு பணம் என்னாத்துக்கு ஆவும்? மெத்த மாளிகயில படுத்துத் தூங்குறவங்களும் ஒரு நாளக்கி சாவத்தான் போறாங்க. அவுங்க மட்டும் நூறு சம்பத்துக்கா வாயப்போறாங்க?' என்று சொன்னாள். சிறிது நேரம் பேசாமல் நடந்தாள். பிறகு அவளுக்கு என்ன தோன்றியதோ தனக்குத்தானே சொல்லிக்கொள்வது மாதிரி சொன்னாள். 'ஒங்க தலயில என்னா எயிதியிருக்கோ, எயிதினபடிதான எல்லாம் நடக்கும். பால்குடி மறக்காத புள்ளிவுள ராத்திரியிலெ இப்பிடி இயித்துக்கிட்டு நடக்கும்படியா வச்சிப்புட்டானே பாயிம் கடவுளு, அவன் நல்லா இருப்பானா? என்னோட பாவம் அவன சும்மா வுடுன்னாலும் வுடுமா? முப்பித்திரெண்டு வயசிலியே என்னெ இப்பிடிப் பண்ணிப்புட்டானே சண்டாளன். அவன் எப்

பிடி நல்லா இருப்பான்? அவன் நாசமத்துத்தான் போவான் பாரு. என் னோட பாவம் அவனக் கேக்காம வுடாது.'

லோகாம்பாளுடைய பேச்சு குமாருக்கும் புரியவில்லை. ராணிக்கும் புரியவில்லை. புரிந்தாலும் அவளுடைய பேச்சைக் கேட்கிற மனநிலையில் அவர்கள் இல்லை. அவர்களுடைய மனமும் பார்வையும் வரகு நிலம், கொத்தமல்லி, சோளம், துவரை நிலம் என்று சுற்றிக்கொண்டிருந்தது. ஒவ்வொரு நிலத்திற்குள்ளும் நடக்கும்போதும் அந்தந்தப் பயிர்களுடைய வாசனை வந்தது. எல்லா வாசனையையும்விட, கொத்தமல்லி வாசனை தான் தூக்கலாக இருந்தது. இருட்டாக இருந்தாலும் வாசனையை வைத்தே அது என்ன பயிர் நிலம் என்று அவர்களால் கண்டுபிடிக்க முடிந்தது. தூரத்திலுள்ள நிலங்களில் இருக்கும் பயிரைக்கூட வாசனையை வைத்தே கண்டுபிடிக்க முடிந்தது. கைகால்கள் விறைத்துப்போகும் அளவு குளிர் இருந்தாலும், பனியும் குளிரும் அவர்களை இப்போது ஒன்றும் செய்ய வில்லை. வரகு, சோளம், துவரை, கொத்தமல்லி நிலங்களிடையே கிடந்த ஒற்றையடிப்பாதையில் இருளோடு இருளாக நடந்துகொண்டிருந்தனர். இருள் இப்போது அவர்களுக்குப் பழகிவிட்டது. வானம் தெளிந்து கொண்டிருந்தது. நிலம் தெளிந்துகொண்டிருந்தது.

தன்னுடைய நிலத்திற்கு அருகில் வரவர லோகாம்பாளின் நடையில் வேகம் கூடியது. ராணியும் குமாரும் அவளுடைய நடையின் வேகத்திற்கு ஈடு கொடுத்தனர். நன்றாக விடிவதற்குள் தங்களுடைய நிலத்திற்குப் போய்விட வேண்டும் என்ற ஆசை அவர்களுக்கும் வந்துவிட்டிருந்தது. ஆட்டுக்குட்டிகூட ஓயாமல் முன்னே இழுத்துக்கொண்டே இருந்தது. புகைப் படலம் மாதிரி பனி இறங்குவது தெரிந்தது. போர்த்தியிருந்த போர்வை லேசாக நனைந்துவிட்டிருந்தது. அவர்களுக்கு எதுவுமே தெரிய வில்லை. விடிவதற்குள் தங்களுடைய காட்டில் காலை வைத்துவிட வேண்டும் என்பதைத் தவிர மூவருக்கும் வேறு சிந்தனை இல்லை.

தங்களுடைய நிலத்தின் சனி மூலையில் வந்து நின்றார்கள். 'கிழக்கமா பாத்துக் கும்புட்டுட்டு மொத செடியப் புடுங்குப்பா' என்று சொன்ன லோகாம்பாள், கிழக்குப் பக்கமாகப் பார்த்துக் கும்பிட்டாள். அவள் கும் பிடுவது மாதிரியே ராணியும் குமாரும் கும்பிட்டனர். ராணி முதலில் பிடுங்கிவிடக் கூடாது, தான்தான் முதலில் பிடுங்க வேண்டும் என்று, தண்ணீரில் நனைத்து நட்டுவைத்ததுபோலப் பனியில் நனைந்திருந்த கொத்தமல்லிச் செடி ஒன்றைப் பிடுங்கினான் குமார். அடுத்து பிடுங்க ஆரம்பித்தாள் ராணி. லோகாம்பாள் கிழக்குப் பார்த்துக் கும்பிட்டவாறு நின்றுகொண்டிருந்தாள்.

நிலம் நன்றாகத் தெளிந்துவிட்டது. ●

ஊர்வம்பு

குமார் சன்னல் ஓரமாக உட்கார்ந்துகொண்டான். பஸ்ஸுக்கு வெளியே இருட்டாக இருப்பதைப் பார்த்தவாறு இருந்தான். இரவின் குளிர்ந்த காற்று அவனுடைய முகத்தில் அடிப்பது சுகமாக இருந்தது. அதே நேரத் தில் பஸ்ஸுக்குள் கத்திக்கொண்டிருந்த டேப் ரிக்கார்டரின் சத்தம் பெரிய தொல்லையாக இருந்தது. ஸ்பீக்கர்கள் இருந்த இடங்களைப் பார்த்தவன், வெறுப்புடன் மீண்டும் பஸ்ஸுக்கு வெளியே பார்க்க ஆரம்பித்தான்.

கண்டப்பங்குறிச்சி என்ற இடத்தில் பஸ் நின்றது. அறுபது வயதுக்கு மேல் மதிக்கத்தக்க கிழவி ஒருத்தி மட்டும் ஏறினாள். பஸ்ஸுக்குள் ஏறிய கிழவி ஒன்றும் புரியாதவளாய் கொஞ்ச நேரம் நின்றுகொண்டிருந்தாள். பிறகு ஒவ்வொரு சீட்டாகப் பார்க்க ஆரம்பித்தாள். பஸ்ஸில் நிறைய இடம் காலியாக இருந்தாலும், குமாருக்கு முன்சீட்டில் உட்கார்ந்திருந்த பெண்ணுக்குப் பக்கத்தில் போய் உட்கார்ந்துகொண்டாள். கிழவியை அந் தப் பெண் ஒருமாதிரியாக ஏறஇறங்கப் பார்த்துவிட்டு வெடுக்கென்று முகத்தைத் திருப்பிக்கொண்டாள். கிழவியினுடைய கோலம் அப்படி இருந் தது.

பஸ்ஸுக்குள் மொத்தமே இருபது பேருக்குள்தான் இருப்பார்கள். கிழவி யோடு சேர்த்து இரண்டு பெண்கள்தான் இருந்தனர். பஸ் வேகம் எடுத்து ஓட ஆரம்பித்த கொஞ்ச நேரத்திலேயே தலையைக் கவிழ்த்துக்கொண்டு அழ ஆரம்பித்த கிழவியை பஸ்ஸுக்குள் இருந்த எல்லோருமே திரும்பிப் பார்த்தனர். கிழவி யாரையும் பார்க்கவில்லை. எதையும் பொருட்படுத்த வில்லை. பஸ்ஸில் உட்கார்ந்திருப்பதைக்கூட மறந்தவளாக அழுதுகொண் டிருந்தாள். கொஞ்சம்கொஞ்சமாக அழுகையின் சத்தம் கூடவே, கிழவிக் குப் பக்கத்தில் உட்கார்ந்துகொண்டிருந்த பெண் ‘என்னம்மா ஆச்சி?’ என்று இரண்டு மூன்று முறை கட்டாயப்படுத்திக் கேட்ட பிறகுதான் அழுகையை ஒரளவு கட்டுப்படுத்திக்கொண்டு தலையை நிமிர்த்தி ‘நான் எந்தக் கதெய அம்மா சொல்லுவேன்?’ என்று சொன்னவளுக்கு அதற்கு மேல் பேச முடியவில்லை. அழுகை வந்துவிட்டது. அழ ஆரம்பித்தாள். ‘அழுவாதம்மா. என்னா ஆச்சி? யாராச்சும் செத்துப்போயிட்டாங்களா?’ என்று அந்தப் பெண் மீண்டும் கேட்டாள். கிழவி ஆவேசம் வந்தவளாக முகத்திலேயே அடித்துக்கொண்டாள். வயிற்றில் குத்திக்கொண்டாள். ‘ஐயோ சிவன, எம் மவனும், மருமவளும் வரவு அறக்கிறதுக்கு நல்லூரு நெல்லு மிசினுக்கு வண்டி கட்டிக்கிட்டுப் போவயிலெ திருப்பயிர் கிட்டெ ஒரு லாரிக்காரன் வண்டிமேலே ஏத்திப்புட்டாம்மா’ என்று அழு கையினூடே சொன்னாள்.

'உசுருக்கு ஒண்ணுமில்லியே?'

'தெரியலியே சாமி. ரெண்டு மாடும் செத்துப் போச்சுன்னு சொன்னாங்க.'

'எம் மக்களுக்கு என்னாச்சின்னு தெரியலே. வய்யே போன காருக்காரன் ஒருத்தன்தான் அவுங்கள ஆஸ்பத்திரிக்கி ஏத்திக்கிட்டுப் போயிட்டான்னு பாத்த சனங்க சொல்லிச்சிவோ. உத்தெ ஆளுன்னு ஒருவருமில்லெ. என் அங்கமெல்லாம் பதறுதே சாமி. மாடு ரெண்டும் எரவ மாடுவுளாச்சே. மாட்டுக்காரனுக்கும், வண்டிக்காரனுக்கும் என்ன வதிலு சொல்றதுன்னு தெரியலியே, பகவானே.'

'ஒண்ணும் ஆயிருக்காது. நீ அழுவாத வாம்மா. இன்னும் செத்தெ நேரந்தான். ஆஸ்பத்திரிக்கிப் போனா எல்லா விவகாரமும் தெரிஞ்சிடும்.'

'அவுங்க ரெண்டு ஆத்துமானுக்கும் ஒண்ணு ஆச்சியின்னா நண்டும் சிண்டுமா இருக்கிற நாலு புள்ளிவுளெ வச்சிக்கிட்டு நான் என்னா பண்ணுவனோ கடவுளே.'

'நாலு புள்ளிவுளா?'

'ஆமாம்மா. நாலும் பொட்டெ புள்ளீவோ. அதுல ஒரு குட்டி மேசராவுறாப்ல இருக்கிறா. மத்ததெல்லாம் ஆட்டுக்குட்டிவோ மாரி ரவரவ வெடங்க.'

'எப்ப நடத்துச்சி?'

'இப்பத்தாம்மா. வெளக்கு வைக்கிற நேரத்துக்கு பத்து மணி கரண்டுக்கு அரச்சிக்கிட்டு வந்துடலாமின்னு எரவ வண்டி மாட்டெ வாங்கிக் கட்டிக்கிட்டுப் போனாங்க. வண்டி, வண்டி பாட்டெய வுட்டு ரோட்டு மேலே ஏறுனப்பத்தான் லாரிக்காரன் ஏத்திப்புட்டானாம்.'

'ரெண்டு மூணு ஊருக்கு முன்னால கூட்டமா சனங்க நின்னாங்களே அந்த எடமா?' என்று கிழவிக்கு முன்சீட்டில் உட்கார்ந்திருந்த தடித்த ஆள் கேட்டான். 'ஆமாம், சாமி' என்று சொன்ன கிழவி, முன்பைவிடச் சத்தமாக அழ ஆரம்பித்தாள். கிழவியை, அவளுக்குப் பக்கத்தில் உட்கார்ந்துகொண்டிருந்த பெண் தேற்ற முயன்றாள். குமாருக்குக் கிழவியைப் பார்க்கப்பார்க்க மனசு உடைந்துபோயிற்று.

'லாரி ஓட்டுற பயலுவோ ஆகாசத்திலெ ஏராப் பிளான் ஓட்டுற மாரிதான் கண்ணுமின்னு தெரியாம ஓட்டுறானுவோ. உசுர ஒரு நாயும் மதிக்கலெ. முன் நேரத்திலேயே ஏத்தியிருக்கானே, திருட்டுக் கம்மனாட்டிப் பய' என்று முன்சீட்டில் உட்கார்ந்துகொண்டிருந்த தடித்த ஆள் லாரி டிரைவரைத் திட்ட ஆரம்பித்தான். அவனை அடுத்து அவனுக்குப் பக்கத்தில் உட்கார்ந்திருந்த ஆளும் டிரைவர்களைப் பற்றி மட்டரகமாகப் பேச

ஆரம்பித்தான். கொஞ்ச நேரத்தில் பஸ்ஸில் இருந்தவர்களில் பெரும் பாலோனோர் லாரி, பஸ் டிரைவர்களைப் பற்றிப் பேச ஆரம்பித்தனர்.

கிழவிக்குப் பக்கத்தில் உட்கார்ந்துகொண்டிருந்த பெண் 'அழுவாம வாம்மா' என்று சொல்லி, கிழவியைத் தேற்ற முயன்றாள். கொஞ்ச நேரம் கழித்து அவளே 'எந்த ஆஸ்பத்திரின்னு தெரியுமா?' என்று கேட்டாள்.

'தெரியாதும்மா.'

'எந்த ஆஸ்பத்திரின்னு தெரியாம, நீ எங்கப் போயி அலைவ? கேட்டுட்டு வந்திருக்கக் கூடாது?' என்று கிழவிக்கு முன்சீட்டிலிருந்து தடித்த ஆள் கேட்டான். 'காட்டுலெ கள வெட்டிப்புட்டு ஊட்டுக்கு வந்துக்கிட்டிருக்கும்போதுதான் சாமி சேதி ஆப்புட்டுது. அந்த எடத்திலியே களக் கட்டெப் போட்டுப்புட்டுக் குறுக்க வந்து காரு ஏறி வர்றன் சாமி. எனக்குன்னு இருக்கிறது அவன் ஒருத்தன்தானெ. நொள்ளக்கண்ணு தெய்வம் பாயிம் வவுத்துலெ காயறுத்துட்டானே' என்று சொல்லி அழுத கிழவி கைப்பிடிக் கம்பியிலேயே முன்மண்டையை இடித்துக்கொண்டாள்.

'எடம் தெரியலன்னா ஆஸ்பத்திரி ஆஸ்பத்திரியா அலய வேண்டியதுதான், ராத்திரி நேரத்திலெ நீ எங்கின்னு தேடி அலைவ?' என்று சொல்லிக் கிழவியைத் திட்டுவது மாதிரி அந்தத் தடித்த ஆள் முறைத்தான். அதற்கு அவனுக்குப் பக்கத்தில் உட்கார்ந்திருந்த ஆள் 'எதுக்கும் நீ மொதல்லெ கவர்மெண்டு ஆஸ்பத்திரிக்கிப் போ. இந்த மாதிரியான கேசெல்லாம் கவர்மெண்டு ஆஸ்பத்திரிக்குத்தான் போவும்' என்று சொன்னவன், 'விருத்தாச்சலம் ஆஸ்பத்திரியா, கடலூர் ஆஸ்பத்திரியா?' என்று கேட்டான். 'தெரியலியே சாமி' என்று கிழவி சொன்னதும் அந்த ஆள் 'இன்னிக்கு ஓம் பொயப்பு அலஞ்ச பொயப்புதான்' என்று சொல்லி உதட்டைப் பிதுக்கிக் காட்டினான்.

கிழவி தொடர்ந்தாற்போலப் புலம்பி அழுதுகொண்டே இருந்தாள். ஒரு சிலர் டிரைவர்களை வாய்க்குவந்தபடி பேசிக்கொண்டிருந்தனர். பஸ் ஓடிக்கொண்டிருந்தது.

விளங்காட்டூர் என்ற ஊரில் பஸ் நின்றது. நான்கு பேர் ஏறினார்கள். நான்கு பேருமே நாற்பது வயதைத் தாண்டாதவர்கள் மாதிரி தெரிந்தனர். ஒருத்தனைப் போலவே நான்கு பேருமே நல்ல தடிமனாக, கருப்பாக இருந்தனர். ஒருத்தன் வந்து குமாருக்குப் பக்கத்தில் உட்கார்ந்துகொண்டான். மற்றொருவன் கிழவிக்கு முன்சீட்டில் தடித்த ஆளுக்குப் பக்கத்தில் போய் உட்கார்ந்துகொண்டான். பஸ்ஸில் நிறைய இடமிருந்தும் உட்காராமல் குமாருக்குப் பக்கத்தில் உட்கார்ந்திருந்தவனுக்கு அருகில் நின்றுகொண்டு இரண்டு பேர் சளசளவென்று பேச ஆரம்பித்தனர். பேச்சும், உடையும் திருத்தமாக இருந்தது.

குமாருக்குப் பக்கத்தில் உட்கார்ந்துகொண்டிருந்தவன். டேப்ரிக்கார் டரில் ஓடிக்கொண்டிருந்த பாட்டை முணுமுணுக்க ஆரம்பித்தான். அவன் தொடங்கிய சற்றைக்கொல்லாம் நின்றுகொண்டிருந்த இரண்டு பேரில் குட்டையாக இருந்தவன், அதே பாட்டை லேசாக முணுமுணுக்க ஆரம் பித்தான். மூவரும் ஒரு முறை சிரித்தனர். பிறகு மூவருமே பாட ஆரம் பித்தனர். முதல் பாட்டுக்கு லேசாகப் பாடிக்கொண்டிருந்தவர்கள், அடுத் தடுத்த பாட்டுகளுக்குச் சத்தமாகவே பாட ஆரம்பித்தனர். பாட்டு முடி யும் ஒவ்வொரு முறையும் கைதட்டவும் ஆரம்பித்தனர். டேப்ரிக்கார்டரில் ஓடுகிற ஒவ்வொரு பாட்டையும் பாட ஆரம்பித்தனர். நேரமாகநேர மாக அவர்களுடைய உற்சாகம் கூடிக்கொண்டே போயிற்று. அவர்க ளுடைய செய்கைகள் உல்லாசப் பயணம் போகும் பஸ்ஸில் செய்வது மாதிரி இருந்தது. சத்தம் அதிகமாக இருக்கிறதென்று இரண்டு மூன்று பேர்தான் பஸ்ஸில் முகத்தைச் சுளித்த மாதிரி இருந்தது. பெரும்பாலான வர்கள் பாட்டு பாடுபவர்களை உற்சாகப்படுத்தும் முகத்தோடுதான் பார்த் துக்கொண்டிருந்தனர். சத்தத்தைக் கவனிக்காமல் கண்டக்டர் இன் வாய்ஸை நிரப்புவதிலேயே குறியாக இருந்தான். குமார் சன்னல் வழியா கத் தொடர்ந்து வெளியே பார்க்க முயன்றான். கைப்பிடிக் கம்பியில் முன்மண்டையைச் சாய்த்துக்கொண்டு தூங்க முயன்றான். அவனுக்குப் பின்சீட்டில் ஒரு ஆள் குறட்டை விட்டுத் தூங்குகிற சத்தம் கேட்டதும், அந்த ஆளைத் திரும்பிப் பார்த்தான். நன்றாகத் தூங்கிக்கொண்டிருப்பது தெரிந்தது. குறட்டைச் சத்தம் எரிச்சலை உண்டு பண்ணியது.

குமார் கிழவியைப் பார்த்தான். அவள் முன்புபோல் குரல்விட்டு அழா மல் தேம்பிக்கொண்டிருந்தாள். அவள் தேம்பி அழுவதற்காக அவளுக்கு முன்சீட்டில் இருந்த தடித்த ஆள் வெறுப்புடன் கிழவியின் பக்கம் திரும்பி 'நடந்தது நடந்துபோச்சி. நீ அயிவுறதாலெ செத்தவங்க திரும்பி வந்துடப்போறாங்களா. பேசாம வாம்மா. இதெ பஸ்ஸுன்னு நெனச்சியா, ஊடுன்னு நெனச்சியா?' என்று சொல்லிச் சத்தம் போட்டான். கிழவி மிரண்டுபோய் அந்த ஆளையே பார்த்தாள். அவளுடைய கண்களிலிருந்து கண்ணீர் இறங்கியது. சேலை முந்தானையை வாயில் வைத்து அடைத்துக் கொண்டு தலையைக் கவிழ்த்துக்கொண்டாள்.

கொஞ்ச நேரம்தான் அவளால் துணியை வாயில் வைத்து அடைத்துக் கொண்டிருக்க முடிந்தது. கொஞ்ச நேரம் கழிந்ததும் முன்பு போலவே வாய்விட்டுப் புலம்ப ஆரம்பித்தாள். கிழவியைப் பார்க்கப்பார்க்க, குமா ருக்கு என்னவோ போலிருந்தது. குமாருக்குப் பக்கத்தில் உட்கார்ந்திருந்த வனின் கவனமெல்லாம் டேப்ரிக்கார்டருக்கு இணையாகப் பாட வேண் டும் என்பதிலேயே இருந்தது.

குமாருக்கு பஸ்ஸை விட்டுக் கீழே இறங்கிவிட்டால் போதுமென் றிருந்தது. நெருப்பின் மீது உட்கார்ந்திருப்பது மாதிரி இருந்தது. டேப் ரிக்கார்டரின் இரைச்சலைவிட, அதற்கு இணையாகப் பாடிக்கொண்டிருப் பவர்கள் போடும் இரைச்சல்தான் அதிகமாக இருந்தது. பஸ்ஸில் இருந்த வர்கள் பாடுபவர்களைப் பார்த்துக் கைதட்டவும் சிரிக்கவும் ஆரம்பித்தனர். எல்லாவற்றையும்விட, குமாருக்குப் பக்கத்தில் உட்கார்ந்திருந்தவன் நொடிக்கு நூறு தரம் உடம்பை இப்படியும் அப்படியுமாக ஆட்டிஆட்டி இடித்துக்கொண்டிருந்ததைத் தாங்கிக்கொள்ள முடியவில்லை. கோபம் தலைக்கு ஏறியது.

குமாருக்குச் சாதாரணமாகக் கோபமே வராது. சின்ன வயதிலிருந்தே வம்புதும்புக்குப் போகாதவன் என்று பெயர். பெண்டாட்டி திட்டினால் கூடச் சிரித்துக்கொண்டே போய்விடுவான். சண்டைபிடிப்பது என்பது அவனுக்குப் பிடிக்காத ஒன்று. சாதுவான ஆள் என்று பெயரெடுத்தவ னுக்கு இப்போது கட்டுப்படுத்த முடியாத அளவுக்குக் கோபம் உண் டாயிற்று. சத்தம் அவனுக்குள் பதற்றத்தை உண்டாக்கிற்று. இதுதான் கடைசி பஸ் என்பதால் கீழே இறங்கிவிடலாம் என்ற எண்ணத்தைக் கைவிட்டான். எழுந்து போய் கண்டக்டரிடம் சொல்லலாமா என்று யோசித்தான். சொல்லலாம் என்ற எண்ணம் வந்த பிறகு அவனால் உட் கார்ந்துகொண்டிருக்க முடியவில்லை.

துணிச்சலை வரவழைத்துக்கொண்டு இரண்டு மூன்று குரல் கண் டக்டரைக் கூப்பிட்டுப்பார்த்தான். அவனுக்குக் காது இருப்பது மாதிரியே தெரியவில்லை. டிக்கட் புத்தகத்தில் ஏதோ கணக்குப் போட்டுக்கொண் டிருந்தான். மீண்டும் ‘சார்’ என்று கூப்பிட்டான். அவன் இவன் பக்கம் திரும்பிப் பார்க்காததாலேயே வெறுப்பும் கோபமும் உண்டாயிற்று. ஆரம்பத்தில் சாதாரணமாகத்தான் கூப்பிட்டான். இரண்டு மூன்று முறை கூப்பிட்டும் திரும்பிப் பார்க்காததால் ஆத்திரமாக வந்தது. ஆத்திரத் தைக் கட்டுப்படுத்த முடியாதவனாக வெடுக்கென்று எழுந்துபோய் ‘சார், சவுண்டக் கொஞ்சம் கொறக்கச் சொல்லுங்க. கல்யாண வீட்டில வச்சி யிருக்கிற ஸ்பீக்கர் செட்டு மாதிரி அலறிக்கிட்டு இருக்கு’ என்று சத்த மாகச் சற்று படபடப்புடன் சொன்னான்.

தூக்கத்திலிருந்து விழித்தவன் மாதிரி ஒன்றும் புரியாமல் என்ன என் பதுபோல் கண்டக்டர் பார்த்தான். குமார் சொன்னதையே மீண்டும் சொன்னான். ‘அவ்வளவுதான’ என்பதுபோல் பார்த்தவன், அசட்டை யான குரலில் ‘சவுண்டக் கொறப்பா’ என்று சொல்லிவிட்டு மீண்டும் கணக்குப் போட ஆரம்பித்தான் கண்டக்டர். குமார் வெறுப்புடன் திரும்பி வந்து சீட்டில் உட்கார்ந்துகொண்டான். கோபத்தில் உடம்பு நடுங்கியது. வியர்த்துக்கொட்டியது. கசப்புடன் சன்னலுக்கு வெளியே

பார்த்தான். பிறகு கிழவியைப் பார்த்தான். துணியை வாயில் வைத்து அடைத்துக்கொண்டு உட்கார்ந்திருப்பதைப் பார்த்ததும் பைத்தியம் பிடித் தவன் மாதிரி வேகமாக மீண்டும் எழுந்து போய் கண்டக்டரிடம் காட்டுக் கத்தலாக 'சார், இது பஸ்ஸா, சினிமாக் கொட்டாயா? டேப்ப நிறுத்தச் சொல்லுங்க. இல்லன்னா, அங்க கத்திக்கிட்டு இருக்கிறவங்கள பேசாம வரச் சொல்லுங்க' என்று கத்திய பிறகுதான் 'டேப்ப நிறுத்துப்பா. சார், நீங்க போயி ஒக்காருங்க' என்று சொல்லிவிட்டு, கண்டக்டர் பணத்தை எண்ணிச் சரி பார்க்க ஆரம்பித்தான்.

கண்டக்டர் போட்ட சத்தத்தைக் கேட்டுத் திரும்பிப் பார்த்த டிரை வர், குமார் நின்றுகொண்டிருப்பதைப் பார்த்துவிட்டு 'ஊர் வந்தா முன் னாடியே எந்திருச்சி வந்தா என்ன?' என்று சொல்லிக் கூச்சல் போட்ட வன் பிரேக்கைப் பிடித்து வண்டியை நிறுத்தினான். 'எறக்கமில்லெ. டேப்பெ நிறுத்து. போ, ரைட்' என்று கண்டக்டர் சொல்லிவிட்டு ரக ரகமாகப் பணத்தைப் பிரித்து அடுக்க ஆரம்பித்தான். கண்டக்டரையும் குமாரையும் மாறிமாறிப் பார்த்த டிரைவர் ஒன்றும் புரியாமல் மீண்டும் வேகம் கொடுத்து பஸ்ஸை ஓட்ட ஆரம்பித்தான். ஏதோ பிரச்சினை என்று அவனாகவே டேப்ரிக்கார்டரை நிறுத்தினான். குமார் ஒன்றும் பேசாமல் வந்து தன்னுடைய இடத்தில் உட்கார்ந்துகொண்டான்.

பஸ்ஸிலிருந்த எல்லோருமே ஒரே நேரத்தில் குமாரைத் திரும்பிப் பார்த் தனர். பாட்டுப் பாடிக்கொண்டிருந்தவர்கள் வெறுப்புடன் பார்த்தனர். குமார் ஜன்னல் வழியாக வெளியே பார்த்துக்கொண்டிருந்தான். கிழ விக்கு முன்சீட்டில் உட்கார்ந்திருந்த தடித்த ஆள் நின்றுகொண்டிருந்தவர் களிடம் 'ஏன் சார் பாட்டெ நிறுத்திட்டீங்க?' என்று கேட்டான். அதற்கு குமாருக்குப் பக்கத்தில் உட்கார்ந்திருந்தவன் முகத்தைச் சுருக்கிக்கொண்டு 'இந்தா, இந்த ஆளு சொல்லித்தான் டேப்பெ நிறுத்திட்டாங்க' என்று கடுப்புடன் சொன்னான்.

'டேப்பு இல்லாட்டி என்ன, நீங்க பாடுங்க சார். கடேசி ட்ரிப்தான. கூட்டமா இருக்கு?'

'அதுக்கில்லெ.'

'சும்மாப் பாடுங்க சார்.'

குமாருக்குப் பக்கத்தில் உட்கார்ந்திருந்தவன் நின்றுகொண்டிருந்தவர்க ளைப் பார்த்தான். அதில் குட்டையாக இருந்தவன் 'கல்யாணம்தான் கட்டிக்கிட்டு ஓடிப்போலாமா? இல்ல ஓடிப்போயி கல்யாணம்தான் கட்டிக்கலாமா' என்று பாட ஆரம்பித்ததும் பஸ்ஸிற்குள் பலத்த கைதட் டல் சத்தம் எழுந்தது. பலர் வாய்விட்டுச் சிரித்தனர். குமாருக்கு உயிர் நிலையில் உதை வாங்கியது மாதிரி இருந்தது. பேய் பிடித்தவன் மாதிரி

பாடிக்கொண்டிருந்தவனிடம் 'இது பஸ்ஸா, ஒங்க ஊடா?' என்று சொல்லிக் குமார் கத்தியதும். ஒரு நொடிதான் அவன் பாட்டை நிறுத்தினான். மறுநொடியே 'அவுங்க கேக்குறாங்க. நாங்க பாடுறம். ஒனக்கென்ன?' என்று அவன் பதிலுக்குக் கத்த ஆரம்பித்தான். அவனோடு அவனைச் சேர்ந்த ஆட்களும் சேர்ந்துகொண்டார்கள். குமார் முடிந்தவரை கத்திப் பார்த்தான். ஆனால், அவனுடைய குரல் எடுபடவில்லை.

'வலியஞ் சண்டக்கிப் போறான் பாரு' என்று கிழவிக்குப் பக்கத்தில் உட்கார்ந்திருந்த பெண் சொன்னதும் கத்துவதை நிறுத்திவிட்டுக் குமார் கைப்பிடிக் கம்பியில் முன்மண்டையைச் சாய்த்துக்கொண்டான்.

'இவ்வளவு பேர் இருக்கும்போது இந்தாளுக்கு மட்டும் என்ன வந்துச்சி? நாங்க ஆடுறம், பாடுறம் இவனுக்கென்ன? டிரைவர் கேக்கட்டும், கண்டக்டர் கேக்கட்டும். இந்தக் கண்டார ஒளி மவனுக்கென்ன?' என்று பாட்டுப் பாடியவன் கத்திக்கொண்டிருந்தான்.

குமார் எதையும் கேட்கவில்லை. எதையும் பார்க்கவில்லை. அழ முடியாமல் துணியை வாயில் வைத்து அடைத்துக்கொண்டிருந்த கிழவியைப் பற்றி நினைத்ததுமே லேசாக அவனுடைய உடம்பு அதிர்ந்தது. ●